என் பார்வையில் கலைஞர்

சு. சமுத்திரம்

கலைஞர் பேசுகிறார்

(சு. சமுத்திரம் எழுதிய நூல்களை வெளியிட்டு 26.7.96 அன்று கலைஞர் ஆற்றிய உரை)

இந்த நிகழ்ச்சியைக் காணும்போதும், கலந்து கொண்டு இருப்பதை நினைக்கும்போதும், இந்த விழாவைப்பற்றி கோடையிலே இளைப்பாறிக் கொள்ளும் வகை கிடைத்த குளிர்தருவே, தரு நிழலே, நிழல் தந்த சுகமே என்று நான் வர்ணிக்க வேண்டியது இருக்கிறது. காலையிலிருந்து கடும் பணிகள் பலவற்றை ஆற்றிவிட்டு, மாலையிலும் கடும் பணிகளை எதிர் கொண்டுவிட்டு, இங்கே இந்த இலக்கிய நிகழ்ச்சியில் கலந்து கொள்கிற நேரத்தில் இது கோடையிலே இளைப்பாற்றிக் கொள்ளும் குளிர் தருவாக, தருநிழலாக, நிழல் தரும் சுகமாக இருக்கிறது என்பதை நினைத்து, நினைத்ததை நெஞ்சிலே பதித்து, பதித்ததை உங்களிடத்திலே நான் பகிர்ந்து கொள்கின்றேன்.

சமுத்திரமே நம்பக்கம்

நம்முடைய அன்புக்கும், பண்புக்கும் உரிய அருமைத் தோழர் சமுத்திரம் அவர்களுடைய மூன்று நூல்கள், இன்று உங்களுடைய அன்பார்ந்த முன்னிலையில் வெளியிடப்பட்டு இருக்கின்றன. கடந்த சில வாரங்களுக்கு முன்பு, நான் ஒரு தண்ணீர் தேசத்திற்கு போயிருந்தேன். (பலத்த சிரிப்பு) கவியரசு வைரமுத்துவின் தண்ணீர் தேசம். அதுவும் சமுத்திரத்திலே நடைபெற்ற கதை. சமுத்திரம் கதைக்கும் இன்றைக்கு வந்திருக்கிறேன். எனவே கருணாநிதி ஆட்சிக்கு வந்தால், தண்ணீரே கிடைக்காது என்ற சாபத்திற்கு இடையில், தண்ணீர் தேசமே உருவாகிறது என்ற அளவில், தண்ணீர் தேசமென்ன? சமுத்திரமே உன் பக்கம் இருக்கிறது என்ற அளவில் இந்த நிகழ்ச்சி இன்றைக்கு நடைபெற்றுக் கொண்டு இருக்கிறது. (பலத்த கைதட்டல்)

நண்பர் நடராசன், இந்த நிகழ்ச்சியில் ஒரு வேண்டுகோளை விடுத்து, என்னுடைய சிறுகதை ஒன்றை நான் பொதுப்பணித்துறை அமைச்சராக இருந்தபோது பெற்று, வானொலியிலே ஒலிபரப்பிய நிகழ்ச்சியை குறிப்பிட்டார். எனக்கு பசுமையான நினைவுகள். அப்போது அவர் என்னிடத்திலே அந்த சிறுகதையைப் பெற்று திருச்சி வானொலியிலே வெளியிட்டது. 1967க்கு பிறகு. நான் அண்ணா தலைமையில் பொதுப்

பணித் துறை அமைச்சராக பொறுப்பேற்றிருந்த
காலக்கட்டத்தில். எழுத்துக் கணக்கும் இலக்கிய கணக்கும்...

1947ஆம் ஆண்டு, குண்டலகேசி இலக்கியத்தை, ஒரு நாடகமாக உருவாக்கி மந்திரிகுமாரி, என்று பெயரிட்டு, திருச்சி வானொலி நிலையத்திற்கு அனுப்பி வைத்தேன். ஒரு வாரம் கழித்து, திரும்ப, அது என் கைக்கு கிடைத்து விட்டது. அதே வானொலி நிலையம், நடராசன் உருவத்தில் இருபதாண்டுகால இடைவெளிக்குப் பிறகு, என்னிடத்திலே ஒரு சிறுகதையைப் பெற்று, அதை ஒலி பரப்பினார்கள் என்று எண்ணும் போதுதான் எனக்கு வேதனையே. எழுத்தாளர்களை அவர்கள் இருக்கின்ற அந்தஸ்தை வைத்து, அவர்களுக்குள்ள பதவியை வைத்து தயவு செய்து யாரும் கணக்கிடாதீர்கள். (பலத்த கைதட்டல்) எழுத்தை வைத்து கணக்கிடுங்கள் என்பதுதான் எனக்குள்ள கவலையும், அந்த கவலை சார்ந்த வேண்டுகோளும் ஆகும்.

நான் முதலமைச்சராக 89-90ல் பொறுப்பேற்றிருந்த போது, தஞ்சை பல்கலைக்கழகத்தின் சார்பாக ராஜராஜன் விருது வழங்கப்பட்டது. அந்து விருது, நான் எதிர்க்கட்சித் தலைவனாக இருந்தபோதே எனக்காக சிலரால் சிபாரிசு செய்யப்பட்டு, அப்பொழுது வழங்கப்படாமல், நிறுத்தி வைக்கப்பட்டு, வேண்டாம் என்று தடுக்கப்பட்டு நின்று போன விருது. எனவே பல்கலை கழகத்தைச் சேர்ந்தவர்கள், அந்த வரலாற்றைச் சொல்லி, 'இதை நீங்கள் பெற்றுக் கொள்ள வேண்டும்' என்று கேட்டபோது மறுத்தேன். இருந்தாலும் பிடிவாதத்தின் காரணமாக, பிறகு, நான் ஏற்றுக் கொண்டேன். அப்பொழுது குடியரசுத் துணைத்தலைவராக இருந்த சங்கர் தயாள் சர்மா அந்த விழாவிற்கு வந்து, அந்த விருதை வழங்கினார். அத்துடன் பல்கலைக்கழகம் சார்பாக ஒரு லட்சம் ரூபாய் பொற்கிழியும் வழங்கப்பட்டது.

அந்த நிதியை, நான் பெற்றுக் கொள்ளாமலேயே பல்கலை கழகத்திற்கே சேர்த்து என்னுடைய தாய் தந்தையரின் பெயரால், ஒரு அறக்கட்டளையை நிறுவி தமிழ்ச் சான்றோர்களுடைய பெயரால் ஆண்டுதோறும் சொற்பொழிவுகளை பல்கலைக்கழகத்தில் நடத்துங்கள் என்று கேட்டுக்கொண்டேன். அது தொடர்ந்து நடைபெற்று வருகிறது. இவற்றையெல்லாம் சொல்வதற்கு காரணம் நீங்கள் என்னை தயவுசெய்து பதவியில் இருக்கிறேன்: முதலமைச்சராக இருக்கிறேன் என்று எண்ணிப்

பார்த்து என்னுடைய எழுத்துக்களை பாராட்டாதீர்கள். **சமுத்திரத்தைச் சோதிக்க ஆசை...**

இங்கே சமுத்திரம் சொன்னார். "கலைஞர் முதல்வராக பொறுப்பேற்காமல் இருந்திருந்தாலும், அவரைத்தான் அழைத்து இந்த நிகழ்ச்சியிலே இந்த நூல்களை வெளியிடச் செய்திருப்பேன்" என்று அவர் சொன்னாரே அதைத்தான் விரும்புகின்றேன். (பலத்த கைதட்டல்) அதை சோதித்துப் பார்க்க எனக்குக் கூட ஒரு ஆசை (பலத்த சிரிப்பு) சில ஆண்டுகளுக்குப் பிறகு முதலமைச்சராக இல்லாமல் இருந்து, அவரும் இதுபோன்று நூலை எழுதி அப்பொழுது அழைக்கிறாரா இல்லையா என்று பார்க்கவேண்டும் என்று எனக்கு ஒரு ஆசை. இந்த ஆசை சில பேருக்கு ஆறுதலைக் கூட தரும். அப்பாடா என்று பெருமூச்சுக் கூட எழும். (பலத்த சிரிப்பு)

நான் அதற்காக இருப்பவன் அல்ல என்பதை அருமை நண்பர் இந்திய கம்யூனிஸ்ட் கட்சியின் தலைவர் நல்லகண்ணுபோன்ற என்னை உணர்ந்தவர்கள் மிகமிக நன்றாக அறிவார்கள். கொள்கைக்காகவே இளம்பிராயம் முதல் வாழ்பவன் நான். அதனால்தான் ஒரே இடத்தில் நிலைத்து நிற்கிறேன். அதுவும் உங்களுக்குத்தெரியும். (பலத்த கைதட்டல்) அப்படி வாழ்தவர்கள் என்ன ஆனார்கள் என்பதைத்தான் சமுத்திரம் "ஒரு மாமரமும் மரங்கொத்திப் பறவைகளும்" என்ற அரிய நூலில் படம் பிடித்துக் காட்டியிருக்கிறார்.

கனமான கணங்கள்...

ஆனால், இப்போது எவ்வளவு கனமான பணிகள்! கணம் என்றால் மாண்புமிகு என்ற பொருளில் சொல்லவில்லை. எவ்வளவு அதிகமான பணிகள் என்னை அழுத்திக் கொண்டு இருக்கின்றன என்பது உங்களுக்குத் தெரியும். சமுத்திரம் நூல் வெளியிட இந்த நாளை குறித்துக் கேட்டபோது நான் சொன்னேன். *அநேகமாக 25ம் தேதி நிதிநிலை அறிக்கையின் மீதான பதில் உரை முடிந்துவிடும். மறுநாள் நிகழ்ச்சியை வைத்துக் கொள்ளலாம்"* என்று சொன்னது உண்மைதான். ஆனால் அந்த அறிக்கையைத் தயாரிக்க நான் எடுத்துக் கொண்ட நாட்கள், அதற்காக நான் விழித்த இரவுகள், அது தயாரித்து வெளிவந்த பிறகு அதைப்பற்றி வந்த விமர்சனங்கள், அதற்கு ஏற்ப, அந்த அறிக்கையில் காணவேண்டிய திருத்தங்கள், நேற்றைய தினம் நான் ஆற்றவேண்டிய பதிலுரை, இதற்காக நான் செலவழித்த நேரம், இன்று காலையிலே, நம்முடைய இழந்த கவுன்சில் - சட்டமன்ற மேலவை மீண்டும் வரவேண்டும் என்பதற்கான தீர்மானத்தின் மீது நான் ஆற்றிய

உரை, அதற்குப் பிறகு உலக வங்கியினுடைய இயக்குநரைக் கண்டு செ னைக்கும், தமிழகத்திற்கும் பெறவேண்டிய உதவிகளைப் பெற ஆலோசனை நடத்திவிட்டு நேராக இங்கே வருகிறேன்.

எழுத்தாளன் சொல்...

சமுத்திரம் இங்கே குறிப்பிட்டதைப் போல எனக்கும் அவருக்கும் நீண்ட காலமாக ஒரு நெருக்கம் உண்டு. பராசக்தி படம் பார்த்ததிலிருந்தே கலைஞரின் தாக்கம் எனக்கு உண்டு என்று சொன்னார். கலைஞரின் தாக்கமும் உண்டு. கலைஞரை சில நேரங்களிலே தாக்குவதும் உண்டு. (பலத்த கைதட்டல்) அந்த தாக்கம் எனக்கு ஊக்கத்தை அளித்தது. தாக்குவது என்னை நிமிர்ந்து பார்க்கச் செய்தது. தாக்குவது என்னை சிந்திக்கச் செய்தது. ஏன் தாக்குகிறார். ஏதோ குறை நம்மில் இருக்கிறது என எண்ணிப் பார்க்கச் செய்தது. எழுத்தாளன் சொல்வது என்றைக்காது ஒருநாள் பலிக்கும்.

நல்லா கேட்ட ஒரு கேள்வி...

நண்பர் சமுத்திரம் அவர்கள் 'எனது கதைகளின் கதைகள்' என்ற நூலில் நான் பல நிகழ்வுகளைப் பார்த்தேன். எப்போதும், எந்த ஒரு எழுத்தாளரின் நூலாக இருந்தாலும் அதை முழுமையாகப் படித்துவிட்டுத்தான் நிகழ்ச்சிக்கு நான் வருவது, வெளியிடுவது, அந்த நூலைப் பற்றிப் பேசுவது, என்பது நம்முடைய தமிழ்க்குடிமகன் அவர்களுக்கு நன்றாகத் தெரியும்.

அவர் 'நல்லா கேட்ட, ஒரு கேள்வி' என்ற தலைப்பில் இந்தக் கதைக்கான கரு உருவான செய்தியை சொல்லியிருக்கிறார். அதில் சில பகுதிகளை நான் படித்துக் காட்டுகிறேன்.

"60-ம் ஆண்டு முற்பகுதியில் சென்னையில் கல்லூரியில் படித்து வந்தேன். நான் இருந்த வீடு சேரிப் பகுதி: காம்பவுண்டு வீடு. சுமார் அய்ம்பது பேரைக் கொண்ட மனித சமூகம் என்னைப் பெரிதும் வசீகரித்தது. ரிக்ஷா ஓட்டுபவர்கள், கூலி வேலை பார்ப்பவர்கள், அப்பளம் சுடும் பெண்கள், வடை சுடும் ஆயா ஆகியோரின் மாசுமருவற்ற அன்பு என் மனக் கஷ்டத்தை மறக்கச் செய்தது. அய்ம்பது பேருக்கு ஒரே ஒரு கழிவறை. அதுவும் கதவு இல்லாதது. 'யார் உள்ளே என்று கேட்டுக் கொண்டே மற்றவர் செல்ல வேண்டும். குளிப்பதோ குழாயடிப் பக்கம்: நான் குழாயில் இறங்கி தவலையில் தண்ணீர் பிடித்து டிரம்மை நிரப்பி குளிக்கவேண்டும். சட்டியோடோ, துண்டோடோ அத்தனை பேருக்கும்

முன்னிலையில் ஐந்தரையடி உடம்பை முக்கால் நிர்வாணத்தோடு காட்டிக் கொண்டிருக்க வெட்கமாக இருந்தது. அந்தப் பின்னணியில் அந்த அகத்தக் காற்றிலும் தென்றல் வாடை கிடைத்தது."

"என் வீட்டுக்கு பக்கத்து வீடு ஒரு பூக்கார குடும்பம் வாழ்ந்த வீடு. அங்கே வயதுக்கு வந்த ஒரு பூக்காரப் பெண், அம்மாவும் அண்ணனும் உதிரியாக வாங்கி வந்த பூக்களை மாலையாக தொடுப்பது அவளது பணி. அவள் பார்ப்பதற்கு கவர்ச்சியாக இல்லை இவர் சொல்கிறார். (பலத்த சிரிப்பு என்றாலும் அழகாக இருப்பாள். கலகலவென்று சிரிப்பாள். எதற்கெடுத்தாலும் 'நல்லா கேட்ட, ஒரு கேள்வி' என்பாள். அவளுக்கு என் மீது ஏதோ ஒரு அனுதாபம். நான் குழாயடியில் படும் பாட்டையும் கல்லூரித் தோழர்கள் என் வீட்டுக்கு வந்தால் அவர்களை உட்கார வைக்க இடம் கிடைக்காமல் நான் திண்டாடுவதையும் கண்ட அவள் ஒரு நாள் குழாயடிக்குப் போன என்னை அவள் கையாட்டித் தடுத்தாள்.

முகத்தை வெட்கமாக்கிக் கொண்டு - இதை எல்லோரும் என்ன எழுதுவார்கள் என்றால் நாணிக் கோணி முகத்தைத் தொங்கப் போட்டுக் கொண்டு என்று இவ்வளவு வார்த்தைகளுக்குப் பதிலாக ஒரே வரியில் ரத்தினச் சுருக்கமாக எழுதுகிறார். முகத்தை வெட்கமாக்கிக் கொண்டு, என் தவலையை வாங்கி தண்ணீர் பிடித்துக் கொடுத்தாள். எவரும் கண்ணில் தென்படாதபோது, நான் குளிக்கப் போவதும், அவள் தண்ணீர் பிடித்துக் கொடுப்பதும் வழக்கமாகிவிட்டது. (பலத்த சிரிப்பு) நான் கல்லூரிக்குச் செல்லும்போது, அவள் வாசலில் நின்று என்னை வழியனுப்பி வைப்பாள். கல்லூரியில் நடைபெறும் பேச்சுப் போட்டிகளில், நான் வாங்கும் பரிசுக் கோப்பைகளை இரவு நேரத்தில் ஜன்னல் வழியாக அவளிடம் கொடுப்பேன். அவள் அதனை வாங்கி கண்ணில் ஒற்றிக் கொண்டுவிட்டு பின்னர் என்னிடம் திருப்பிக் கொடுப்பாள். இவ்வளவுக்கும் அவளை தொட்டதில்லை : கெட்டதில்லை. நம்புவோமாக (பலத்த சிரிப்பு)

பிறகு ஒரு கல்லூரி மாணவரை வீட்டிற்கு அழைத்து வர, அவன் அந்தப் பெண்ணைப் பார்த்து ஏதோ ஏகடியம் பேச , அதன் காரணமாக, இவர் மீதே அவள் கோபம் கொண்டு, வேறொருவரைத் திருமணம் செய்து கொண்டு ஊரை விட்டே போய் விட்டாள்.

பல ஆண்டுகளுக்குப் பிறகு ஒரு பேருந்து நிலையத்திலே அந்தப் பெண் வயதான நிலையில், தேய்ந்த நிலையில் இருப்பதைப் பார்த்து அப்பொழுது ஒருவரையொருவர் அறிமுகம் செய்து கொண்டார்கள், அப்பொழுது

சமுத்திரம் கேட்கிறார் "இப்படி ஆகி விட்டாயே நானும் வேறு ஒருத்தியை திருமணம் செய்து கொண்டு விட்டேன். ஆனால் நான் உன்னைக் கேட்கிறேன், நீ அப்பொழுது என்னை காதலிச்சாயா' என்று அப்படி தேய்ந்து போன அந்தக் கட்டையைப் பார்த்து நீ என்னைக் காதலிச்சாயா என்ற போது, அந்தப் பெண் அப்போதும் 'நல்லா கேட்ட, ஒரு கேள்வி' (பலத்த சிரிப்பு) என்றாள். இதுதான் சமுத்திரத்தின் இலக்கிய நயம். இதை வைத்தே ஒரு கதை எழுதினேன் என்று அவர் குறிப்பிடுகிறார்.

மரணச்சுவை

இன்னொன்று. மரண முகத்திலே கூட அந்த நிகழ்வை வைத்து எழுத்தோவியம் தீட்டும்போதுகூட எப்படி நகைச்சுவை மின்னலிடுகிறது. மின்னிப் பளிச்சிடுகிறது என்பதற்கு ஒரு எடுத்துக்காட்டு. தன்னைப் பற்றிக் குறிப்பிடுகிறார்.

"சென்னை மயிலையில் வாழும் மாமுனிவர் குருஜி சுந்தர சுவாமிகளை, நானும் என் துணைவியும் மருத்துவமனைக்கு போய்விட்டு வரும் வழியில், பார்த்தோம். நான், மரண விளிம்பில் இருக்கும் ஒரு நோயாளியாகி, அவரை நோக்கினேன். காலை 8 மணிக்கு பத்மாசனம் போட்டு இரவு 8 மணி வரை அப்படியே அமர்ந்திருக்கும் அந்த எண்பது வயது முனிவர் எனக்கு ஆதரவு கூறியதோடு, ஒரு எலுமிச்சைப் பழத்தையும் கொடுத்து "இது சுருங்கச் சுருங்க உன் நோயும் போய்விடும்" என்றார்.

எனக்கு, அது ஒரு பெரிய மனோதிடத்தைக் கொடுத்தது. நான் படுத்துவிட்டால் இலக்கிய உலகமே துடித்துப் போகுமே என்று நினைத்தேன். சென்னை வானொலி நிலைய செய்திப் பிரிவே இயங்காது, என்ற மாய எண்ணம் எழுந்தது. அந்த மாதிரி எந்தப் பிரளயமும் ஏற்படவில்லை . ஒருவேளை, நான் மடிந்திருந்தால், ஒரு சினிமா நடிகையின் கல்யாண செய்திக்குக் கீழே ஒரு சின்னச் செய்தி என்னைப் பற்றி வரலாம். அதுவும் எனக்கு சலுகை காட்டுவது போல

எப்படி உள்ளத்தை தொடக்கூடிய இந்த எழுத்து ஆழம் அமைந்திருக்கிறதென்பதற்காகத் தான் இதை நான் படித்துக் காட்டினேன். அதாவது ஒரு எழுத்தாளனின் மரணம் என்பது அவ்வளவு மலிவாகிவிட்டது. ஏனென்றால் பாரதியாரின் வாரிசு என்றும், பாரதியாரை "நீடுதுயில் நீக்க பாடி வந்த நிலா" என்றும் பாராட்டிய புரட்சிக் கவிஞன் பாரதிதாசன் மரணமடைந்த போது, ஒரு ஆங்கிலப் பத்திரிகையில் எப்படி

செய்தி வந்தது தெரியுமா? சொல்லவே எனக்கு வேதனையாக இருக்கிறது. இறந்தவர்கள் என்று ஒரு பட்டியல் போட்டு ஒரு சிங்கிள் கால செய்தியாக பாரதிதாசனின் மறைவுச் செய்தி வெளியிடப்பட்டது. அது அவருடைய உள்ளத்தைத் தாக்கியிருக்கிறதென்று கருதுகிறேன்.

அதனால்தான் சொல்கிறார் 'ஒருவேளை நான் மரணமடைந்து விட்டால் ஒரு சினிமா நடிகையின் திருமணச் செய்திக்குக் கீழே அங்கே கூட பாருங்கள் சினிமா நடிகையின் திருமணச் செய்திக்குக் கீழே ... ஒரு சின்னச் செய்தியாக மரணச் செய்தி வரலாம். அதுவும் எனக்கு சலுகை காட்டுவது போல' என்று குறிப்பிடுகிறார். இப்படி உள்ளத்தை தொடக்கூடிய கதைகளை எழுதியவர்.

பரிணாம மரங்கொத்திகள்

"ஒரு மாமரமும் மரங்கொத்தி பறவைகளும்" என்ற இந்தத் தொகுப்பில் அருமை நண்பர் பொன்னீலன் எடுத்துக்காட்டியதைப் போல, பல அருமையான செய்திகளை சில பாத்திரங்கள் மூலமாக எடுத்துக் காட்டியிருக்கிறார். அதிலே குறிப்பாகச் சொல்ல வேண்டுமேயானால் பரிணாம வளர்ச்சி, பரிணாமம் எதிர் பரிணாமமாக ஆகிறது. அந்த பரிணாம வளர்ச்சி என்ற வார்த்தையே ஏன் அவருடைய உள்ளத்தில் பிறந்தது என்பது எனக்குத் தெரியும். 'நான் தந்தை பெரியாரின் திராவிட இயக்கத்தில் பரிணாம வளர்ச்சி" என்று எங்கேயோ ஒருவர் பேசியது - எங்கேயோ அல்ல சட்டமன்ற பேரவையில் பேசியது, நம்முடைய சமுத்திரத்தின் உள்ளத்தைத் தொட்டிருக்கிறது. அதை வைத்து பரிணாம வளர்ச்சி எப்படி ஆகியிருக்கிறதென்பதைத்தான் இந்த எழுத்தாற்றலின் மூலமாக அவர் காட்டியிருக்கிறார்.

பரிணாம வளர்ச்சியும், எதிர்ப் பரிணாம வளர்ச்சியும் ஏற்படுவது இயற்கை எடுத்துக்காட்டாக மில்லியன் வருடங்களுக்கு முன்பிருந்த மிகப் பெரிய மிருகமான 'டைனோசர்' இப்பொழுது ஓணானாக சிறுத்துப் போனது. நாட்டில் மிகப் பெரிய தாவரமான ஒரு மரவகை இப்பொழுது பிரளிச் செடியாக ஆகிவிட்டது. இப்படி நடமாடும் பல்கலைக் கழகமான தமிழன், தவழும் நிலைக்கு தள்ளப்பட்டதும் ஒருவிதப் பரிணாமமே' (பலத்த கைதட்டல்) புரிந்து கொண்டிருக்கிறீர்கள். விளக்கம் தேவையில்லை.

நடந்தது, நடக்காது

இன்னொரு இடத்திலே எந்த அளவுக்கு லஞ்ச லாவண்யம் இந்த மாநிலத்தில் நாட்டில் வளர்ந்து விட்டது என்பதை "கண்ணுக்குத் தெரிந்த கிருமிகள்" என்ற தலைப்பில் அருமை நண்பர் சமுத்திரம், பழனிச்சாமி என்கின்ற ஒரு கதாபாத்திரத்தின் மூலமாக விளக்குகிறார். அந்த கதாபாத்திரத்திற்கு நெஞ்சுவலி, அடிக்கடி மாத்திரை சாப்பிடவேண்டும். ஆனால் அவர் உணவு அருந்தும் பொழுது ஒரு பயங்கரமான செய்தி வருகிறது. சென்னை மாநகரத்தில் சாக்கடை தண்ணீரும் நல்ல தண்ணீரும் ஒன்றாகக் கலந்து விஷமாகிவிட்டது என்ற செய்தி வருகிறது.

இதை உரியவர்களிடத்தில் உடனே சொல்ல வேண்டும் என்பதற்காகப் புறப்படுகிறார். புறப்படுகிற வழிகளிலெல்லாம் பல தடங்கல்கள். அந்த ஒவ்வொரு தடங்கலையும் மீறிக் கொண்டே அவர் கடைசியாக ஒரு இடத்திற்குப் போகிறார். ஒவ்வொரு தடங்கலையும் கடக்க வேண்டுமேயானால் அந்த கதாபாத்திரத்திற்கு லஞ்சம் கொடுக்க வேண்டியிருக்கிறது. மற்றவர்களுக்கு அந்த லஞ்சத்தை கொடுத்துவிட்டுதான் கடக்க வேண்டியிருக்கிறது. அவர்கள் எந்த அதிகாரியாக இருந்தாலும் அவர் போலீஸ்காராக இருந்தாலும், மற்ற எந்த அதிகாரியாக இருந்தாலும், இவர்களை தாண்டிச் செல்ல லஞ்சம் தேவைப்படுகிறது. இவ்வளவும் கொடுக்காமல் பழனிச்சாமி என்கின்ற அந்த நல்ல மனம் படைத்த மனிதர், தான் எந்தச் செய்தியைச் சொல்லி மக்களைக் காப்பாற்ற வேண்டுமென்று சென்றாரோ அதைச் செய்ய முடியாமல் தவிக்கிறார்.

எந்த இடத்தில் நடக்கிறோம் என்பது புரியவில்லை. தலை பம்பரமானது: இருதயம் மத்தளம் ஆனது. சில நிமிடங்களில் அந்தக் குளிரிலும் உடம்பு வியர்த்தது. மார்பும் முதுகும் ஒன்றையொன்று பிய்த்துக் கொள்வது போல் வலித்தன. சொல்ல முடியாத வலி. நரம்புகள் தோய்ந்து கொண்டிருந்தன. வாயில் நுரையும் ரத்தமுமாய் நல்ல தண்ணீரும் சாக்கடையும் கலந்தது மாதிரி. இவரது முகமோ கோணல்மாணலாக. பழனிச்சாமி புரிந்து கொண்டார். ரத்த அழுத்தம் கூடிவிட்டது. சர்க்கரை அளவு ஏறிவிட்டது. இதயத் துடிப்பு குறைந்து கொண்டிருக்கிறது. இந்த நாட்டைப் போல!'

பழனிச்சாமி 'ஆனந்தம்மா, ஆனந்தம்மா' என்று தன்னுடைய மனைவியை அழைத்தபடியே தரையில் சாய்ந்தார். காலற்று விழுந்தார். மூச்சற்றுப் போனார். இந்த பழனிச்சாமி செத்ததே செத்தார். இன்னொன்றையும்

தெரிந்து கொண்டாவது செத்து இருக்கலாம். அதாவது இவரது பிணத்தை பிரேத பரிசோதனைக்குப் பிறகு மருத்துவமனையிலிருந்து எடுப்பதற்குக் கூட அன்பளிப்புக் கொடுக்க வேண்டுமென்பது சமூகச் சிலுவையைச் சுமந்த பழனிசாமிக்கு தெரியவே தெரியாது."

இது நடந்த கதை. இனி நடக்கக் கூடாதென்பதற்காக எழுதப்பட்ட கதை. நடக்காது என்ற உறுதியை நான் சமுத்திரம் அவர்களுக்குத் தெரிவித்துக் கொள்கிறேன். (பலத்த கைத்தட்டல்)

நான் முதலிலே குறிப்பிட்டேன். என் மீது அளவு கடந்த பிரியம் ஒன்றும் சமுத்திரத்திற்கு இல்லை. ஆனால் அந்தப் பிரியம் கொள்ளும்படியாக நான் அவரிடத்திலே நடந்து கொண்டிருக்கிறேன் என்பது இன்று அவர் ஆற்றிய உரையின் மூலம் எனக்குப் புரிகிறது. அவருடைய எழுத்துக்கள், சமுதாயத்திலே உள்ள சில கேடுகளை, குழப்பங்களை, புண்களை போக்குவதற்கு என்றைக்கும் ஆயுதமாகப் பயன்படக் கூடிய எழுத்து.

ஆனால் சமுதாயத்தில் இருக்கின்ற இந்த விவகாரங்கள் மாத்திரமல்ல. ஒரு ஆட்சியினால் சுடசமுதாய-கலாச்சாரக்கேடுவிளையும் என்பதை அவர் புரிந்து கொட் காரணத்தினாலே தான் அவர் 'ஒரு மாமரமும்மரங்கொத்தி பறவைகளும்' என்ற புத்தகத்தை எழுதியிருக்கிறார்.

அண்ணா அவர்கள் இப்படி உருவகப்படுத்தி கதைகள் எழுதியதுண்டு. நானும் இப்படி உருவகப்படுத்தி எழுதிய கதைகள் பல உண்டு. ஆனால் இவரைப் போல பயமில்லாமல் இவ்வளவு பச்சையாக உருவகப்படுத்தி இந்தக் கதைகளை நாங்கள் கூட எழுதவில்லை. அந்தத் துணிச்சலை பாராட்டுகிறேன். அந்தத் துணிச்சல் எப்படி வந்தது என்று பார்க்கிறேன்.

பெயர் சமுத்திரம். சமுத்திரத்தின் தண்ணீர் உப்பு கரிக்கும். ஆனால் சூரிய ஒளி பட்டால் அந்தத் தண்ணீர் நீராவியாகி மழையாகப் பொழியும். மழையாகப் பொழியும் போது தூய தண்ணீராக இருக்கும். உப்பு கரிக்காது. சூரிய ஒளி பட்டால் சமுத்திர நீர் நல்ல நீராகிறது. (பலத்த கைதட்டல்) வாழ்க சமுத்திரத்தின் புகழ் என்று வாழ்த்துகிறேன்.

என்னைப்பற்றி நான்

- சு.சமுத்திரம்

என் பார்வையில் கலைஞர் என்ற இந்த நூலை படிப்பதற்கு முன்பு என் பார்வை என்ன என்று அறிந்து கொள்ளும் ஆவல், வாசகர்களுக்கு இருக்கிறதோ இல்லையோ, அதை தெரியப்படுத்த வேண்டிய உற்சாகமும் கட்டாயமும் எனக்கு ஏற்பட்டுள்ளன. இந்த வரிகளை எழுதும்போது, இருபத்தைந்து ஆண்டுகளுக்கு முன்பு குமுதம் பத்திரிகையில் **கா, கா, கா** என்ற தலைப்பில் நான் எழுதிய சிறுகதையே நினைவுக்கு வருகிறது. அதில் இப்படி ஒரு பாத்திரத்தை சித்தரித்து இருந்தேன்.

'பண்டாரம் என்னமோ சிவப்புத்தான். ஆனாலும் அவனை காக்கா என்றே அழைப்பார்கள். அவனது மேலதிகாரி, ஆகாயத்தில் வெள்ளைக் காக்கா பறப்பதாக சொன்னால், 'ஆமாம் நானும் பார்த்தேன்' என்று சொல்லமாட்டான். அப்படிச் சொன்னால், அந்த அதிகாரியோடு சரிக்குச் சமமாய் பேசியதாய் ஆகிவிடுமாம் ஆகையால் 'நீங்கள் பார்த்ததை நான் பார்த்தேன் என்பான்.'

நான், எனது பாத்திரத்தை சித்தரித்து இருப்பது போலவேதான், நம்மைவிட மேன்பட்டவர்களைப் பற்றி, நாம் எழுதும்போது ஒரு காக்காத்தனம் வந்து விடுகிறது. பெரும்பாலானவர்கள், முழுக்க முழுக்க, குறிப்பிட்ட ஒரு சந்தர்ப்பத்தில், எவர் மேலோங்கி நிற்கிறாரோ அவரைப் பற்றி புகழ்ந்து தள்ளி, காரியம் சாதித்துக் கொள்வதையே நோக்கமாக கொண்டவர்கள். கலைஞரைப் பற்றிய பல நூல்களும், இப்படிப் பட்டவையே. இந்தப் பட்டியலில் இந்த நூலும் இடம் பெற்றுவிடக் கூடாது என்பதற்காகவே என்னைப் பற்றி வாசகர்களிடம் பகிர்ந்துக் கொள்ள விரும்புகிறேன்.

என்னைப்போல் கலைஞரை வெறுத்தவர் எவரும் இல்லை. இப்போது என்னைப்போல் அவரை விரும்புகிறவரும் எவரும் இல்லையென்பதை வாசகர்கள் இந்த நூலை படித்துவிட்டு புரிந்து கொள்ளலாம். இந்த மாற்றம், ஆண்டுக் கணக்கில் அங்குலம் அங்குலமாக ஏற்பட்ட ஒன்றாகும். இப்போதுகூட, நான் கலைஞரின், இலக்கிய நண்பர்களின் உள்வட்டத்தில் இருப்பவனும் இல்லை. இருக்க நினைத்தவனும் இல்லை. ஆனால், கலைஞர் மீது இந்த உள்வட்டக்காரர்களுக்கே இல்லாத ஒரு ஈடுபாடும் ஒன்றிப்பும் எனக்கு உண்டு. இந்த ரசவாதம் எப்படி ஏற்பட்டது என்பதை விளக்குவதற்காகவே இந்த நூல். இது, **கலைஞரைப் பற்றிய நூல் என்பதை விட என்னைப் பற்றி கலைஞர் வழியாக தெரிவித்துக்**

கொள்ளும் நூல் என்று கூடச் சொல்லலாம். இந்த நூலில் நான் தான் தூக்கலாக பேசியிருக்கிறேன். கலைஞர் அப்படி பேசவில்லையா என்ற ஒரு கேள்வி எழும்… பேசினார். ஆனாலும், அந்த மகத்தான தலைவர் தனிப்பட்ட முறையில் என்னிடம் தெரிவித்த அனைத்து கருத்துக்களையும் வெளிப்படுத்த எனக்கு உரிமை இல்லை .

கலைஞருரைப் பற்றி எழுத எனக்கு என்ன தகுதி இருக்கிறது?

ஆய்வுத் தகுதி இல்லை. அதிகமான இலக்கியத் தகுதியும் இல்லை. இணையான அந்தஸ்து தகுதியும் இல்லை. காலங்காலமான நட்புத் தகுதியும் இல்லை. அவரது சுகதுக்கங்களில் பங்கு கொண்ட பாசத்தகுதியும் இல்லை. ஆனாலும்

ஒரு நேர்மையான அதுவும் தன்னலமறுப்பு இலக்கியவாதி - தமிழ்ச் சாதியான் என்ற ஒரே ஒரு தகுதி என்னிடம் நிச்சயம் இருக்கிறது. இந்தத் தகுதியைத்தான் இங்கே வாசகர்களோடு பகிர்ந்துக் கொள்ள விரும்புகிறேன். நூற்றுக்கு நூறான தகுதி என்று நானே சொல்லமாட்டேன். அதே சமயம் எனக்கு நானே எண்பது விழுக்காடுகள் கொடுத்துக் கொள்ளலாம்.

திராவிட முன்னேற்றக் கழகம் அனைத்து மாணவர்களையும் தன்பக்கம் இழுத்துக் கொண்டபோது நான் சிறுபான்மை தேசியவாதியாகவே பொதுவாழ்க்கையைத் துவக்கினேன். இதனால் திமுக மயமான மாணவர்கள் மத்தியிலே எனக்கு கிடைக்க வேண்டிய செல்வாக்கை இழந்தேன். ஆனாலும் அதைப் பற்றி நான் கவலைப்படவில்லை.

சமூகநீதி என்று வந்துவிட்டால் நான் எனக்கு வேண்டியவர்களையும் பகைத்துக் கொள்ள தயங்கியது இல்லை. எடுத்துக் காட்டாக, நான் பிறந்த போது எனக்கு பெயர் வைத்தவர் எங்கள் ஊர் கணக்கப்பிள்ளை. ஆனாலும், அவரது கூட்டுறவுச் சங்க ஊழல்களைப் பற்றி, 15வயதிலேயே ஊரில் கூட்டம் போட்டு கண்டித்திருக்கிறேன்.

முப்பத்திரண்டு ஆண்டுகால மத்திய அரசு அலுவலக வாழ்க்கையில் அரசுக்கெதிராக மூன்று தடவை நீதிமன்றங்களுக்குச் சென்றிருக்கிறேன். பல்வேறு உயர் அதிகாரிகளுக்கு எதிராக போர்க்கொடித் தூக்கி அத்தனையிலும் வெற்றி பெற்றிருக்கிறேன். ஆனாலும், அவை தந்த விழுப்புண்கள் இன்னும் வலித்துக் கொண்டுதான் இருக்கின்றன.

புதுடில்லியில், தூசிபடிந்த கண்ணாடியாக இருந்த நான், எனது போராளிக் கைகளாலேயே, என்னை, நானே துடைத்துக் கொண்டு, எங்கள் அகில இந்திய தகவல் துறை அதிகாரிகள் சங்கத்தின் பொதுச் செயலாளராகவும் தேர்ந்தெடுக்கப் பட்டிருக்கிறேன். என்னை இழிவு படுத்திய ஒரு தமிழ் பிராமண அதிகாரியை சங்கம் இழிவு படுத்தப் போனபோது அதை தட்டிக் கேட்டு எனது அந்தரங்கக் குறிப்பேட்டை எழுதும் தலைமை அதிகாரியை பகைத்துக் கொண்டவன் நான்.

முப்பதாண்டுகளுக்கு முன்பு எனது சாதியை சார்ந்த பட்டதாரி இளைஞர்கள், ஒரு சங்கத்தை திருமிகு. சிவந்தி ஆதித்தன் அவர்கள் தலைமையில் உருவாக்கியபோது அந்தக் கூட்டத்தில் வேறொரு காரணத்திற்காக சென்றிருந்த நான் கட்டாயமாக பேச வேண்டியதாயிற்று. அப்போது, 'பணக்கார நாடார், பணக்கார பிராமணரோடு சேரும்போது ஏன் ஏழை நாடார், ஏழை பறையரோடும், பார்ப்பனரோடும் சேரக்கூடாது என்று' அதிரடியாய் பேசியவன். சிவந்தி அவர்களின் மனதையும் நோகடித்தவன். இவ்வளவுக்கும், அவரது ராணியிலும், ராணிமுத்துவிலும் அவர் எனக்கு ஊக்கமளித்துக் கொண்டிருந்த நேரத்தில்தான் இப்படி பேசினேன்.

இதேபோல் என்னை திடீர் எழுத்தாளனாக்கிய பெருமை ஆனந்த விகடனுக்கே சாரும். அடுத்தடுத்து எனது கதைகளை பிரசுரித்து என்னைப் பிரபலப்படுத்தியது. அதே விகடன் தனது ஜூனியர் விகடன் மூலம் என்னையும், நான் பணியாற்றிய தொலைக்காட்சியையும் சம்பந்தப்படுத்தி இழிவாக எழுதியபோது விகடனை நீதிமன்றத்திற்கு இழுத்தவன் நான். இதன் ஆசிரியர் பாலசுப்ரமணியம் அவர்கள், நான் அந்த கட்டுரைக்கு மறுப்புத் தெரிவிக்கலாம் என்றும் குறிப்பிட்ட போதும், அதை மறுத்தவன் நான். இதனால், பல்லாண்டுகள் விகடனில் என் கதைகள் வெளியாகவில்லை . இவ்வளவுக்கும் விகடன் ஆசிரியருக்கும், அந்த கட்டுரைக்கும் சம்பந்தமில்லை என்று அறிந்தேன். வேறு ஒரு எழுத்தாளராக இருந்தால் விகடன் ஆசிரியர் வழங்கிய வாய்ப்பைப் பயன்படுத்திக் கொண்டு ஒரு அனுதாப அலையை எழுப்பி விகடனில், தனது கதைகளை திணித்திருப்பார். எனக்கு சாகித்திய அக்காதெமி பரிசு கிடைத்த போதுதான் எனது நன்றியுணர்வும், விகடன் ஆசிரியரின் பெருந்தன்மையும் ஒரு மையத்தில் சந்தித்தன.

1982 ஆம் ஆண்டில் எம்.ஜி.ஆர் அவர்கள் முதல்வராக இருந்தபோது, தமிழக அரசின் சார்பில் நான் எழுதிய **'ஊருக்குள் ஒரு புரட்சி'** என்ற

நாவலுக்கும் **'குற்றம் பார்க்கில்'** என்ற சிறுகதைக்கும் ஒரே ஆண்டு இரண்டு முதல் பரிசுகள் கிடைத்தன. எம்.ஜி.ஆரே, தன் கைபட அவற்றை வழங்கினார். இந்தப் புகைப்படமும், இன்னொரு புகைப்படம் மட்டுமே அரசு சார்பில் பத்திரிகைகளுக்கு அனுப்பப் பட்டன. ஆனாலும், தேவி பத்திரிகை என்னை பேட்டிக் கண்டபோது 'இது மக்கள் வரி பணத்தில் வந்த பரிசுகள், ஆகையால் மக்களுக்கு விசுவாசமாக எழுதுவேன்' என்று குறிப்பிட்டேன். ஒரு இடத்தில் கூட எம்.ஜி.ஆர் அவர்களைப் பற்றி குறிப்பிடவே இல்லை . அந்தப் பரிசுகளை அந்த பொன்மனச் செம்மலின் பொற்பாதங்களில் சமர்ப்பிப்பதாக என்னிடத்தில் இன்னொருவராக இருந்தால், சொல்லியிருப்பார். வட்டியும் முதலுமாக அறுவடை செய்திருப்பார்.

எனக்கு சாகித்திய அக்காதெமி பரிசு கிடைத்த போது இலக்கியத்தில் இடஒதுக்கீடு வந்து விட்டது என்று ஒரு மேட்டுக்குடி பத்திரிகை எழுதப்போய் என் சாதியினர் எப்படியோ என்னை அடையாளம் கண்டு பழனியில் நடைபெற்ற ஒரு மாபெரும் மகாசன மாநாட்டிற்கு என்னை பேச அழைத்து, பெருந்தொகை கொடுத்து கௌரவிக்க முன்வந்தார்கள். ஆனால், பொதுவாழ்வில் இருப்பவர்கள் குறிப்பாக தலைவராகவும், எழுத்தாளராகவும் இருப்பவர்கள் சாதிய மறுப்பாளராக இருக்க வேண்டும் என்று அன்றும் நினைத்தேன், இன்றும் நினைக்கிறேன். ஆகையால், அந்த மகாநாட்டிற்கு வரமாட்டேன் என்று கடிதம் எழுதிப் போட்டேன்.

என் உறவுக்காரர்களைக் கொண்ட சென்னை வியாபாரிகள் சங்கம் இதே காரணத்துக்காக என்னை அழைத்த போதும் மறுத்தேன். நான் நினைத்திருந்தால் சமுத்திரம் சமூபக் பேரவை என்ற இலைமறைவு, காய்மறைவான சாதிய அமைப்பை உருவாக்கி இன்னும் பிரபலமாகி இருக்கலாம். இப்போது என்னைக் கடுமையாகவும், கொச்சைப் படுத்தியும் பேசும் பத்திரிகைகளை ஒருகை பார்த்திருக்கலாம். ஆனால், என் கையோ எழுத்தாளக் கை. தமிழ்ச்சாதி என்ற ஒன்றைக் தவிர வேறு எந்த சாதியும் இல்லை என்று எழுத்தால் சாதிக்க நினைக்கும் கை

1980 ஆம் ஆண்டு வாக்கில் எனது நாவலான **'சோற்றுப் பட்டாளம்'** ஊமை வெயிலாக படமாகப் போனபோது அதற்கு இசையமைத்த இளையராஜா அவர்களின் விருப்பப்படி அவரை எனது திரைப்பட தயாரிப்பாளருடன் சந்தித்தேன். பல்வறு நாடகங்களில் நான் பாடல்கள் எழுதி அவை வெற்றி பெற்றதால், இளையராஜாவிடம் உள்ள பரிச்சயத்தை பலமாக நட்பாக்கி அவர் மூலம் திரைப்பாடல்களை எழுத நினைத்தேன். இதனால், அப்போது

நிலவிய வறுமையும் வெளியேறி, இப்போதும் மக்களிடம் இன்னும் நெருக்கமாக போக முடிந்திருக்கும். ஆனால், எங்களது சந்திப்பில் கடுமையான வாக்குவாதம் ஏற்பட்டு கொஞ்ச நஞ்சமிருந்த பரிச்சயமும் போய்விட்டது. இதனால் ஊமை வெயிலும் ஊமையாகவே ஆக்கப்பட்டது. ஆனாலும், எனக்கு இப்போதும் வருத்தம் இல்லை. சாதிப்பது எப்படி ஒரு சாதனையோ, அப்படி சாதிக்காமல் இருப்பதும் ஒரு சாதனை என்று நினைப்பவன் நான்.

ஒரு பெண் ஐபிஎஸ் எழுத்தாளர் நீதிமன்றத்தில் எனக்கு எதிராக அவதூறு வழக்கு ஒன்றை தொடுத்திருக்கிறார். நீதிமன்ற விசாரணைகளுக்கு அவர் அரசு வாகனங்களிலேயே வந்தார். இதை ஆட்சேபித்து அப்போது உள்துறை செயலாளராக இருந்த பூரணலிங்கம் அவர்களிடம் ஒரு மனு கொடுத்தேன். இவர் எனது இனிய நண்பர். அவர், அந்த அம்மாவை அங்கேயே வரவழைத்து வழக்கை வாபஸ் வாங்கச் செய்வதாக குறிப்பிட்டார். அவரும் தனது நண்பர் என்பதால் அதை தட்டமாட்டார் என்றும் குறிப்பிட்டார். ஆனாலும், நான் மறுத்துவிட்டேன். எனது வாதியை அவரது மேலதிகாரியை வைத்து நிர்பந்திக்க நான் விரும்பவில்லை.

நான் தமிழ் தேசியத்தின் பக்கம் நிற்பவன். ஆனாலும், தமிழ் பேரினவாதத்தையோ, விடுதலைப்புலிகளையோ என்னால் ஆதரிக்க இயலவில்லை. மனச்சாட்சியை தூக்கிப் போட்டுவிட்டு ஆதரித்து இருந்தால் இந்நேரம் உலகத்தில் எதோ ஒரு நாட்டில் பேசிக்கொண்டிருப்பேன். இதன் மூலம் அருமையான நண்பர்களை கூட இழந்திருக்கிறேன்.

மத்தியில் அரசு ஊழியர்கள் நலனை கவனித்து வந்த அப்போதைய அமைச்சரான என் இனிய தோழர் எஸ். ஆர். பாலசுப்பிரமணியம் அவர்கள் எனக்கு பதவியில் நீட்டிப்புக் கொடுக்க முன்வந்தார். அதை மென்மையாக மறுத்தவன் நான்.

இவை, என்னைப் பற்றி எனக்குத் தெரிந்த விவரங்கள். வாசகர்கள் இந்த நூலின் நம்பகத்தன்மையை இதன் மூலம் எப்படி வேண்டுமானாலும் தீர்மானிக்கட்டும்.

இந்த நூல் குறித்து வாசகர்கள் தங்களது மேலான கருத்துக்களை எனக்குத் தெரிவித்தால் எனக்கு உதவியாக இருக்கும். கலைஞரைப் பற்றி இரண்டாவது பகுதி எழுதப் போகும்போது இந்த திருத்தங்கள் கவனத்தில் கொள்ளப்படும்.

இந்த நூலை அருமையாக அச்சிட்டுக் கொடுத்த மணிவாசகர் பதிப்பகத்தின் உரிமையாளர் பேராசிரியர் **ச.மெய்யப்பன்**, அதன் நிர்வாகிகளான சோமு, குருமூர்த்தி ஆகியோருக்கும் என மனமார்ந்த நன்றியைத் தெரிவித்துக் கொள்கிறேன்.

இந்த நூலை அருமையாக அச்சிட்டுக் கொடுத்த மணிவாசகர் பதிப்பகத்தின் உரிமையாளர் பேராசிரியர் **ச.மெய்யப்பன்**, அதன் நிர்வாகிகளான சோமு, குருமூர்த்தி ஆகியோருக்கும் என மனமார்ந்த நன்றியைத் தெரிவித்துக் கொள்கிறேன்.

1953-ஆம் ஆண்டு, கலைஞர் வீட்டிற்கு ஒரு சிறுவனாக வந்தேன். அன்றுமுதல் கலைஞரைப் பார்க்கிறேன். பார்த்துக் கொண்டே இருக்கிறேன். இன்னும் அவரைப் பார்த்து முடியவில்லை.

- வேலையாளர். மணி அவர்கள்

சிப்பிக்குள்ளே

நம்ம சமுத்திரத்துக்கு
ஒரு
நல்ல மாலையாக...

1996 ஆம் ஆண்டு ஜூலை மாதம் முதல் வாரத்தில் ஒருநாள்...

எனது வாகனத்தில் இரண்டு சக்கர கால்களும், எனது கைகளும் ஒன்றாக இணைய, நான்கு கால் பாய்ச்சலில் கோபாலபுரத்தில் நான்காவது குறுக்குத் தெருவுக்குள் நுழைந்தேன். வாகனத்தை ஒரு ஓரமாக நிறுத்தி விட்டு, நடந்தேன். அங்குள்ள காவல்துறை அதிகாரிகள் என்னை ஓரங்கட்டி பார்த்தார்களே தவிர, குறுக்கு விசாரணை எதுவும் செய்யவில்லை. என்னை என் பாட்டுக்கு நடக்க விட்டார்கள். எனக்கு ஆனந்த அதிர்ச்சி. கடந்த ஐந்து ஆண்டு காலத்தில் முதல்வரின் வீட்டுக்குள் இப்படி சுயேட்சையாக நடமாட முடியாது. இது எனக்கு ஒரு புதுமையாகவும், சாராசரி மனிதனுக்கு கிடைத்திருக்கின்ற தேர்தல் புரட்சி பலனாகவும் தோன்றியது.

கலைஞரின் வீட்டிற்கு பலதடவை சென்றிருப்பதால் அதை அடையாளம் கண்டுபிடிப்பதில் சிரமம் இல்லை. பிரதான் சாலையில் இந்த குறுக்குத் தெருக்களை கண்டுபிடிப்பதற்கே ஒரு ஆய்வுப் பட்டம் கொடுக்கலாம். ஆனால், தெருவின் மறுமுனையில் இருந்த கலைஞரின் வீட்டு முன்னால் ஒருசில சுழல் விளக்கு கார்களும், கூட்டமும் இருப்பதை வைத்துத்தான், அதை கலைஞரின் வீடு என்று புதிதாக வருபவர் அனுமானிக்க முடியும். அந்த தெரு முழுக்க மாடமாளிகை கூட கோபுரங்கள் போன்ற கட்டிடங்கள். கலைஞரின் வீடு இவற்றோடு ஒப்பிடும் போது மிகச் சாதாரணமானது. ஒருவர் அமைச்சராகப் பொறுப்பேற்கும்போது அவர் சொந்த வீட்டில் இருக்க விரும்பினால் அரசு செலவில் அந்த வீட்டை புதுப்பித்துக் கொள்ளலாம். முதல்வர் என்றால் கேட்க வேண்டியது இல்லை.

ஆனால், கலைஞரின் வீட்டு முன்பு ஒரு பெரியதொரு வளைந்த கொட்டகை முக்கோண வடிவத்தில் போடப்பட்டு இருந்தது. வாசலுக்கு முன்னால் இடது பக்கத்தில் பொது மக்களுக்காக பெஞ்சுகள் போடப்பட்டிருந்தன. இதுதான் முதல்வர் கலைஞர் தனது வீட்டை புதுப்பித்துக் கொண்ட வகை என்று கருதுகிறேன். மற்றபடி அவரது வீடு பின்னைப் புதுமைக்கு புதுமையாகாமல், முன்னை பழமைக்கு பழமையாகவே தோன்றியது.

கலைஞரைப் பார்க்கப்போகிறோம், பேசப் போகிறோம். என்ற
பரபரப்போடும், பரவசத்தோடும், கூடவே படபடப்போடும் கலைஞரின்
வரவேற்பு அறைக்குள் நுழைகிறேன். வீட்டுக்கு முன்னால் நின்ற
காவலர்களுக்கும், வாசல்பக்கம் நின்ற காவல்துறை உயர்
அதிகாரிகளுக்கும் என்னை நன்றாகவே தெரிந்திருக்கிறது. புருவச்
சுழிப்போடு என்னை உள்ளே விட்டார்கள். செவ்வக வடிவத்திலான
வரவேற்பறை ... மாடிப்படிகளுக்கு வழிவிட்டது போல் ஒதுக்கமாக இருந்த
வெளி, பிளைவுட் பலகைகளால் தடுக்கப்பட்டு திடீர் அறையாக்கப்
பட்டிருந்தது. அந்த அறைக்குள் எனது இனிய நண்பரும், முதல்வர்
அலுவலகத்தின் இணைச் செயலாளருமான சண்முகநாதன் அவர்கள்
தட்டச்சில் எதையோ அடித்துக் கொண்டிருந்தார். ஒருவேளை நம்பகமான
கடிதமாக இருக்கும். அதை நான் பார்க்கவும் கூடாது. அதே சமயத்தில்
அவரிடம் பேசவும் வேண்டும். ஆகையால், தலையை மட்டும் ஒரு
கோணத்தில் தூக்கி வைத்துக் கொண்டு வந்து விட்டேன்' என்பதற்கு
அடையாளமாக அவருக்கு ஒரு சல்யூட் அடித்தேன். அவரும் கருமமே
கண்ணாக இருந்ததால் என்னை மெல்லத் திரும்பிப் பார்த்து தலையை
மென்மையாக ஆட்டினார். அது மேகம் ஆகாயத்திலிருந்து கீழே குவிவது
போல் எனக்குத் தோன்றியது.

இந்த சண்முகநாதன் கலைஞருக்கு ராம பக்த அனுமான் மாதிரி.
கலைஞரின் மனமே இவர் மனம். பொதுவாக, கலைஞர் ஒருவர் மீது
என்ன அனுமானம் வைத்திருக்கிறார் என்பதை இவரது 'டோன்' மூலம்
அறிந்து கொள்ளலாம் என்பார்கள். என் மீது மிகவும் அன்பு
வைத்திருப்பவர். ஒரு வாரத்திற்கு முன்பு கலைஞரை சந்திக்க இவரை
அணுகினேன். நான் எதிர்பார்த்தது போல் அனுமதி விரைவில்
கிடைக்காததால் எனது நண்பர் ஆலடி அருணா அவர்களை அணுகினேன்.
அவர் நடவடிக்கை எடுப்பது வரைக்கும் காத்திருக்க முடியாமல், மீண்டும்
சண்முகநாதனை தொலைபேசியில் தொடர்பு கொண்டேன். உடனே அவர்
'சமுத்திரம் சார்! முதல்வர் அலுவலகத்தில் உங்களுக்கு இருக்கிற ஒரே
நண்பன் நான் தான்... எனக்குத் தெரியாதா கலைஞர் கிட்ட 'எப்போ பேசி
எப்போ வாங்கணும் என்று,' என்றார். நான் வருத்தம் தெரிவித்தேன்.
கூடவே அவசரம் என்றேன். அவர் ஒரே நண்பர் என்று சொன்ன ஒற்றை
வார்த்தையில் எனக்கும் கலைஞருக்கும் இடையே உள்ள உறவின் கடந்த
காலமே உள்ளடங்கி இருப்பதைத்தான் அவர் கோடி காட்டினார்.

சண்முகநாதன் உட்கார்ந்திருக்கும் அறைக்கு எதிர்ப்பக்கம் உள்ள பகுதியில் ஒரு நாற்காலியில் நான் உட்கார்ந்தேன். இன்னும் பலர் அங்கே உட்கார்ந்து இருந்தார்கள். சில புதிய முகங்கள். பல பழைய முகங்கள். இந்த இரண்டாவது வகை முகங்களைப் பார்த்ததும், நான் ஓரளவு வெட்கினேன். அந்த முகங்களும் 'உனக்கு இங்கே என்ன வேலை என்று கேட்காமல் கேட்பது போல் தோன்றின. குறிப்பாக ஆர்.டி. சீதாபதி அவர்கள் அன்றைக்குப் பார்த்து வந்திருந்தார். என் வணக்கத்திற்கு அவர் இயல்பாகவே பதில் வணக்கம் போட்டார். ஆனால் அவருக்கு வணக்கம் போடும் போது என் கை லேசாக ஆடியது. காரணம் கலைஞருக்கும் எனக்கும் ஏற்பட்ட மோதல்களும் முரண்பாடுகளும் அவருக்கு நன்றாகவே தெரியும்.

கலைஞருக்கு என்னைப் பற்றி முழுமையாகத் தெரியும் என்பதால் நான் குற்ற உணர்வில் தவிக்க இல்லை. ஆனாலும், ஒருவர் தான் எப்படிப்பட்டவர் என்பதை தனது உணர்வுகளால் தீர்மானிக்கிறார். ஆனால், மற்றவர்களோ அவரை அவரது செயல்களால் தீர்மானிக்கிறார்கள். உணர்வுகளும் செயல்பாடுகளும் பிறருக்கு முரண்பாடுகளாக தெரியும் போது தவறான கருத்துக்கு வாய்ப்புகள் உண்டு. இந்த வாய்ப்புக்களை அங்கிருக்கும் நண்பர்களுக்கு நிறையவே கொடுத்திருப்பேன். காரணம் கலைஞரிடம் நான் சண்டைப் போட்டது மட்டுமே அவர்களுக்குத் தெரியும் கடந்த ஐந்து ஆண்டுகளில் ஏற்பட்ட உறவு மாற்றம் அவர்களுக்கு தெரிந்திருக்க நியாயம் இல்லை.

நான் அந்த முகங்களை பார்க்க விரும்பாது சுவரேங்கும் மாட்டப்பட்டிருந்த படங்களைப் பார்த்தேன். எதிர்ப்புறச் சுவரில் கலைஞர் தென்னை மரத்தில் லேசாய் சாய்ந்து நிற்பது போன்ற ஒரு வரவேற்பு இதழ் . அதற்கு கீழே -

"நன்றி ஒருவர்க்கு செய்தக்கால் அந்நன்றி என்று தரும் கோலென வேண்டாம் - நின்று தளரா வளர்தெங்கு தாளுண்ட நீரை தலையாலே தான்தருத லால்"

என்று எழுதப்பட்டிருந்தது.

இன்னொரு பகுதியில் இதேமாதிரியான வெண்பாவில் 'சங்கத் தமிழ் தந்த கலைஞரே' என்ற வாசகம் என்னைக் கவர்ந்தது. இந்த ஒளவையார் பாடலை, மூன்றாவது வகுப்புப் படிக்கும் போது என் ஆசிரியை சொல்லிக் கொடுத்ததும் மறுநாள் அதை ஒப்பிக்க வேண்டும் என்று

ஆணையிட்டதும், அன்றிரவு நான் இந்த பாடலை மனப்பாடம் செய்ததும் நினைவுக்கு வந்தன. மறுநாள் அதிகாலையிலேயே மனப்பாடம் செய்திருக்க மாட்டான் என்று நான் அனுமானித்த எனது பெரியப்பா மகனை எழுப்பி இந்த பாடலை ஒப்பித்தப் போது அவன் ஒரு திருத்தம் சொன்னான். அப்போதே எனக்கு கர்வபங்கம் ஏற்பட்டது. இந்தப் பாடல் தொண்டர்களுக்கு, கலைஞர் செய்த தொண்டுகளை சொல்லாமல் சொல்வது போல் தோன்றியது.

அந்த வரிகளில் இருந்து கண்களை விலக்கி தந்தை பெரியார் முதறிஞர் ராஜாஜி, பெருந்தலைவர் காமராசர் போன்ற தலைவர்களுடன் கலைஞர் சேர்ந்து நிற்கும் புகைப்படங்களைப் பார்த்தேன். அன்றுமுதல் இன்று வரை கலைஞருக்கு வழங்கப் பட்ட பல்வேறு வரவேற்பு படங்களும், சுவர் இருக்கும் இடம் தெரியாமல் இடையிடையே வெண்மையைக் காட்டிக் கொண்டு காட்சி காட்டின.

இந்தச் சமயம் பார்த்து வெளியே மக்கள் கூட்டம் பெருத்து விட்டது. ஆண்களும் பெண்களுமாய் ஆளுக்கொரு மனுவை கையில் வைத்துக் கொண்டு அமைதியோடு நின்றார்கள் அவர்களை ஒழுங்கு செய்து விட்டு அமைச்சர் ஆர்க்காட்டு வீராசாமி அவர்கள் உள்ளே வந்தார். கண்ணில் தென்பட்ட என்னை ஆச்சரியமாகப் பார்த்தார். இரண்டு வினாடிகள் கழித்து மீண்டும் வெளியே பார்த்தார். எனக்கு என்னமோ 1990ஆம் ஆண்டு செப்டம்பர் மாதவாக்கில் இதே வீட்டுக்கு முன்பு கலைஞருக்கும் எனக்கும் நடைபெற்ற கடுமையான வாக்குவாதம் அவருக்கு நினைவுக்கு வந்து அந்த இடத்தை அவர் அனிச்சையாக பார்க்கிறாரோ என்று கூட நினைத்தேன். அவர் சாதரணமாகத் தான் பார்த்திருப்பார். ஆனால், எனக்கோ எந்த முகத்தோடு இங்கே வந்தே' என்று அவர் கேட்பது போல் தோன்றியது. ஒருவேளை எல்லோரையும் போல் நானும் ஒரு பச்சோந்தியாகி மீண்டும் இங்கே வந்திருப்பேனோ என்று அவர் நினைத்திருந்தால் அதில் தவறில்லை.

என்னால் அவர் முகத்தை நேருக்கு நேராய் பார்க்க முடியவில்லை. ஆகையால், உள்ளே உள்ள வரவேற்பறைக்குள் நுழையப் போனேன். அதன் வாசல்படிக்கு மேல் கலைஞரும், அவரது அன்னையார் அஞ்சுகம் அம்மையாரும் தாயும் மகவுமாய் இருந்த படம் என்னை சிறிது நேரம் நிற்க வைத்தது. அய்ந்து வயதிலேயே அம்மாவை இழந்த என் மனம் சிறிது துடித்துப் போனது.

உள் வரவேற்பறையில் சோபா செட்டுகள் போடப்பட்டு இருந்தன. சுவரை ஒட்டிய மேஜையின் இருபக்கமும் இரண்டு கண்ணாடி பேழைகளில் கலைஞரின் தந்தை முத்துவேலரின் படமும், அன்னையாரின் படமும் சிலைகளாக வைக்கப்பட்டு இருந்தன. மேல் சுவரில் திருவள்ளுவர் படம். இன்னொரு பகுதியில், கலைஞர், தனது குழந்தைகளோடு விதவிதமாக எடுத்துக் கொண்ட புகைப்படங்கள்... கலைஞரை அந்த வயதில் நான் பார்த்தது இல்லை. இப்போது போல் அவர் தலை வழுக்கையாக இல்லாமல் சுருட்டை முடியோடு அழகாகத் தோன்றியது. அந்த கண்களிலும் ஒரு குறுகுறுப்பும் ஒரு போராளிக் குணமும் தென்படுவது போல் எனக்குத் தோன்றியது.

அந்த அறைமுழுக்க வியாபித்த பார்வையாளர்களைப் பார்த்தேன். ஒரு சிலர் இஆப. அதிகாரிகளாக இருக்கலாம். ஒரு சிலர் தொழிலதிபர்களாக இருக்கலாம். ஒவ்வொருவரும் தங்களுக்குள்ளேயே மூழ்கிக் கிடந்தார்கள். கலைஞரை முன் அனுமதியுடன் சந்திக்க வந்திருப்பவர்கள். முதல்வரை சந்திக்கும் போது எப்படி எல்லாம் பேச வேண்டும் என்று மனதிற்குள் மாறிமாறி ஒத்திகை போட்டுக் கொண்டிருந்தவர்கள்.

ஒரே ஒருவர் மட்டும் தொப்புள் வரைக்கும் சட்டையில் பித்தான் மாட்டாமல் டாலர் சங்கிலி தோன்ற தனித்திருந்தார். விசாரித்துப் பார்த்ததில், அவர் ஒரு பிரபல திரைப்பட நடிகர் என்று அறிந்தேன். ஒரு முதல்வரை எந்த மாதிரி சந்திக்க வேண்டும் என்கிற உடை நாகரீகம் கூட இல்லாதவர். இந்த மாதிரி ஆட்களுக்கு கலைஞர் இன்னும் இடங்கொடுக்கிறாரே என்று எனக்கு இப்போது கூட வருத்தம் உண்டு. அங்கே இருக்கப் பிடிக்காமல் வெளி வரவேற்பறைக்கு வந்தேன். கலைஞரின் முன்னைய அமைச்சரவையில் பணியாற்றி, இப்போதும் தொடர்ந்து அமைச்சர்களாக இருக்கும் திருவாளர்கள் பொன்முடி, துரைமுருகன் ஆகியோர் தென்பட்டார்கள். பழைய தோழரான துரைமுருகன் என்னைப் பார்த்து நட்போடு சிரித்தார். பொன்முடி பேசவில்லை. ஒருவேளை, ஒரு காலத்தில் கலைஞரோடு, நான் நடந்து கொண்ட விதம் இப்போது அவருக்கு நினைவுக்கு வந்திருக்க வேண்டும்.

அத்தனை பேர் மத்தியிலும் நான் தனிமையில் தவித்தேன். இந்தச் சமயத்தில் லேசாய் உள் வளைந்த அய்ம்பது வயது மதிக்கத் தக்க ஒருவர் என்னிடம் வணக்கம் போட்டார். நான் திருதிரு என்று விழித்த போது அவர் 'உங்களை எனக்குத் தெரியும் சமுத்திரம் சார். என் பெயர்

மணி' என்றார். இந்த மணி, கலைஞரின் வேலையாள் என்று சொல்லக்
கேள்விப்பட்டு இருக்கிறேன். நெருக்கடிக் காலத்தில் காவல்துறையினரால்
மிகவும் கொடுமைப்படுத்தப் பட்டவர் என்றும் அறிந்து இருக்கிறேன்.
ஆனால், பார்வையும் தோரணையும் இவரை வேலையாளாகக் காட்டாமல்,
வீட்டு ஆளாகவே காட்டியது. இந்த அளவிற்கு கலைஞரும் அவரது
குடும்பத்தினரும் அவருக்கு கொடுத்திருக்கும் சுதந்திரமும் இவரது
விசுவாசமும் அந்த மணியைச் சுற்றி ஒரு ஒளிவட்டமாய் எனக்குத்
தோன்றியது. நான் பதிலளித்தேன்.

'உங்களைப் பற்றி நிறைய கேள்விப்பட்டிருக்கேன் மணி. எவ்வளவு
காலமா கலைஞர் வீட்ல இருக்கிங்க?'

'1953ஆம் ஆண்டு சிறுவனா வந்தேன் சார். கலைஞரை அப்பப் பார்த்தவன்
இன்னும் பார்த்து முடிக்கல. பார்த்துக் கொண்டே இருக்கேன் சார்'

'தோள் கண்டார் தோளே கண்டார் என்று கம்பன் சொன்னதுதான், எனக்கு
நினைவுக்கு வந்தது.' நானும், கலைஞரை காதலாகியும், மோதலாகியும்
கண்ணீர் மல்கப் பார்த்திருக்கிறேன். ஆனாலும், இன்னும் நான் பார்த்து
முடியவில்லை.

மணியோடு பேசியது எனக்கு சிறிது தெம்பளித்தது. இந்தச் சமயத்தில்
மாடிப்படிகளில் இருந்து கீழே இறங்கிய தோழர் சண்முகநாதன், நான்
கலைஞரை பார்க்க மாடிக்குச் செல்லலாம் என்று சமிக்ஞை செய்தார்.

மாடிப்படிகளை ஓடாக்குறையாகத் தாவி, கலைஞர் உள்ள அறைக்குள்
நுழைகிறேன். வாசற்பக்கம் முகம் போட்டுத்தான் கலைஞர்
உட்கார்ந்திருக்கிறார். ஒற்றைச்சோபா இருக்கையில் இருந்து என்னைப்
பார்த்ததும் வாங்க சமுத்திரம்! என்று எழுகிறார். நான் பதைத்துப்
போய்விடுகிறேன். ஒரு மகத்தான மனிதர் எனக்காக எழுந்திருக்க கூடாது.
அப்படியே எழுந்த அவரை அதிக நேரம் நிற்க வைக்கக் கூடாது என்று
ஓடோடிப் போகிறேன்.

கலைஞர் உட்கார்ந்ததும், நானும் உட்காருகிறேன். கலைஞரை
எழுத்தாளத்தனமாக பார்க்கிறேன். பல்வேறு சந்திப்புகளில் இப்படி
கலைஞரை மட்டுமே பார்த்ததால் அந்த அறைக்குள் கலைஞர் மட்டுமே
இன்னும் எனக்கு காட்சித் தருகிறார். புகைப்படங்கள் உண்டா...
திரைச்சீலைகள் உள்ளனவா என்பது இன்றளவும் தெரியாது. கலைஞரின்
பார்வையில் பழைய விரக்திக்குப் பதிலாக ஒரு பிரகாசம் தெரிகிறது.

ஆனால் அந்த பிரகாசம் தன்னை பிரகாசப்படுத்தாமல், இந்த சமூகத்தைப் பிரகாசப்படுத்த முனைவது போல் என்னுள் ஒரு மதிப்பீடு எழுகிறது. மக்கள் கொடுத்த பொறுப்பை அவர்கள் எதிர்பார்ப்பிற்கு ஏற்ப நினைவேற்ற வேண்டுமே என்ற சுமையை தலைதாங்கி, முகத்திலும் அதன் தடயங்கள் ஏற்பட்டுள்ளதுபோல் தோன்றியது. ஆளவந்த பெருமை இல்லாமல் அதை நிறைவேற்றும் வியூகத்தை எப்படி உருவாக்குவது என்ற சிந்தனையே, அவர் முகத்தில் மண்டிக் கிடந்ததாக எனக்குப் பட்டது.

கலைஞரிடம் அவரது வெற்றி வாகைக்கு எனது வாழ்த்துக்களைத் தெரிவித்துக் கொண்டேன். பல்வேறு விவகாரங்களைப் பேசினோம். இவற்றுள் பல அந்தரங்கமானவை. கலைஞர் என்மீது நம்பிக்கை வைத்து தெரிவிக்கும் தகவல்களை மனதில் வைத்து வாயால் பூட்டி வைக்க வேண்டுமே என்ற அச்சமும் கூடவே ஏற்படுகிறது.

இன்னொன்றும் தட்டுப்படுகிறது. ஒரு குட்டி அதிகாரியைப் பார்க்கப் போனால் கூட, அவர், கோப்பைப் பார்த்துக் கொண்டே பேசுவார். அவர் பேசி முடிப்பது வரைக்கும் நாம் மௌனமாக இருந்தால் 'நீங்க பாட்டுக்கு பேசுங்க' என்பார். சிலர் தொலைக்காட்சி பெட்டியில் ஒரு கண்ணும், நம் மீது ஒரு கண்ணும் போட்டு நாம் பேசுவதை கேட்பார்கள். நாம் நமது பேச்சில் உச்சத்திற்கு செல்லும் போது அவர்கள் தொலைபேசி எண்களைச் சுழற்றுவார்கள். நிமிடக் கணக்கில் பேசுவார்கள். பிறகு நம்மைப் பார்த்து என்னவோ சொன்னீர்களே என்பார்கள். இப்படிப்பட்ட அதிகாரிகளையும் தலைவர்களையும் பார்த்து எனக்கு அத்துபடி ஆகிவிட்டது. சிலரிடம் சொல்ல வந்த தகவல்களை சொல்லாமலே வெளியேறி இருக்கிறேன்.

கலைஞர் அப்படியல்ல. எனக்கு பத்து நிமிடம் கொடுத்தால் அந்த பத்து நிமிடமும் தொலைபேசி மணி அடிக்காது. இண்டர்காம் இரையாது. கலைஞரும் எதையோ நினைவிற்கு கொண்டு வந்ததுபோல், அரக்கப் பரக்கப் பார்க்க மாட்டார். எவரும் அந்த அறைக்குள் நுழையவும் முடியாது. ஒரு முதல்வருக்கு ஒரு நிமிடத்திற்கு குறைந்தது மூன்று தொலைபேசிகளாவது வரும். இந்த சமானிய சமுத்திரத்திற்கே ஒரு நாளில் பல டெலிபோன்கள் வரும்போது, முதல்வரும், கட்சித்தலைவருமான கலைஞருக்கு வரும் எண்ணிக்கை குறித்து குறிப்பிட வேண்டியது இல்லை. ஆனால், கலைஞரோ அவற்றை வடிகட்டி வைக்கச் சொல்கிறார் என்பதே உண்மை. பார்வையாளர்களுக்கு கிடைக்கும் நேரத்தை அவர் வீணடிக்க விரும்பியதில்லை. அதே சமயம்

சந்திப்பு நேரம் கூடிவிட்டால் இண்டர்காம் லேசாக இரையும். இங்கிதம் உள்ளவர்கள் புரிந்து கொள்ள வேண்டும். பல்வேறு சந்திப்புகளில் ஒன்றே ஒன்றில் தவிர கலைஞர் என்னைப் போகலாம் என்று சொன்னதில்லை.

பிறகு நான் எந்த நோக்கத்திற்கு வந்தேனோ, அந்த நோக்கத்தை கலைஞரிடம் சொல்கிறேன். அப்போதுதான் வெளியான எனது சிறுகதை நூலான ஒரு மாமரமும் மரங்கொத்தி பறவைகளும், எனது கட்டுரைத் தொகுப்பான எனது கதைகளின் கதைகள், அயோத்தி மசூதி இடிபட்டபோது நெல்லை மாவட்டத்தின் இசுலாமிய கிராமமான மேட்டுப்பாளையம் எப்படி மதவெறி உன்மத்தர்களால் சுற்றி வளைக்கப்பட்டது என்பதை விளக்கும் நாவலான மூட்டம் ஆகிய மூன்று நூல்களையும் கலைஞர் வெளியிட வேண்டும் என்று கேட்டுக் கொள்கிறேன். அதே சமயத்தில், முதல் அமைச்சர் என்பதால் அவரை அழைக்கவில்லை என்பதையும் தெளிவாக்குகிறேன்.

சென்ற தேர்தலின் முடிவுகள் எப்படியிருக்கும் என்று தெரியாதபோதே, எனது அருமை தோழரும், தமிழ்நாடு முற்போக்கு எழுத்தாளர் சங்கத் தலைவரும், வழக்கறிஞரும், கலைஞர் மீது பற்றாளருமான ச. செந்தில்நாதனுடனும் இந்திய கம்யூனிஸ்ட் கட்சியின் தமிழ் மாநிலச் செயலாளர் ஆர். என். நல்லகண்ணு அவர்களோடும் ஆலோசித்து கலைஞர் வென்றாலும் தோற்றாலும் அவர்தான் இந்த நூல்களை வெளியிட வேண்டும் என்று கூட்டாக முடிவெடுத்ததைச் சுட்டிக் காட்டினேன். கலைஞர் லேசாய் சிரித்தார். எனக்கு புரிந்து விட்டது இப்படிப்பட்ட முடிவு, அவருக்கு காட்டும் சலுகை அல்ல. பிச்சையில் அதிகாரப் பிச்சை கூடாது. புரிந்து கொண்டு என் தலையில் நானே லேசாக அடித்துக் கொண்டேன்.

என்றாலும், கலைஞர் இந்த அதிகாரப் பிச்சை பற்றி அலட்டிக்கவில்லை. சண்முகநாதன் அவர்களோடு டெலிகாமில் பேசினார். 'நம்ம சமுத்திரத்துக்கு அவரோட நூல்களை வெளியிட ஒரு தேதி வேணுமாம் வா' என்றார். நான் நெகிழ்ந்து போனேன். நான் கடந்தகாலத்தில் வெளிப்படுத்திய கலைஞருக்கு எதிரான கண்டன அறிக்கைகளையும் மீறி அவர் 'நம்ம சமுத்திரம் என்கிறார். இந்தப் பெரிய மனம் - கலைஞரின் சிறியன சிந்தியாத இயல்பு என்னை அப்படியே ஆக்கிரமித்துக் கொள்கிறது. சண்முகநாதன் வரும்போது, பார்வை மங்குகிறது. சண்முகநாதன் டைரியை காட்டி ஏதோ சொல்கிறார். உடனே கலைஞர்

என்னைப் பார்த்து வெளியீட்டு விழாவை அந்த மாதம் 26ஆம் தேதியில் வைத்துக் கொள்ளலாம் என்கிறார். சண்முகநாதனும் குறித்துக் கொண்டார்.

எனது மூன்று படைப்புகளையும் கலைஞரிடம் கொடுக்கிறேன். ஒவ்வொரு படைப்பிலும் தம்பிரான் தோழர் கலைஞருக்கு என்று நான் எழுதியிருப்பதை கலைஞர் சிறிது அழுத்தமாக பார்க்கிறார். இந்த மாதிரி எவரும் தமது படைப்புகளில் இப்படி எழுதி கொடுத்திருக்க மாட்டார்கள் என்று நினைக்கிறேன். இந்த வார்த்தையில் கலைஞருக்கும் எனக்கும் உள்ள உறவும் அந்த உறவில் ஏற்பட்ட ரசாயன மாற்றமும் உள்ளடங்கி இருப்பதைச் சொல்லாமல் சொல்லும் புராணப் பொருள் மிக்க வார்த்தை அது. இதை பின்னால் விளக்கலாம் என்று நினைக்கிறேன்.

விடைபெறப்போன என்னிடம் எந்த இடத்தில் விழா நடைபெறும் என்று கலைஞர் கேட்டார். உடனே ராஜேஸ்வரி கல்யாண மண்டபம் அல்லது கலைவாணர் அரங்கம் என்று பதிலளித்தேன். போய்வாருங்கள் என்பது மாதிரி கலைஞர் தலையசைத்தார்.

பொதுவாக, கலைஞுரை விழாவுக்கு அழைத்தால் அந்த விழாவிற்கான பேச்சாளர்- பங்கேற்பாளர் பட்டியலை கலைஞரிடம் கொடுக்கவேண்டும் என்பார்கள். இது சர்வாதிகாரம் அல்ல. நியாமானதுதான். ஒரு தலைவரை அதுவும் மக்கள் அளவிலும், கட்சி அளவிலும், அரசு அளவிலும் ஈடு இணையற்ற தலைவராக இருக்கும் ஒருவரை விழாவிற்கு அழைக்கும்போது யாராவது ஒருவர், தறுதலைத்தனமாகப் பேசலாம். அல்லது சிக்கலான விவகாரங்களை எழுப்பி, அங்கேயே அவர் பதிலளிக்க வேண்டும் என்பது மாதிரி கூட வற்புறுத்தலாம். விழா மேடையை கொச்சைப்படுத்தி விடலாம்.

எனவே, கலைஞர் போன்ற தலைவர்கள், விழா விவரங்களையும், பேச்சாளர் பட்டியலையும் கேட்பதில் தவறில்லை. நான் கூட என்னை விழாவிற்கு அழைப்பவர்களிடம் மேடையை பகிர்ந்து கொள்ளும் மற்றவர்களைப் பற்றி கேட்பதுண்டு. எனக்கு சரிப்படாதவர்கள் என்றால் நான் மறுத்துவிடுவதும் உண்டு. இந்தப் பின்னணியில், கலைஞர், பேச்சாளர் விவரத்தை என்னிடம் கேட்காதது அவருக்கு என் மீது இருந்த நம்பிக்கையே காட்டுகிறது. அவரும் கேட்கவில்லை நானும் சொல்லவில்லை. கேட்டிருந்தால் சொல்லியிருப்பேன். அப்படி சொல்ல வேண்டும் என்று எனக்கு தோன்றவில்லை. அவ்வளவுதான். ஆனால், இப்போது நினைத்துப் பார்க்கும்போது கலைஞர் என்மீது வைத்திருந்த

அளப்பரிய நம்பிக்கையில் பெருமிதம் ஏற்படுகிறது. கூடவே யாராக இருந்தாலும் சமாளிக்கலாம் என்கிற அவரது போர்க்குணமும் ஒரு காரணமாக இருக்குமோ என்ற யூகமும் ஏற்படுகிறது.

கலைஞரிடம் தேதி கிடைத்த மகிழ்ச்சியில் அவர் நம்ம சமுத்திரம் என்று சொன்ன ஒன்றிப்பில் படியிறங்கினேன். கீழே நின்று கொண்டிருந்த ஆர்க்காட்டார் உள்ளிட்ட அமைச்சர்களையும், தலைவர்களையும் கித்தாப்பாகப் பார்த்துக் கொண்டே கலைஞரின் வீட்டைவிட்டு வெளியேற மனமில்லாமல் வெளியேறினேன்.

நான் வீட்டுக்குப் போகாமல் பாலாஜி நகரில் உள்ள நண்பர் அருண் வீரப்பன் அவர்களின் வீட்டிற்குச் சென்றேன். திரைப்பட உலகில் வரலாறு படைத்த ஏவி.மெய்யப்பச் செட்டியார் அவர்களின் மருமகன், இவர் மாமனாரை கேடயமாக்காமல் சுயமாக உழைத்து ஆசியாவிலேயே மிகப் பெரிய ஒலிபதிப்பு நிலையத்தை அமைத்திருப்பவர். இவரிடம், கலைஞரை சந்தித்த விவரங்களை தெரிவித்துவிட்டு, விழாவிற்கான செலவுப் பட்டியலைப் போட்டுப் பார்த்தோம். அம்பதாயிரம் ரூபாய் அளவிற்கு வந்தது. நான் அதிர்ந்து போனேன். என்னுடைய ரேஞ்சே ஐயாயிரம் ரூபாய் தான். என்ன செய்வது என்று குழம்பிப் போனபோது, அருண் வீரப்பன் அவர்கள், தனது துணைவியார் மீனாவை அழைத்தார். அவரது துணைவியாரே சிக்கலுக்கு ஒரு தீர்வைச் சொன்னார். அவர், தனது அம்மா ராஜேஸ்வரி அம்மையாரிடம் பேசி அவர் பேரிலுள்ள அந்த மண்டபத்தை எனக்கு இலவசமாக வாங்கிக் கொடுப்பதாக வாக்களித்தார். கலைஞர் என்று சொன்னால் அம்மா கட்டாயம் தருவார் என்றும் குறிப்பிட்டார்.

ஒரு குறிப்பிட்ட நாளில் நானும், மீனா அருண் வீரப்பன் அவர்களும், ராஜேஸ்வரி அம்மையார் அவர்களைச் சந்தித்தோம். ராஜேஸ்வரி அம்மையார் எனக்கு ஒளவையார் மாதிரியே தோன்றியது. ஒரே ஒரு வித்தியாசம், தமிழைக் கொடுத்து அன்பளிப்பை வாங்குபவர் அல்ல. அன்பளிப்பு தந்து தமிழை வாங்குகிறவர். அவர் தனது பெயரில் உள்ள அந்த அருமையான கட்டிட வளாகத்தை என் பொறுப்பில் ஒருநாள் இலவசமாய் தருவதற்கு மகிழ்ச்சியோடு உடன்பட்டார். கலைஞர் என்றவுடனே மறுபேச்சில்லை. அவர் எதிர்கட்சியில் இருந்தபோது கூட இதே அணுகுமுறையே கொண்டவர். கலைஞர் வெளியிடும் மூன்று புத்தகத்தின் படிகளையும் ராஜேஸ்வரி அம்மையார் வாங்கிக் கொள்ளவேண்டும் என்று அந்த இடத்தில் கேட்டுக் கொண்டால் அது

அசல் கொச்சைத்தனமாக எனக்கு தோன்றியது. அவருக்கு கண்களால் நன்றி தெரிவித்துவிட்டு வெளியேறினேன். ஒரு வாரம் கழித்துத்தான் அவர் முதல்படிகளை வாங்கவேண்டும் என்று கேட்டுக்கொண்டேன்.

வீட்டிற்குத் திரும்பியதும், மனம் என்னை உதைத்தது. கலைஞர் எனது சிறுகதை தொகுப்பை படிக்கும்போது அவர் மனம் நோகுமே என்ற பின் யோசனையில் அல்லாடினேன். கலைஞர் வெளியிட இருக்கும் ஒரு மாமரமும் மரங்கொத்திப் பறவைகளும் என்ற சிறுகதைகளில் பெரும்பாலானவை அரசியல் கதைகள். முன்னாள் முதல்வர் ஜெயலலிதா கொண்டுவந்த காலடி கலாச்சாரத்தை சாடும் கதை எதிர் பரிமாணம். ஒரு மாமரமும் மரங்கொத்திப் பறவைகளும் தமிழகத்தை அரசியல் கட்சிகள் அத்தனையும் என்ன பாடு படுத்துகின்றன என்பதை விளக்குகிற கதை.

எல்லாவற்றிற்கும் மேலாக ஐம்பெரும் விழா, பொறுத்தது போதாது ஆகிய சிறுகதைகள் திராவிட இயக்கத்தையும், கலைஞரையும் சாடக் கூடியவை. முதல் கதையான ஐம்பெரும் விழா எடுத்த எடுப்பிலேயே திராவிட இயக்கத்தை கிண்டல் செய்யும் ஒரு அங்கதக் கதை. கலைஞர் இவற்றை படித்து விட்டு விழாவிற்கு வருவாரா என்று எனக்கு சந்தேகம் ஏற்பட்டு விட்டது. அதே சமயம் இந்தத் தொகுப்பை உருவாக்கும் போது அவர் தான் வெளியிட வேண்டும் என்ற அனுமானத்தோடு தான் இந்தச் சிறுகதைகளை உள்ளடக்கினேன். இப்போது விழா தேதி நிச்சயிக்கப்பட்டு விட்டால் கலைஞர் வருவாரோ, மாட்டாரோ என்பது மாதிரி மனதிற்குள் ஒரு புலம்பல் ஏற்பட்டது. கலைஞர் இந்த நிகழ்ச்சியை ரத்து செய்துவிடலாம் என்றும் ஒரு உதறல் எடுத்தது.

சமுத்திரம் மேல்
ஒரு
உதய சூரியன்

வருவார் கலைஞர் என்றும், வாரார் கலைஞர் என்றும் நிரடலோடு ராமநாதபுரத்திற்கு மத்திய அரசின் களவிளம்பரத் துறையின் மாநில தலைமை அதிகாரி என்ற முறையில் நேர் போனேன். அங்குள்ள மாவட்ட ஆட்சித்தலைவர் விருந்தினர் மாளிகையில் தடபுடலாகத் தங்கியிருந்தேன்.

ஒருநாள் காலையில் எனது அலுவலக வாட்ச்மேன் எனப்படும் இரவுநேரக் காவலாளி என் அறைக்கு வந்தார். நல்ல இளைஞர். ஆனால் காது மந்தம். நான் பலதடவை 'கேட்கும் கருவியை' காதுகளில் பொருத்திக் கொள்ளும்படி கேட்டாலும் அது அவருக்கும் கேட்டாலும், கேளாதது போலவே பாவித்துக் கொண்டவர். உறுப்பு பலவீனம் பெரிதல்ல என்று நான் பலதடவை சொன்னாலும், ஒருதடவை கூட அதை ஏற்றுக் கொள்ளாதவர். காது நன்றாகக் கேட்பது போலவே நடிப்பார். அப்படிப்பட்டவர் என் அறைக்கு வந்து யாரோ நாதன்னு ஒருத்தர் இரவில் அலுவலகத்தில் டெலிபோன் செய்ததாக தெரிவித்தார். என்றாலும் எந்த பெயருக்குரிய நாதன் என்பதை அவரால் தெளிவாகச் சொல்ல முடியவில்லை. வெறும் நாதன் இல்லை இன்னொரு பெயரையும் முன்னால் கொண்ட ஏதோ ஒரு நாதன் என்று சொன்னதையே சொல்லிக் கொண்டிருந்தார்.

எனக்குப் பயம் பிடித்து விட்டது. ஒருவேளை சண்முகநாதன் எனது அலுவலக டெலிபோன் எண்களை வாங்கி இப்படி எழுதினா எப்படிங்க கலைஞர் வருவார் என்று சொல்லி விட்டு நிகழ்ச்சியை ரத்து செய்த விவகாரத்தை சொல்ல வந்திருப்பாரோ என்று துடித்துப் போனேன். உடனே தமிழக அரசின் மக்கள் தொடர்பு அதிகாரியான என் இனிய நண்பர் சுபாசுடன் தொலை பேசியில் தொடர்பு கொண்டேன். அவர் தனக்கு தெரியாது என்றும் சண்முகநாதனிடமே நான் பேசிவிடலாம் என்றும் பரிந்துரைத்தார். எனக்கு சண்முகநாதனிடம் பேசப் பயம். 'எங்கப்பன் குதிருக்குள் இல்லை 'என்கிற கதையாகிவிடக் கூடாதே என்கிற அச்சம். சும்மா கிடக்கிற சங்கை ஊதிவிடக் கூடாதே என்கிற முன்யோசனை.

என் துணைவியாருக்கு டெலிபோன் செய்தால் கலைஞரின் நிகழ்ச்சி ரத்தாகி விட்டதாக யாரும் தெரிவிக்க வில்லை என்றார். ஆனாலும்,

யாரோ ஒருவர் எனது ராமநாதபுர அலுவலக எண்ணை வாங்கியதாகவும் குறிப்பிட்டார். எதற்கு என்று தெரியாதாம். இவரும் கேட்கவில்லையாம். அவரும் சொல்ல வில்லையாம். என்னுடைய கோபத்தை மனைவியிடம் காட்டுவது போல் தொலைபேசியை டக்கென்று வைத்தேன். பின்னர் தோழர் செந்தில்நாதனுடன் தொடர்பு கொண்டேன். அவர், தான் பேசவில்லை என்றார். எனது ஆதங்கத்தைத் தெரிவித்தபோது கலைஞர் அப்படியெல்லாம் நடந்து கொள்ளமாட்டார் என்றார். இது எனக்கும் தெரியும். ஆனாலும், விவகாரம் என்னைப் பற்றியது என்பதால் ஒரு டாக்டருக்கு, தனது நோயை பற்றி ஏற்படும் சந்தேகம் எனக்கும் வந்தது.

ஒருவேளை சண்முகநாதன் இல்லாமல் வேறு நாதனாக இருக்கலாமோ. டில்லியில் தமிழ்ச்சங்க துணைத் தலைவராக பணியாற்றிய என் நண்பர் விசுவநாதனா? அல்லது என்னோடு கல்லூரிப் பேச்சு போட்டிகளில் கலந்து கொண்டவரும் அமைச்சராக இருந்து விட்டு அரசியலில் இருந்து கவுரவமாக விலகிக் கொண்ட வேலூர் விசுவநாதனா? என் பள்ளித் தோழன் லோகநாதனா? எனது இனிய நண்பரும் தினத்தந்தியின் அப்போதைய செய்தி ஆசிரியருமான சண்முகநாதனா? சென்னை வானொலியில், என்னைச் சொல்லுக்குச் சொல் அண்ணா அண்ணா என்று அழைக்கும் இளைய சகா சாமிநாதனா? அல்லது அற்புதமான இலக்கிய விமர்சகரான பேராசிரியர் இராம. குருநாதனா? அத்தனை நாதன்களையும் நினைத்துப் பார்த்தேன். இதுவரை எந்த நாதன் தொலைபேசியில் தொடர்பு கொண்டார் என்பதை என்னால் கண்டுபிடிக்கவே முடியவில்லை.

விழா நாள் நெருங்கியது என்பதை விட நெருக்கியது என்றே சொல்லலாம். கலைஞர் வருவதும் உறுதியாகி விட்டது. ஆனாலும், கடைசி நேரத்தில் வராமல் போய்விடுவாரோ என்று ஒரு உதறல். அப்படியானால் இந்நேரம் சொல்லி அனுப்பி இருப்பார் என்கிற ஆறுதல்.

பொதுவாக முதல்வரை வைத்து இந்த மாதிரியான விழாக்கள் நடத்துகிறவர்கள் அதிலேயே பணம் கரந்து விடுவார்கள். பிரபல தொழிலதிபர்களை நீண்ட வரிசையில் நிற்க வைத்து அவர்கள் முதல்வரிடமிருந்து படிகள் பெறுவது போல் தொலைக்காட்சி சாட்சியாக காட்டி ஒவ்வொருவரையும் ஆயிரக்கணக்கில் ரூபாய் கொடுக்கும்படி செய்து விடுவார்கள். முதல்வர் என்றால் கேட்க வேண்டாம். அத்தனை தொழிலதிபர்களும் கூடி விடுவார்கள். ஆனால், இது ஒரு கேவலமான அணுகுமுறை இதில் எனக்கு உடன்பாடு இல்லை என்பது மட்டும் அல்ல.

இப்படி விழாவை வியாபார மேடையாக்கும் பேர்வழிகளை நான் வெறுத்து ஒதுக்குகிறவன். அதே சமயத்தில் விழாவிற்கான மின்கட்டணம் இரவு நேரமாகியதால் லேசான மின் தோரணம். பொன்னாடைகள் மாலை மரியாதைகள், சுவரொட்டிகள், அழைப்பிதழ்கள் என்று முப்பதாயிரம் ரூபாயாவது செலவாகும். மின்கட்டணம் மேடை அலங்காரம் என்று வேறு...

என்ன செய்யலாம் என்று சிந்தித்தபடியே எனது நண்பர் அமைச்சர் ஆலடி அருணா அவர்களை அணுகினேன். அவர் நெல்லை நெடுமாறனை தொடர்பு கொண்டு தினத்தந்தி சார்பில் சுவரொட்டிகள் அடிக்கச் செய்தார். நெல்லை நெடுமாறன் திராவிட முன்னேற்ற கழகத்தில் பொறுப்பான பணியில் இருந்தவர். மிகச் சிறந்த ஆய்வாளர், இலக்கியப் பேச்சாளர்.... ஆனாலும், நான் அவரை பேச வரும்படி அழைக்கவில்லை. அது எங்கள் இருவரையுமே கொச்சை படுத்துவதாக இருக்கும் என்று கருதினேன். ஆரம்ப காலத்தில் எனது நூல்களை வெளியிட்டு ஊக்குவித்த மணிவாசகர் நூலகத்தின் உரிமையாளர் பேராசிரியர் ச.மெய்யப்பன் அவர்கள் அழைப்பிதழ்களை அச்சடித்துக் கொடுத்தார்.

சென்னைத் தொலைக்காட்சி நிலையத்தின் அப்போதைய இயக்குநரும் சிறந்த எழுத்தாளருமான ஏ.நடராசன் அவர்களிடம் 'பொன்னாடை வாங்கிக் கொடுங்கள்' என்று உரிமையோடு கேட்டேன். ஐந்து வாங்கிக் கொடுங்கள் நான் கலைஞருக்கு போட்டது தவிர எஞ்சிய நான்கு சால்வைகளையும் மற்ற பேச்சாளர்களுக்கு மாற்றி மாற்றி போட்டு சமாளித்து விடுகிறேன்' என்றேன். உடனே அவர், 'செய்வதைத் திருந்த செய்யணும் அண்ணாச்சி' என்று அறிவுறுத்தினார். எனக்கும் சேர்த்து பொன்னாடைகளை வாங்கி கொண்டு வந்து விட்டார். அருண் வீர்ப்பன் அவர்கள் வீடியோ படம் எடுத்துக் கொடுப்பதாக தாமே முன் வந்து தெரிவித்து விட்டார். எனது உறவினரும் சிந்தனையாளரும், மருத்துவ துறையில் அனைத்துப் பிரிவுகளையும் நன்றாக தெரிந்து வைத்திருப்பவருமான டாக்டர் ராஜ்குமார் பத்திரிகையாளருக்கு விருந்தளிக்கும் பொறுப்பை ஏற்றுக் கொண்டார். எனது உறவினரான அவர்தான் நன்றியுரை கூறினார்.

விழா நாள் வந்தது.

மாலை ஐந்தரை மணிக்கு வெளியீட்டு விழா துவங்க வேண்டும். ஆனால், கூட்டம் அதிகமாக இல்லை. நான் நம்பியிருக்கும் முற்போக்கு தோழர்கள்

ஆறரை மணி அளவில்தான் வரமுடியும், ஐந்தரை மணிக்கே, கலைஞர் வரலாமா என்று முதலமைச்சர் அலுவலகத்தில் இருந்து கேள்வி வந்து விட்டது. சுவரொட்டிகளும், அழைப்பிதழ்களும் அருமையானவை. மக்கள் இலக்கியம் மக்களே இலக்கியம் - கலைஞர் பேசுகிறார் என்ற தலைப்புச் செய்தியோடு விழாச் செய்தி வெளியிடப்பட்டு இருந்தது. முதல்வரின் புகைப்படமும் பெரிய அளவில் வெளியிடப்பட்டு இருந்தது. ஆனால் எனது புகைப்படத்தை நான் வெளியிடவில்லை. கவர்ச்சியான சுவரொட்டி அதன் தலைப்பே இலக்கியவாதிகளை இழுக்கக் கூடியது.

என்றாலும் சுவரொட்டிகளை ஒட்டும் பொறுப்பை முன்பணம் வாங்கி ஒப்புக் கொண்ட ஒரு அச்சகம், சரியாக ஒட்டவில்லை. ஒப்புக்கு அங்கே இங்கேயுமாக ஒட்டியிருந்தார்கள். கலைஞரின் வீட்டு அருகே கூட ஒட்டவில்லை. போதாக்குறைக்கு, நானும் பத்திரிகைகளை அணுகி அழைப்பிதழ்களை கொடுக்கவில்லை. இந்தப் பின்னணியில் கலைஞர் ஆறு மணிக்கு வரலாம் என்று சொல்லி அனுப்பினேன். அதற்குள் கூட்டம் கூடி விடும் என்ற நம்பிக்கை. காவல்துறை அதிகாரி ஒருவர் ஐந்தரை மணி என்று போட்டு விட்டு முதல்வரின் நிகழ்ச்சியை தள்ளி வைக்கலாமா என்று தனது கோபத்திற்கு நகைச்சுவை முகமூடி போட்டுக் கேட்டார். நானும் ஐந்தரை மணி என்று போடவில்லை. 'ஐந்தரை மணியளவில் என்று போட்டு இருக்கிறோம்' என்று பதிலளித்தேன்.

கலைஞர் ஆறுமணிக்கு வந்துவிடுவார் என்று இறுதியான தகவல் வந்தது.

கலைஞர் வந்ததும் மேடையில் இருந்து கூட்டத்தைப் பார்த்தால் அந்த மண்டபம் நிரம்பி வழிந்து, வெளியேயும் வியாபித்திருந்தது. இந்தக் கூட்டத்தில் கட்சித் தொண்டர்களை விட இலக்கியத் தொண்டர்களே அதிகம். கலைஞர் குறுநகை தவழ வந்தார். நானும் எனது குடும்பத்தினரும் அவரை எதிர் கொண்டு வரவேற்றோம்.

கலைஞர், எனது மூன்று நூல்களையும் பலத்த கை தட்டலுக்கிடையே வெளியிட்டார். இவற்றை ராஜேஸ்வரி அம்மையார் வாங்கிக் கொண்டார்.

தமிழ்ப் பண்பாட்டுத் துறை அமைச்சர் முனைவர். தமிழ்க் குடிமகன் தலைமை வகிக்க, எனது இனிய தோழர் கவிஞர் இளவேனில் வரவேற்புரை ஆற்றினார். அமைச்சர் ஆலடி அருணா, இந்திய கம்யூனிஸ்ட் கட்சியின் மாநிலச் செயலாளர் ஆர்.என். நல்லகண்ணு தமிழ்நாடு முற்போக்கு எழுத்தாளர் சங்கத்தலைவர் ச. செந்தில்நாதன். தமிழ்நாடு

கலை இலக்கியப் பெருமன்ற செயலரும் முற்போக்கு எழுத்தாளருமான பொன்னீலன், கிறிஸ்துவ இலக்கிய சங்கத்தின் பொதுச் செயலாளர் டாக்டர். தயானந்தன் பிரான்சிஸ், மணிவாசகர் பதிப்பகத்தின் உரிமையாளர் பேராசிரியர் ச.மெய்யப்பன், சென்னைத் தொலைக்காட்சி நிலையத்தின் அப்போதைய இயக்குநர் ஏ.நடராசன் ஆகியோர் சுருங்கச் சொல்லி விளங்க வைத்தார்கள். அப்போது மத்திய அமைச்சராக இருந்த என் இனிய தோழரும் மனதில் பட்டதை வெட்டு ஒன்று துண்டு இரண்டாய் எடுத்துரைப்பவருமான எஸ். ஆர். பாலசுப்ரமணியம் அவர்கள் இந்த விழாவில் கலந்து கொள்வதற்கு என்றே புதுடில்லியில் இருந்து புறப்பட்டு விட்டதாகச் செய்தி வந்தது.

இந்த விழாவிற்கு தலைமை வகித்து பேசிய முனைவர் தமிழ்க் குடிமகன் எனது ஒருசில கதைகளில் கட்டுரைத்தனம் வந்துவிடுகிறது என்றார். அவர் பேசி முடித்ததும் நான் விவரம் கேட்டபோது உங்கள் கதைகளில் செய்திகளின் வீச்சு இலக்கிய வீச்சை அழுக்கிவிடுகிறது என்றார். நான் அசந்து விட்டேன். இது அற்புதமான திறனாய்வு. விமர்சகரை படைப்பாளி மதிக்கும் திறனாய்வு. கலைஞர் தக்கவரைத் தான் தமிழ் பண்பாட்டுத் துறை அமைச்சராக ஆக்கியிருக்கிறார் என்பதில் மகிழ்ச்சி. இந்த விழாவில் பேசிய செந்தில்நாதன் மத்திய சாகித்திய அக்காதெமி போல் மாநில அளவில் ஒரு அக்காதெமியை அமைக்க வேண்டும் என்று இன்றைய குறள்பீடத்திற்கு வித்திட்டார் என்று சொல்லலாம்.

ஆலடி அருணாவுக்கு என்னைப் பற்றி நீண்டகாலமாகத் தெரியும் என்பதால் விலாவாரியாகப் பேசினார். எழுத்தாளத் தோழர் பொன்னீலன், 1972ஆம் ஆண்டிலேயே, அரசு ஊழியர்கள் படைப்பு இலக்கியத்திற்குள் செல்லலாம் என்று கலைஞர் ஆணையிட்டதை புளங்காகிதமாகச் சொன்னார்.

கலைஞர் ஏழரை மணி அளவில் நூல்களை வெளியிட்டு உரையாற்றினார். மூன்று படைப்புகளில் இரண்டில் பல்வேறு பக்கங்களுக்கிடையே அம்பு காகிதங்கள் குத்தப்பட்டு அந்தப் பக்கங்களின் ஓரங்களில் கலைஞர் கையால் குறிப்பெழுதப் பட்டிருந்தது. அவரது கையில் இருந்த அந்தப் புத்தகங்களை பார்க்கும்போது அவற்றிற்கு நீண்ட வெள்ளிச் சங்கிலிகள் அணிவிக்கப் பட்டது போல் தோன்றியது.

சிறுகதை தொகுப்பில் ஆங்காங்கே சில பகுதிகளையும் எனது கதைகளின் கதைகளில் சில பகுதிகளையும், தனது விமர்சனத்துடன் அவர் வாசித்துக்

காட்டியபோது விழா மண்டபம் அதிர்ந்தது. அதிகாரிகளின் ஆணவப்
போக்கை சித்தரிக்கும் ஒரு கதைச் சுருக்கத்தைச் சொல்லி விட்டு இது
நடந்த கதை... இனிமேல் நடக்காத கதை' என்றார். எனது கதைகளின்
கதைகளில் ஒரு இளம் பெண்ணைப் பற்றி குறிப்பிடும்போது அழகாக
இருக்க மாட்டாள். ஆனால் கவர்ச்சியாக இருப்பாள்' என்று ஒரு வரி
வரும். உடனே, அழகைப் பற்றி சமுத்திரம் சொல்கிறார் என்று எள்ளல்
சுவையோடு பேசியபோது கூட்டம் கைகளைத் தூக்கித் தூக்கித் தட்டியது.
(அந்த அளவிற்கு அடியேன் அழகனாக்கும்) அந்தப் பெண்ணும் நானும்
தொட்டதில்லை கெட்டது இல்லை என்ற வரியை படித்துவிட்டு
நம்புவோமாக என்றார். கலைஞரின் உரை இந்த நூலுக்கு முன்னுரையாக
கொடுக்கப்பட்டிருப்பதால் மேற்கொண்டு இங்கே விளக்கவில்லை.
ஆனாலும், எழுத்தாளனை அவனது அந்தஸ்தை வைத்து மதிப்பிடலாகாது
என்று இப்போது இருக்கும் இலக்கியப் போக்கை விமர்சித்தார்.
எழுத்தாளன் சொன்னால் அது பலிக்கும் என்று தனது அனுபவத்தையே
முன் வைத்தார். சமுத்திரம் எழுத்து ஆய்த எழுத்து என்றார்.
சமுத்திரத்திற்கு கலைஞர் மீது தாக்கமும் உண்டு கலைஞரை
தாக்கியதும் உண்டு என்றார். உப்பு கரிக்கும் சமுத்திரம், கதிரொளி பட்டு
நல்ல நீராகி விட்டது என்றும் ஒரு போடு போட்டார்.

எனது ஏற்புரையில் கலைஞருக்கும் எனக்கும் உள்ள மோதல், காதல்,
விஞ்ஞான ரீதியான உறவு முறை ஆகியவற்றை எடுத்துரைத்தேன். எனது
படைப்புகளை முழுமையாகப் படைத்து விட்டு, அவர் உரையாற்றியதில்
நெகிழ்ந்து போன நான், பேச முடியாமல் விக்கித் திக்கினேன். இது பற்றி
கலைஞர் குறிப்பிடும் போது, நான் அவரிடம் தெரிவித்த சில
பரிந்துரைகளை மறைமுகமாக குறிப்பிட்டு இவற்றால் 'நான் திரும்பிப்
பார்த்தேன், திருத்திக் கொண்டேன்' என்று உணர்ச்சிவசமாக பேசினார். என்
பேச்சிலிருந்தே மேற்கோள் காட்டி, 'சமுத்திரத்திற்கு என் மீது அப்படி
ஒன்றும் அன்பில்லை ஆனால் அவர் பிரியப்படும் படியாய் நான் நடந்து
கொண்டிருக்கிறேன்' என்றார்.

கலைஞர் மனம்விட்டு பேசிக் கொண்டிருந்தார். அப்போது விமானத்
தாமதத்தால் மத்திய அமைச்சரான தோழர் எஸ் ஆர். பாலசுப்பிரமணியம்
அவர்கள் கலைஞர் பேசிக்கொண்டிருக்கும் போது மேடைக்கு
வந்துவிட்டார். கலைஞரும் பேச்சை உடனடியாக முடித்துக் கொண்டார்.
எஸ்.ஆர்.பியும் பதினைந்து நிமிடம் வரை பேசினார். கலைஞரும், தான்
போனால் கூட்டம் கலைந்துவிடும் என்கிற அனுமானத்தில் எஸ் ஆர்பி

பேசுவது வரைக்கும் காத்திருந்தார். இந்த நயத்தகு மேடை நாகரீகம் பெரும்பாலான தலைவர்களிடம் காணக் கிடைக்காதது.

இந்த நிகழ்ச்சியில் என்னை ஆளாக்கிய எனது சித்தி ராசம்மாவிற்கு, கலைஞர் மேடையில் பொன்னாடை போர்த்தினார். அந்தக் காலத்து பின் கொசுவ புடவையோடு தோன்றிய அந்த எளிய சித்தியைப் பார்த்ததும் கூட்டமும் நெகிழ்ந்தது. கலைஞரும் நெகிழ்ந்து போனார்.

இந்த விழாவில் அமைச்சர்கள் ஆர்க்காடு வீராசாமி, பொன்முடி, துரைமுருகன், எஸ்.பி.சற்குணம் ஆகியோரும் நக்கீரன் ஆசிரியர் கோபால், யு.என்.ஐ செய்தியாளரான தோழர் ரமேசன், இலக்கிய வீதி இனியவன், என்னுடைய கல்லூரி ஆசிரியரும் காவற்துறை தலைவருமான ராஜ்மோகன், நண்பர் அருண் வீரப்பன், சட்டப்பேரவைத் துணை தலைவர் பரிதி இளம்வழுதி, எனது அலுவலக ஊழியர்கள், வேலூர் விளம்பர அலுவலக அதிகாரியும் இப்போதைய திரைப்பட தணிக்கை அதிகாரியுமான தனசேகரன் உள்ளிட்ட பலர் கலந்து கொண்டு சிறப்பித்தார்கள்.

இந்த விழாவில் திருஷ்டி போல் ஒரு நிரடலும் ஏற்பட்டது. எனது ஏற்புரையில் முன்னைய சட்டப்பேரவையில் ஒருதடவை இப்போதைய பேரவைத் துணைத் தலைவர் பரிதி இளம்வழுதி வன்முறைக்கு ஆளான போது 'உனக்கும் காலம் வருண்டா' என்று குறிப்பிட்டதாக தெரிவித்தேன். பேச எழுந்த கலைஞர் பேச்சாளர்கள் பட்டியலில் உள்ளவர்களையும், பார்வையாளர்கள் மத்தியில் இருந்த அமைச்சர்களையும் வெறுமனே பெயரிட்டு அழைத்துவிட்டு 'மாண்புமிகு சட்டப்பேரவைத் துணைத் தலைவர் பரிதி இளம்வழுதி அவர்களே என்று அழைத்தார். மற்ற அமைச்சர்களின் பெயர்களைச் சொன்ன போது கைத்தட்டாத கூட்டம் பரிதியை மாண்புமிகுவாக ஆக்கியதும் பலமாக கைத்தட்டியது.

எனக்கு ஒன்றும் புரியவில்லை. விழா முடிந்ததும் நண்பர்களிடம் விசாரித்தால் நான் சட்டப்பேரவைத் துணைத் தலைவரான பரிதியை அப்படி 'டா' போட்டுப் பேசியதைக் குறிப்பிட்டு இருக்கக் கூடாது என்று சொல்லி வைத்தது போல் அத்தனை பேரும் சொன்னார்கள். இதை மனதில் வைத்துத்தான் கலைஞர் மாண்புமிகு வார்த்தையை சேர்த்தார் என்றும் குறிப்பிட்டார்கள். கூட்டத்தினருக்கும் இது எப்படியோ புரிந்து விட்டது. கலைஞர் பேசியதை வைத்து அவர்களுக்கு அப்படி புரிந்ததா

அல்லது கூட்டத்தினர் நினைத்ததை கருத்தில் கொண்டு கலைஞர் அப்படி பேசினாரா என்பதற்கு ஒரு பட்டிமண்டபமே நடத்தலாம்.

கலைஞர்
வழிக்
காதல் கடிதங்கள்

எனக்கு விவரம் தெரிந்த 1954 ஆம் ஆண்டில் இருந்து 1990 வரை எம்.ஜி.ஆருக்கு அடுத்தபடியாக நான் கலைஞரை வெறுத்தேன். எம் ஜி ஆரையாவது நிழல் மனிதர் என்று அந்தக் காலத்திலேயே என் சிந்தனையில் இருந்து ஒதுக்கி இருந்தேன். கலைஞர் மீது நான் கொண்ட வெறுப்பிற்கு வெள்ளி விழாவை விட அதிகமான ஒரு விழாவை அல்லது நினைவு நாள் அனுசரிப்பை வைக்க முடியும். இப்போது யோசித்துப் பார்த்தால் கலைஞர் மீது நான் கொண்டது வெறுமனே வெறுப்பு அல்ல. ஆங்கிலத்தில் லவ் - ஹேட் (Love - Hate) எனப்படும் உறவு என்று கொள்ளலாம். ஒரு நாணயத்தின் இருபக்கம் போல் விருப்பும் வெறுப்பும் கொண்ட மானசீகமான உறவு.

1954 ஆம் ஆண்டு வாக்கில் நான் எங்கள் ஊரான நெல்லை மாவட்டத்தில் உள்ள திப்பணம்பட்டியில் ஏழாவது வகுப்பு படித்துக் கொண்டிருக்கிறேன். அப்போது எங்கள் ஊர் வாத்தியார், பாதி நேரம் எங்களை வீட்டிற்கு அனுப்பி விடுவார். அப்போதைய முதலமைச்சரான ராஜாஜி கொண்டு வருவதாக இருந்த புதிய கல்வி திட்டத்தின் படி பாதி நேரம் படிப்பு, மீதி நேரத்தில் குடும்பம் சம்பந்தப்பட்ட ஒரு தொழிலை செய்ய வேண்டும். இந்தக் கல்வித் திட்டம் அமுலுக்கு வருவதற்கு முன்பே கல்வித்துறை முந்திரிக் கொட்டையானதோ... என்னமோ ... மாணவச் சிறுவனான நான் மற்ற மாணவர்களோடு வீட்டிற்கு அனுப்பப்பட்டேன்.

இதுதான் சமயம் என்று பார்த்த என் பாட்டையா (தாத்தா) என்னை வயல் வேலைக்குள் சிக்க வைத்தார். கமலை அடித்தேன். பாத்தி போட்டேன். நாற்று நட்டேன். தென்னையில் ஏறி தேங்காய் பறித்தேன். வயல்களுக்கு நீர் பாய்ச்சினேன். கூலியாள் மிச்சம் என்பதை புரிந்து கொண்ட என் தாத்தா இனிமேல் நான் பள்ளிக் கூடத்திற்கு பகல் பாதியிலும் போகக் கூடாது என்று தடுக்கப் போனார்.

எனக்கு அழுகை அழுகையாக வந்தது. நான்கு ஆண்டுகளுக்கு முன்பு காலமான திருமலை ஆச்சி என்றும் சின்னத்தாயி என்றும் அழைக்கப்பட்ட எனது விதவைத் தாய் வாய்க்கால் மண்ணில் எனக்கு பல்தேய்த்தபடியே என் மவனே... உனக்கு சொத்து இல்ல... சுகம் இல்லடா..

நீ படிச்சி சர்க்கார் வேலைக்கு போனாத்தான் நீயும் தேறமுடியும். இந்த அம்மாவும் தேற முடியும்' என்று அறிவுறுத்தியது, தாத்தா பார்த்த தடியடி பார்வையில் அழுகையானது. இந்தச் சமயத்தில்தான் ராஜாஜி கொண்டு வந்த கல்வித் திட்டம் நீக்கப்பட்டு, சிறுவர்களான நாங்கள் எல்லாம் மீண்டும் பள்ளிக்கூடத்திற்கு முழுநேரமும் சென்றோம். இதில் ஒன்று குறிப்பிட வேண்டியது முக்கியம். ராஜாஜி கொண்டுவந்த திட்டத்திற்கு பெயர் புதிய கல்வித் திட்டம். இதற்கு திராவிட இயக்கம் வைத்த பெயர் குலக்கல்வித் திட்டம். முதலமைச்சரின் பெயர் சக்கரவர்த்தி இராஜகோபாலாச்சாரி. திராவிட இயக்கத்தினர் அவருக்கு வைத்த பெயர் குல்லுகப்பட்டர்.

இத்தகைய வார்த்தைகளின் அருமை பெருமைகளோ அல்லது சிறுமைகளோ எனக்கு புரியாது. ஆனாலும், காமராசர் முதலமைச்சராகி எளிய பிள்ளைகள் முழு நேரம் படிக்க வகை செய்திருக்கிறார் என்பது மட்டும் தெரியும். இதற்கு தந்தை பெரியாரும் காரணமாக இருந்தார் என்பது எனக்கு அப்போது தெரியாது. உயர்நிலைப் பள்ளியில் உபகாரச் சம்பளமும் எனக்குக் கொடுக்கப்பட்டது. கல்லூரி வரைக்கும் இந்தத் தொகை நீடித்தது. ஆகையால், அந்தக் காலக்கட்டத்தில் காமராசரை கடுமையாக விமர்சித்த திராவிட முன்னேற்ற கழகத்தினர் குறிப்பாக கலைஞர் எனக்கு அறவே பிடிக்காமல் போயிற்று. அந்த இளம் வயதில் அவரை நான் எனது சொந்த எதிரியாகவே நினைத்தேன். எனக்கு கிடைத்த முழுக் கல்வியை இவரும், அண்ணாவும் எங்கே பறித்து விடுவார்களோ என்று அநியாயமாகப் பயந்தேன்.

இதோடு, காமராசர் எனது சாதியை சேர்ந்தவர். என்னைப் போலவே சொந்த சாதியால் ஒதுக்கப் பட்டவர் என்பது எனக்கு அப்போது தெரிவிக்கப்பட்டது. எங்கள் ஊரிலும் சுற்று வட்டாரத்திலும் உள்ள எங்கள் சாதியினர் காமராசர் ஆட்சிக்கு வந்ததை தாங்கள் ஆட்சிக்கு வந்ததாகவே கருதினார்கள். காரணம் பெரும்பாலும் பனையேறி நாடார்களை கொண்ட எங்கள் கிராமத்தில் நாங்கள்தான் பெரும்பான்மையினர். ஆனாலும், மிகச் சிறுபான்மையினரான ஆசாரிகளும், வெள்ளாளர்களும் எங்கள் ஆட்களை ஒருமையில்தான் பேசுவார்கள். அறுபது வயது நிரம்பிய எனது தாத்தாவை ஒரு ஏழு வயது ஆசாரி சிறுவன் 'உதிரமாடா! எங்க வீட்டுக்கு வருவீராம்' என்று சொல்லிவிட்டுப் போவான். எங்கள் தாத்தாவும் அப்படியா ஆசாரி அய்யா' என்பார். ஒற்றை கணக்கப்பிள்ளை வீட்டிற்கு இடுப்பில் துண்டைக் கட்டிக் கொண்டு போவார்.

பொதுவாக பிராமணர்களைத்தான் சூத்திரர்கள் இப்படி அழைப்பது உண்டு. ஆனால், சூத்திரர்களான எங்கள் ஆட்கள் இன்னொரு சூத்திரர்களை பிராமணர்களை போல் நடத்த வேண்டிய நிலைமை. இதனை பிற்காலத்தில் என்னைப் போன்ற இளைஞர்கள் தலையெடுத்து நீக்கி விட்டோம் என்றாலும் அப்போது மனோ அடிமையில் கிடந்த எங்கள் சாதியில் ஒருவர் முதலமைச்சர் ஆனதே ஒரு பெரிய சாதனை. ஒரு பனையேறி வீரர் காமராசர் காமராசர் என்கிறார்களே அவரு நம்ம ரிவன்யூ இன்சுபெக்டர் அய்யாவவிட பெரியவரா' என்று ஒரு பெரிய கேள்வியாகக் கேட்டார். இப்படி எங்களைப் போன்ற எளியவர்களை உய்விக்க வந்த காமராசரை படிக்காதவர் என்றும், பாமரர் என்றும் திராவிட முன்னேற்றக் கழகத்தினர் மேடைகளில் திட்டித் தீர்ப்பதை என்னால் ஏற்றுக் கொள்ள இயலவில்லை . காமராசரின் எதிரிகள் சிறுவனான எனக்கும் எதிரிகளே. இந்த எதிரிப் பட்டியலில் முன்னணியில் இருந்த கலைஞரும் என் எதிரியே.

என்றாலும், காமராசர் சாதியை சேர்ந்த மாணவர்கள் உள்ளிட்ட அத்தனை பேருமே திராவிட முன்னேற்றக் கழகத்தைச் சேர்ந்தவர்கள். இவர்களுக்கு அடைந்தால் திராவிட நாடு இல்லையென்றால் சுடுகாடு என்பதே தாரக மந்திரம். தமிழ்த்தாயை, இந்தி அரக்கி கொலை செய்ய போவதாக ஒரு எதிர்பார்ப்பு. இதனால், வடநாட்டு மக்களுக்கும், இந்தி மொழிக்கும் எதிராக அனைத்து மாணவர்களும் திமுக கொடியின் கீழ் ஒன்று திரண்டிருந்த நேரம். படிக்காத மனிதர்கள் கூட மேடையில் திமுகவினர் காமராசரை படிக்காதவர் என்று சொல்லும் போது இவர்கள் என்னமோ லண்டனில் படித்து விட்டு பாரிசில் டாக்டர் பட்டம் வாங்கியது போல் கைதட்டுவார்கள். இத்தகைய அரசியல் சூழலில் நான் காமராசரை பார்க்காமலே அவர் பக்தனானேன்.

அந்தக் காலகட்டத்தில், என் வரைக்கும் திராவிட இயக்கம் என்பது திராவிட முன்னேற்ற கழகம் தான். அவ்வப்போது தந்தை பெரியார் பேசுவது தினத்தந்தியில் மட்டுமே வரும். அதோடு சரி. இந்தக் கட்டத்தில் பள்ளிக்கூட பேச்சுப் போட்டிகளில் வெற்றி பெறும் நான் சிறிது சமூக சிந்தனையையும் வளர்த்துக் கொண்டேன். பாரதியார் மனைவி செல்லம்மா பிறந்த கடையத்தில் நான் உயர்நிலைப் பள்ளியில் படித்தேன். பாரதியார் வாழ்ந்த விதம் பற்றி பல பெரியவர்களிடம் கேட்பேன். மாவட்ட அளவிலான உயர்நிலைப்பள்ளி பேச்சுப்போட்டியில் நான் வெற்றிப் பெறுவதற்காகவும், அந்த வெற்றிக்கு வித்தியாசமான

பேச்சு இருக்கவேண்டும் என்பதற்காகவும் பாரதியை மெய்யாக விரும்பியதாலும் அவரோடு பழகியவர்கள், அவர்களது வாரிசு உறவினர்கள் ஆகியோரை சந்தித்து மாணவத்தனமாக சில கேள்விகளைக் கேட்டதுண்டு.

உண்மையாகவே, பாரதியார் கழுதையின் வாலை பிடித்துக் கொண்டு அதன் பின்னால் ஓடியிருக்கிறார். செல்லம்மா கொஞ்சம் நஞ்சம் கிடைத்த அரிசியை புடைக்கும் போது ஓடிப்போய் அவற்றில் ஒரு குத்தை எடுத்து பறவைகளுக்கு வீசியிருக்கிறார். இப்படிப்பட்ட ஒரு கவிஞனை பார்ப்பனக் கவி என்று வர்ணித்த திராவிட இயக்க பத்திரிக்கைகளில் வந்த செய்திகளை என்னால் தாங்கிக் கொள்ள முடியவில்லை. ஆகையால், கலைஞர் இந்த அணியில் இருந்தாரோ இல்லையோ இந்த இயக்கத்தின் முன்னோடியாக சித்தரிக்கப்பட்ட அவர் மீது எனக்கு தீராப்பகை ஏற்பட்டது.

இன்னொரு முக்கிய காரணம், திராவிட இயக்கத்தைப் பற்றிய சரியான தகவல்களோ அல்லது அன்றைய பிராமணர்கள் கிழித்த சூத்திரக் கோட்டையோ அந்தக் கோட்டிற்கும் கீழே உள்ள ஆதிதிராவிட மக்களைப் பற்றி வரலாற்று ரீதியான தகவல்களையோ இந்த இயக்கம் சொல்லாலோ அல்லது எழுத்தாலோ தெரிவித்ததில்லை. எனக்கு தெரிந்து 'உஞ்சிவிருத்தி பாப்பான்' என்பன போன்ற வசவு வார்த்தைகளே அதிகமாக புழங்கப்பட்டன. இதனால், இந்த இயக்கத்தின் மீது எனக்கு ஒட்டுமொத்தமான கடுமையான வெறுப்பு என் இளம் வயதிலேயே பதிந்துவிட்டது. பிராமணர் பக்கமே அனுதாபம் ஏற்பட்டது.

கன்னியாகுமரி மாவட்டத்தில் நமது முப்பாட்டிகள் இடுப்புக்கு மேலே எந்த துணியையும் போடக்கூடாது என்று இருந்த இந்து மத அட்டூழியமோ, பஞ்சமருக்கு இடமில்லை என்று அந்தக் கால பேருந்துகளில் வெளிப்படையாக எழுதி வைக்கப்பட்டதோ, குற்றால அருவியில் குளிக்கக் கூட தாழ்த்தப்பட்ட பிற்படுத்தப்பட்ட மக்களுக்கு உரிமை கிடையாது என்ற தகவலோ எனக்கு தெரிவிக்கப்படவில்லை. இந்த தகவல்களை தாங்கிய நூல்களை நான் படித்ததில்லை. இவை கிடைத்திருந்தால் படுகளத்தில் ஒப்பாரி தேவையில்லை என்று கருதி நான் ஒரு வலுவான திராவிட இயக்கவாதியாக மாறியிருப்பேன். இந்த தகவலின்மையே இந்த இயக்கத்தை நான் எதிரியாக பாவிக்கும் மனப்போக்கை என்னுள் ஏற்படுத்தி விட்டது.

இந்த இயக்கத்தின் வடிவமாக அண்ணா எனக்கு தோன்றவில்லை. காரணம் அவர் தமிழ், சிந்தனையாளர்களையும், தமிழ் ஆர்வலர்களையும் தாண்டி பாமர மக்களுக்கு போகவில்லை. ஆனால் கலைஞரின் தமிழோ பாமர மக்களை கவர்ந்தது. அவர்கள் மத்தியில் அண்ணாவை விட கலைஞரே வலுவாக நின்றார். மாணவர்கள் அண்ணாவை மதித்தார்கள். வியந்தார்கள். ஆனால் கலைஞரை தங்களில் ஒருவர் என்பது போல் நேசித்தார்கள். இதனால் கலைஞர் மீது எனக்கு கண்மூடித்தனமான கோபம் ஏற்பட்டது. போதாக்குறைக்கு, எம்.ஜி.ஆருக்கு ஏற்றம் கொடுக்க வேண்டும் என்பதற்காக நடிகர் சிவாஜி கணேசனை, திமுக தொண்டர்கள் குறிப்பாக மாணவர்கள், தொந்தி கணேசன் என்றும், திருப்பதி கணேசன் என்றும், கஞ்சன் என்றும் திட்டித் தீர்த்து அவரது அற்புதமான நடிப்பை மூடி மறைத்தது எனக்கு இந்த இயக்கத்தின் மீதே ஒரு வெறுப்பை ஏற்படுத்தி விட்டது.

இளம் வயதில் ஒன்று பதிந்து விட்டால், அப்படி பதிந்தது பதிந்தது தான் என்பது என் வரைக்கும் உண்மையாயிற்று. திராவிட இயக்கத்துடன் மானசீகமாக இணைவதற்கு பல்வேறு நிகழ்வுகள் ஏற்பட்டன. ஆனாலும், பசுமரத்தாணி என்பார்களே அப்படி திராவிட எதிர்ப்பு என்னுள்ளே பதிந்துவிட்டால் எனக்கு ஏற்பட்ட சிறுமைகள் கூட பெரிதாக தெரியவில்லை.

எடுத்துக் காட்டாக, ஒரு தடவை பாரதி விழாவில் நடந்த பேச்சுப் போட்டியில் எந்த சூது வாதும் இல்லாமல் பாரதி பாடிய 'பார்ப்பானை அய்யன் என்ற காலமும் போச்சே வெள்ளைப் பரங்கியை துரை என்ற காலமும் போச்சே' என்ற பாடலை மேற்கோள் காட்டிப் பேசினேன்.

அன்று முதல் கடையத்தில் உள்ள சத்திரம் உயர்நிலைப் பள்ளியில் அத்தனை பிராமண ஆசிரியர்களும் என்னை எதிரி மாதிரி நடத்த துவங்கினார்கள். அவர்களுக்கு செல்லப்பிள்ளையாக இருந்த நான் வில்லப் பிள்ளையாகப் போய்விட்டேன். ஒருசிலரை தவிர்த்து, அத்தனை பிராமண ஆசிரியர்களும் என்னை வகுப்புகளில் அவமானப் படுத்தினார்கள். பேச்சுப் போட்டிகளிலும், கட்டுரைப் போட்டிகளிலும் முதலாவதாக வந்த என்னை ஒதுக்கி வைத்தார்கள். அப்படியும் எனக்கு, பிராமணர்களை விடுங்கள் பிராமணீயத்தின் மீது கூட வெறுப்பு ஏற்படவில்லை.

இதே சமயத்தில் கலைஞரையோ அல்லது அவரது தமிழையோ என்னால் உதற முடியவில்லை. 1952ஆம் ஆண்டில் வெளியான அவரது பராசக்தி

படம், இரண்டு ஆண்டுகள் கழித்து எங்கள் பக்கத்து ஓலைக் கொட்டகை நேரிங் தியேட்டர்களுக்கு வந்தது. இது இளைஞர்கள் மத்தியிலே மகத்தான தாக்கத்தை ஏற்படுத்தியது. எட்டாவது வகுப்பு வரை படித்த ஒவ்வொரு இளைஞனும் மேடை நாடகங்களிலும், கல்யாண நிகழ்ச்சிகளிலும் கலைஞர் பாணியில் பேசத் துவங்கினான். அவனை அறியாமலே தமிழை பொறுத்த அளவில் அவனுடைய நாக்கு சரஸ்வதியானது என்று சொல்வதை விட அதற்கு இணையாக கலைஞரானது என்று சொல்லலாம். சரஸ்வதி கம்பனையும், ஒட்டக் கூத்தனையும் பெரிய அளவில் நாடறியச் செய்த ஞானத் தெய்வம். ஆனால், கலைஞர் என்ற மானுடரோ ஒவ்வொரு பாமரனையும் தமிழால் தட்டி எழுப்பி தன்னைப் போல் அவனை பேச வைத்தார். அப்போது இதைக் கோபமும் குமுறலுமாக ஒப்புக் கொண்டேன்.

நானும் கலைஞரின் தாக்கத்திற்கு உட்பட்டேன். படித்த (அதாவது அந்த காலத்து எஸ்.எல்.சி) பல இளைஞர்கள் கலைஞர் வசன பாணி நாடகங்களை பட்டி தொட்டி எங்கும் அரங்கேற்றினார்கள். நானும் கட்டுரைப் போட்டிகளில் கலைஞர் பாணி தமிழையே கையாண்டு வெற்றி பெற்றேன். எனக்கு சாகித்திய அக்காதெமி பரிசு கிடைத்த போது கூட அதை பொறுக்காத சில பேர்வழிகள் எனது சிறுகதைகள், நாவல்களில் வரும் உரையாடல்கள் ஓசை நயத்தோடு இருப்பதாக குற்றம் சாட்டுவதாக நினைத்து தங்களுக்கு தெரியாமலே எனக்கு புகழாரம் சூட்டினார்கள். இந்த ஓசை நயம் நான் என்னையும் மீறி கலைஞரிடம் இருந்து கடன் வாங்கியது.

இன்னும் ஒரு சுவையான அனுபவத்தை சொல்லியாக வேண்டும். கலைஞரின் தமிழ் என் மூலம் வெளிப்பட்டு பல இளைஞர்களையும், இளம் பெண்களையும் காதலர்களாய் மாற்றியது. அந்தக் காலத்தில் காதல் என்பதே அப்போதுதான் அரும்பத் துவங்கியது. அதற்கு முன்பு காதலில் சிக்கியவர்கள் குறிப்பாக பெண்கள் பிடிபட்டால், அவர்கள் இரவோடு இரவாக எரித்துக் கொல்லப்படுவார்கள். ஆண்களாக இருந்தால், மொட்டை அடிக்கப்பட்டு, கரும்புள்ளி, செம்புள்ளி குத்தி கழுதைகளில் ஏற்றப்படுவார்கள்.

உதாரணமாக, எங்கள் ஊர் வாத்தியாருக்கு வெளியூரில் கல்யாணம். தாலிகட்டிய உடனே, அவருடைய மனைவி அவருக்கு தேநீர் கொடுத்தாளாம். உடனே எங்க ஊர்ப்பக்கம் 'இப்படியும் ஒரு பொம்பளையா

என்று வக்கணை பேசுவார்கள். திருமணம் ஆகி ஒரு குழந்தை பெற்று
தாய் வீட்டிற்குச் செல்லும் ஒரு பெண் கூட, பிறந்த ஊரில் கம்மாகரை
வரைக்கும் கட்டிய கணவனோடு உல்லாசமாகப் பேசி நடப்பாள்.
ஊருக்குள் நுழைந்ததும் அவர் யாரோ தான் யாரோ என்பது மாதிரி ஒரு
பர்லாங்கு எட்டி நடப்பாள்.

இந்தப் பின்னணியில், திராவிட இயக்கம் காதலிலும் ஒரு
மறுமலர்ச்சியை ஏற்படுத்தியது. அப்போதுதான் அறிமுகமான பீடி சுற்றும்
தொழிலில் ஈடுபட்ட பெண்களுக்கு பெட்டிக் கடை வைத்திருப்பவர்களும்,
வயர் மேன்களும், டெய்லர்களும் கதா நாயகர்கள். விவசாயக் கூலிப்
பெண்களுக்கு வில்லுப் பாட்டாளிகளும், மேடை நாடக நடிகர்களும்
நாயகர்கள். எஸ்.எல்.சி பெயிலான பயல்களுக்கு ஹையர் கிரேடு
எனப்படும் எட்டு படித்த பயிற்சி பெற்ற ஆசிரியையகள் நாயகிகள். வேலை
பார்க்கும் படித்த இளைஞர்களுக்கு செகண்டரி கிரேடு எனப்படும் உயர்தர
ஆரம்பப்பள்ளி ஆசிரியையகள் நாயகிகள்.

இப்படிப்பட்ட சூழலில் பெரும்பாலான இளைஞர்களுக்கு எனக்கு நன்றாக
எழுத வரும் என்பது எப்படியோ தெரிந்து விட்டது. தாங்கள் நேசிக்கும்
பெண்களுக்கு அவர்கள் பெயரில் நான் காதல் கடிதம் எழுதிக் கொடுக்க
வேண்டும் என்பது ஒவ்வொரு இளைஞனும் விடுக்கும் வேண்டுகோள்.
நான் உடனடியாக மசிய மாட்டேன். என்னிடம் காதல் கடிதம் பெற
நினைக்கும் ஒரு இளைஞன் எங்கள் ஊரில் இருந்து எட்டு மைல்
தொலைவில் உள்ள குற்றாலத்திற்கு என்னை சைக்கிளில் ஏற்றிச் செல்ல
வேண்டும். குற்றால அருவி வெள்ளத்தில் எனது டவுசரையும்,
சட்டைகளையும் சோப்பு போட்டு துவைத்து தரவேண்டும். திரும்புகிற
வழியில் தென்காசியில் ஒரு அய்யரம்மா வீட்டளவில் நடத்திய
விடுதியில் சாப்பாடு வாங்கித் தர வேண்டும். சாப்பாடு நாலணா
நிறைவாக இருக்கும். பிறகு தென்காசி பரதன் தியேட்டரில் சினிமாவுக்கு
கூட்டிப் போக வேண்டும். வருகிற வழியில் பாவூர்சத்திரம் என்ற
இடத்தில் ஒரு டியும், இரண்டு மசால் வடையும் வாங்கித் தரவேண்டும்.

இப்படி ஒரு தடவை என்னைக் கவனித்தால்தான், நான் காதல் கடிதங்கள்
எழுதுவது பற்றி யோசிப்பேன். சம்பந்தப்பட்ட பெண்ணின் உடையழகு,
உருவ அழகு, நடையழகு, சொல்லழகு போன்றவற்றை மிகைப்படுத்தி
அசிங்கமான தோற்றங்களை எடிட் செய்து 'கண்ணே, கற்பூரமே, கஸ்தூரி
பெட்டகமே, தேவகுல பெண்ணே, நாவல் பழ நிறத்தாளே என்று மனதில்

உருவாகும் வார்த்தைகளை எல்லாம் ஒன்று திரட்டி கடிதமாக்கி,
கொடுத்து விடுவேன். வீட்டில் பெற்றோரிடமும் அண்ணன் தம்பியிடமும்
நாயே பேயே என்றும் கவுகண்ணி, மஞ்ச கடஞ்சாள், ஆமை, எருமைமாடு
போன்ற பட்டங்களை சுமக்க முடியாமல் சுமக்கும் இளம் பெண்களுக்கு
இத்தகைய கடிதங்கள் வரப்பிரசாதமாகவும், வடிகாலாகவும்
அமைந்திருக்கும். இந்தக் கடிதங்களை அவர்கள் எழுத்துக் கூட்டிப்
படிப்பார்கள். கடிதம் கிடைத்த மூன்று நாட்களிலேயே புளியந்தோப்பில்
சந்தித்துக் கொள்வார்கள். ஆணும் பெண்ணும் நிலம் பார்த்தும், குலம்
பார்த்தும் காதலித்ததால் பிரச்சனை அதிகமாகவில்லை. சில இளைஞர்கள்
கையோடு பிடிபட்டு அடிபட்டு இருக்கிறார்கள். இவர்களை அப்படி அடித்த
சம்பந்தபட்ட பெண்ணின் சகோதரர்களுக்கு நான்தான் காதல் கடிதங்களை
எழுதி கொடுத்தவன் என்பது தெரியும். ஆனாலும் என் கிட்டே
வரமாட்டார்கள்.

கல்லூரி விடுமுறையில் கிராமத்திற்குச் சென்ற நான் கலைஞர்
பாணியில் எழுதிய ஒரு நாடகத்தில் கதாநாயகனாகவும் நடித்திருக்கிறேன்.
எனக்கு சிவாஜி போலவே வசனம் பேசுபவன் என்றும், கருணாநிதி
போலவே வசனம் எழுதுகிறவன் என்றும் ஏகப்பட்ட நல்ல பெயர்.
ஆகையால், கலைஞர் அந்த வயதிலேயே தமிழை பொறுத்த
அளவிலாவது என் வழி காட்டியாகிவிட்டார். ஆனாலும், வழியைத்தான்
பார்த்தேனே தவிர வழிகாட்டியை பகைமையுடன் ஒதுக்கி விட்டேன்.

சென்னையில் சர் தியாகராய கல்லூரியில் நான் படித்த போது,
திமுகவிற்கு எதிராக காங்கிரஸ் இளைஞர்கள் வடசென்னை கோவிந்தப்ப
நாயக்கன் தெருவில் என்ற ஒரு பத்திரிகையை நடத்தினார்கள். அதில்
திராவிட இயக்கத்தை கிண்டல் செய்து ஆசிரிய எண்சீரடி விருத்தத்தில்
நான் ஒரு கவிதை எழுதி அது பிரசுரமாயிற்று. அப்போது காங்கிரஸ்
மாணவரான செந்தில்நாதனின் அண்ணன் ராஜா, என்னை அந்த
பத்திரிகைக்கு அழைத்துச் சென்று அறிமுகப் படுத்தினார். பின்பு
சத்தியமூர்த்தி பவனில் காங்கிரஸ் தலைவர்களின் அறிமுகமும்
கிடைத்தது. இந்த பலத்தில் பல்வேறு அரசியல் மேடைகளில் பேசினேன்.
அண்ணாவை கிண்டலடித்து அருமை நண்பர் கரிகாலன் எழுதிய ஒரு
நாடகத்திற்கு நான் பாடல் எழுதி அது பிரமாதமாகவும் விளம்பரம்
செய்யப்பட்டது.

காஞ்சிபுரத்தில் நடைபெற்ற மாணவர் காங்கிரஸ் மகாநாட்டில் பெருந்தலைவர் காமராசர் முன்னிலையில் அடுக்கு மொழியில் பேசினேன். தேசிய முழக்கத்தில் எழுதிய கவிதையை அப்படியே ஒப்பித்தேன். காமராசர் பரவசமாகி விட்டார். அதிக பிரசங்கித் தனமாக பேசுகிறவர்களை மேடையிலே சட்டையைப் பிடித்து இழுக்கும் பெருந்தலைவர் என் பேச்சுக்கு கிடைத்த பலத்த கைதட்டல்களால் மகிழ்ந்து போனார். அவர் பேசும் போது எங்க கிட்டேயும் அடுக்கு மொழி பேசறவன் இருக்கான், இவன் கூட பேசறதுக்கு வரியா' என்று அறைகூவல் விடுப்பது போல் பேசினார்.

இந்த வெற்றிக்கு காரணம் கலைஞரின் தமிழே எனது பேசும் பாணி வித்தியாசமானது என்றாலும் நான் 'அடக்கப்பட்டது, ஒடுக்கப்பட்டது, மடக்கப்பட்டது' என்ற அடுக்கிக் கொண்டே போவேன். இது கலைஞர் தன்னையறியாமல் தந்தது. நான் என்னையறியாமல் பெற்றது. இந்தத் தமிழை வைத்தே அண்ணாவின் வீட்டு முன்பு அவரையும் கடுமையாக விமர்சித்து இருக்கிறேன். மறுநாள் அண்ணா இருந்த மேடையில் ஒரு திமுக பேச்சாளர் அப்போது நெல்லை சமுத்திரமாக அறியப்பட்ட என்னை கடுமையாகச் சாட அண்ணாவோ பேச்சாற்றல் மிக்க அந்த இளைஞர் என் பக்கம் வந்தால் அவரை தலையில் வைத்து தாங்குவேன் என்பது மாதிரி பேசியிருக்கிறார்.

காங்கிரஸ் தலைவர்களால் சல்லிக்காசு எனக்கு பிரயோசனமில்லை என்று தெரிந்தும், என்னால் அண்ணாவின் பக்கம் தாவமுடியவில்லை . காரணம் விவாதமும், எதிர்விவாதமும் ஒரு கட்டத்தில் சடுகுடு ஆட்டமாகி விடுகிறது. இதில் உண்மை வெல்ல வேண்டும் என்பதற்கு பதிலாக தீயவைகளை பயன் படுத்தியாவது தனது அணி வெற்றிப் பெற வேண்டும் என்பதே மேலோங்குகிறது.

இந்த அரசியல் சடுகுடு ஆட்டத்தில் நான் தேசிய அணியில் இருந்தேன். அந்தக் காலத்தில் திராவிட நாடு, நம்நாடு, முரசொலி, தென்றல், இனமுழக்கம் போன்ற ஏகப்பட்ட திமுக பத்திரிகைகளை நான் படிப்பதுண்டு. சிலம்புச் செல்வரின் செங்கோல், ஜீவாவின் தாமரை போன்ற இதழ்களையும் படிப்பதுண்டு. அந்த காலத்தில் ஒவ்வொரு கட்சி கிளை அலுவலகங்களிலும் தினமணி, தினத்தந்தி போன்ற பத்திரிகைகளும், கட்சி பத்திரிகைகளும் வைக்கப் பட்டிருக்கும். காங்கிரஸ் பேச்சாளன் என்று அறியப்பட்ட நான், வடசென்னையில் திமுக கட்சி அலுவலகத்திற்கு

சென்று பல்வறு பத்திரிகைகளை படிப்பேன். யாரும் தவறாக எடுத்துக் கொள்ளமாட்டார்கள். அந்த அளவுக்கு சர்வக்கட்சி சமரசம் நிலவியது.

வடசென்னையில் உள்ள சர்தியாகராய கல்லூரியில் பேராசிரியர் அன்பழகன் அவர்கள் தமிழ் மாணவர் மன்ற சார்பாக உரையாற்றிய போது, அவரது பேச்சு திராவிட மயமாக இருந்ததால் அதை ஆட்சேபித்து முதல் வரிசையில் உட்கார்ந்திருந்த தேசிய மாணவனான நான் ஒற்றை மனிதனாய் வெளிநடப்பு செய்தேன். என்னைத் தவிர எல்லோருமே திமுக மாணவர்கள். ஒருவர் கூட என்னைக் கேலி செய்யவில்லை. என்னுடைய வெளிநடப்பு அவர்களுக்கு பிடிக்கவில்லை. என்றாலும் அதற்கு மரியாதை தெரிவித்தார்கள்.

அந்தக் கல்லூரியில் தமிழ் மாணவர் மன்றத்திற்கு என்னையே தலைவராகவும் தேர்ந்தெடுத்தார்கள். அங்கே தமிழ் தெலுங்கு மாணவர் பிரச்சனை ஏற்பட்ட போது நானும் திமுக மாணவர்களும் ஒன்றுபட்டு போராடி அதன் விளைவாக எங்களில் ஆறு பேர் கல்லூரியில் இருந்து துரத்தப் பட்டோம். அப்போது கல்லூரியின் அறக்கட்டளை தலைவராக இருந்த எம்.ஜி.ஆர் அவர்கள் எங்கள் உதவிக்கு வரவில்லை . காங்கிரஸ் ஆட்சியினர் எனக்காக ஒரு துரும்பைக் கூட எடுத்துப் போடவில்லை.

இறுதியில், தந்தை பெரியார்தான் எங்களை காஞ்சிபுரம் பச்சையப்பன் கல்லூரியில் சேர்த்து விட்டார். ஆனாலும், வெளியேற்றப்பட்ட மாணவர்கள் எம் ஜி ஆர் ஆதரவாளர்களாகவே இருந்தார்கள். நானும் காங்கிரஸ் மாணவனாகவே இருந்தேன். அந்த அளவுக்கு தனி நபர்கள் தலைவர்களாக இருந்தாலும் அவர்களை பின்தள்ளி தாங்கள் கொண்ட தத்துவமே முன்னிலைப் படுத்தப்பட்டது. இதனால் திமுக பேரலையில் தலைவர்களான, அமைச்சர்களான கவிஞர் வேழவேந்தன், வேலூர் விசுவநாதன், துரைமுருகன், ஆலடி அருணா, கே.ஏ. கிருஷ்ணசாமி போன்றவர்கள் இன்னும் என் நண்பர்களாக இருக்கிறார்கள். இப்படி தனிநபர் உறவு பாதிக்கப் படாமல் இருந்த நமது பொது வாழ்க்கை யார் கண்பட்டோ மாசுபட்டு விட்டது.

மாற்று கட்சியான திமுக மாணவர்களோடு ஒன்றிப்போன என்னால் கலைஞரோடு மட்டும் ஒன்ற முடியவில்லை.

1966ஆம் ஆண்டு புதுடில்லி வானொலி நிலையத்தில் தமிழ் செய்திப் பிரிவில் உதவி ஆசிரியராக சேர்ந்தேன். சட்டப் பேரவை தேர்தலில் விருதுநகரில் காமராசர் தோற்ற செய்தியை மத்தியான செய்தியில்

அழுதபடியே வாசித்தேன். காமராசர் தோல்வியை அங்கிருந்த கறுப்புத் தமிழர்களும், வெள்ளைத் தமிழர்களும் வாண வேடிக்கையோடு கொண்டாடினார்கள். இதற்கெல்லாம் முதல் காரணம் கலைஞர் என்றே நான் நினைத்தேன். அவர் மீது இருந்த வெறுப்பு மேலும் மேலும் கூடியது.

இந்த தோல்விக்குப் பிறகு காமராசர் கன்னியாகுமரி தொகுதியில் போட்டியிடுகிறார். பொதுப்பணித்துறை அமைச்சராக இருந்த கலைஞர் அங்கேயே முகாமிட்டு பெருந்தலைவரை தோற்கடிப்பதற்காக தேர்தல் பிரசாரத்தை முடிக்கி விடுகிறார். ஊர் ஊராக போகிறார். காமராசரை பற்றி காரசாரமாக விவாதிக்கிறார். நான் மட்டும் அவரது தேர்தல் கூட்டத்தை பார்த்திருந்தால் அவரை நோக்கி. ஒரு கல்லைக்கூட வீசியிருப்பேன். ஆனாலும் காமராசர் வெற்றி பெற்று விட்டார் காமராசர் எதிரி என் எதிரி என்று நினைத்த நான் இப்போதோ என் எதிரியான கலைஞர் காமராசரின் எதிரி என்று நினைக்கத் துவங்கினேன்.

காமராசர் வெற்றி பெற்ற செய்தி வெளியான ஒரு வாரத்திற்குள் அரசு விடுப்பில் சென்னை வந்தேன். என் இனிய நண்பர் க. பா. பழனியை சந்தித்தேன். மாணவர் காங்கிரஸ் சார்பில் சட்டப் பேரவை உறுப்பினராக இருந்த இனிய நண்பர். வெளிப்படையாக பேசுகிறவர். கன்னியாகுமரி தேர்தலில் முகாமிட்டவர். அவரை பார்த்ததும் காமராசரை முறியடிக்க நினைத்த கருணாநிதி என்பவரை கண்டபடி திட்டினேன். 'அந்தாளு எந்த மாதிரி' என்று கேட்டேன். உடனே 'பழனி பிரிலியென்ட் பெல்லோ பிரைனி சாப், திமுகவின் பேக்போன்' என்று மணிப் பிரளவ ஆங்கிலத்தில் அசத்தினார். நான் அவரை அச்சுறுத்துவது போல் பார்த்தபோது ஒரு நிகழ்ச்சியை விளக்கினார்.

தஞ்சையில் திமுக அரசுக்கு எதிராக இந்த பழனி ஒரு போராட்டம் நடத்தினாராம். அங்கே சுற்றுப் பயணமாய் சென்ற பொதுப்பணித்துறை அமைச்சர் கருணாநிதிக்கு எதிராக கறுப்புக் கொடி காட்டியதோடு. 'பானை இங்கே படியரிசி' எங்கே என்று திமுகவினர் தேர்தலின்போது கொடுத்த வாக்குறுதியை நினைவு படுத்தினாராம். காவல்துறையினரும் காங்கிரஸ்காரர்கள் பரம சாதுக்கள் என்பதால் கலைஞரின் பாதுகாப்பு பற்றி கவலைப்பட வில்லையாம். ஆனால், அமைச்சர் கருணாநிதியோ கறுப்புக் கொடி காட்டிய தொண்டர்களின் தலைவரான பழனியை நெருங்கி 'காங்கிரஸ் போராட்ட தலைமை உங்களிடம் வந்ததற்காக உங்களை வாழ்த்துகிறேன் பழனி என்று சொல்லி விட்டு போனாராம்.

அகாலமாக மரணமடைந்த தஞ்சை மனிதரான என் தோழர் பழனி அரசியலை ஒரு சடுகுடு ஆட்டமாகவே எடுத்துக் கொண்டார். கலைஞரின் புகழையே அடிக்கடி சொல்லிக் கொண்டிருப்பார். பொதுவாழ்க்கையில் தனிமனித வெறுப்போ, துதி பாடலோ கூடாது என்பார். அவரால் பெருந்தலைவர் காமராசரையும் நேசிக்க முடிந்தது. அதே சமயம் பெருந்தலைவரை கடுமையாக விமர்சித்த கலைஞரோடும் அன்பு பாராட்ட முடிந்தது.

ஆனால், என்னால் அப்படி இருக்க முடியவில்லை. பழனி ஆயிரம் சொன்னாலும் கலைஞருக்கு எதிரான என் வன்மம் கூடியதே தவிர, குறையவில்லை. இவ்வளவுக்கும் கலைஞருக்கு இந்த சமுத்திரத்தைப் பற்றியே தெரியாது. தெரிந்தாலும் ஒரு பொருட்டல்ல. ஆனாலும், கலைஞரை வெறுப்பதை ஒரு சமூக கடமையாகவே நான் நினைத்தேன்.

புதுடில்லியில் இருந்து விடுமுறையில் வந்தபோது, அப்போதைய மவுண்ட் ரோடு வழியாக நண்பர்களோடு நடந்துக் கொண்டிருந்தபோது, ஒரு கார், முன்நோக்கிப் போய்க் கொண்டிருந்தது, ஒரு நண்பர், அந்தக் காரில் முன்னிருக்கையில் கலைஞர் போவதாகக் குறிப்பிட்டடார். எனக்கு ஆச்சரியமாக இருந்தது. ஆனந்தமாக பின்னிருக்கையில் இரண்டு பக்கமும் பறவைகளின் இறக்கை மாதிரி கைகளைப் போட்டுக் கொண்டு அமராமல், முன்னிருக்கையில் உட்கார்ந்து, சடன் பிரேக்கில் முகம் கண்ணாடியை இடிக்கக் கூடிய நிலையில் அவர் ஏன் அப்படி போனார் என்பது புரியவில்லை. இதுதான் கருணாநிதியின் இயல்போ என்று அப்போது வியந்துக் கொண்டேன்.

தான்
ஆடாவிட்டாலும்
சதை ஆடி...

1974 ஆம் ஆண்டு மே மாதம் சென்னை வானொலி நிலையத்தில் உள்ள நிகழ்ச்சிப் பத்திரிகையான வானொலிக்கு பொறுப்பாசிரியராக நியமிக்கப்பட்டேன். ஐந்து ஆண்டுகளுக்கு முன்பு என்னை சென்னைக்கு மாற்றும்படி டில்லி மேலிட அதிகாரிகளை கெஞ்சியிருக்கிறேன். அவர்கள் கண்டுக்கவே இல்லை. அகிய இந்திய தகவல் தொடர்பு அதிகாரிகள் சங்கத்தின் பொதுச் செயலாளராக நான் தேர்ந்தெடுக்கப்பட்டு சில தடாலடி நடவடிக்கைகளை எடுத்து அமைச்சகத்தை அதிரச் செய்தேன். ஆனாலும், குடும்ப நிலவரம் காரணமாக நான் சென்னைக்கு வந்தாக வேண்டிய கட்டாயம். காலையில் மனு போட்டேன் தொலைந்தால் சரி என்பது மாதிரி மாலையிலே மாற்றல் உத்தரவை போட்டு விட்டார்கள். எங்கள் சகாக்களின் மகத்தான வருத்தம் கலந்த வழியனுப்போடு சென்னை வந்து பொறுப்பேற்றேன். அப்போது இளைய ராஜா வானொலி நிலைய படிக்கட்டுகளில் ஏறி இறங்கி, கொண்டிருப்பார். அவருடைய புகைப்படத்தை அடிக்கடி வானொலி பத்திரிகையில் வெளியிட்டேன்.

1975 ஆம் ஆண்டு ஜூலை 25ம் தேதி நாட்டில் நெருக்கடி நிலை பிரகடனப் படுத்தப்பட்டது. பிரதமர் இந்திராவின் தேர்தல் செல்லாது என்று அலகாபாத் உயர் நீதிமன்றம் அளித்த தீர்ப்பு கேலிக்குரியது. உச்ச நீதிமன்றத்தில் மேல்முறையீடு தாக்கல் செய்த இந்திராகாந்தியை பதவி விலக வேண்டும் என்று எதிர்கட்சிகள் கோரியது அற்பத்தனமானது. இதற்காக இந்திராகாந்தி நெருக்கடி நிலையை பிரகடனப் படுத்தியது அசிங்கமானது.

என்றாலும், தமிழகத்தைப் பொறுத்தளவில் மார்க்சிய கம்யூனிஸ்ட் கட்சி, திராவிட முன்னேற்ற கழகம் ஆகியவற்றை தவிர பெரும்பாலான கட்சிகள் நெருக்கடியை வரவேற்றன. வீர தீர பிரதாபங்களை வெளியிடும் பல்வேறு சங்கங்களும், ஊழியர் அமைப்புகளும் இந்த பிரகடனத்தை வரவேற்பதாக அறிக்கைகள் விட்டனர். எங்கள் நிலையத்திற்கு முன்னால் எனது கண் முன்னாலேயே அரசை விமர்சித்ததற்காக ஒருவரை வடநாட்டு போலீசார் கைது செய்து கொண்டு போனார்கள். இம் என்றால் சிறைவாசம், ஏனென்றால் வனவாசம் என்ற கதைதான்.

நெருக்கடி நிலை பிரகடனப் படுத்தப்பட்ட போது முதல்வராக இருந்த கலைஞர் மறைமுகமாகப் போர்க்கொடி தூக்கியது அவர் மீது எனக்கு முதல் தடவையாக ஒரு ஈர்ப்பை ஏற்படுத்தியது. இந்திராகாந்தியை எதிர்த்த ஜார்ஜ் பெர்னாண்டஸ் உள்ளிட்ட பல்வேறு தேசிய தலைவர்களுக்கு அவர் புகலிடம் வழங்கினார். பெருந்தலைவர் காமராசரை கைது செய்ய வேண்டும் என்று வந்த ஆணையையும் கிடப்பில் போட்டு விட்டார். நெருக்கடி நிலையினால் நாடு என்ன ஆகுமோ என்று பதறிப் போன பெருந்தலைவரும், கலைஞரும் ஒருவருக்கு ஒருவர் முட்டுக் கொடுத்துக் கொண்டார்கள். ஆனால், பெருந்தலைவர் 1975ஆம் ஆண்டு அக்டோபர் இரண்டாம் தேதி அண்ணல் காந்தி பிறந்தநாளில் காலமானார். கலைஞர் அரசு 1976ஆம் ஆண்டு ஜனவரி மாத இறுதியில் பதவி நீக்கம் செய்யப்பட்டது. குடியரசு தலைவரின் ஆட்சி அமுலுக்கு வந்தது. இ ஆய அதிகாரிகளான ஆர்.வி. சுப்பிரமணியமும், தாவேயும் தமிழக அரசின் ஆலோசகர்களாக வந்தார்கள். ஆர்.வி.எஸ் பதவியேற்ற உடனேயே தவத்திரு குன்றக்குடி அடிகளாரை கைது செய்ய ஆணையிட்டதாக அறிகிறேன். காஞ்சி சங்கராச்சாரியார் அவர்களின் தலையீட்டால் அடிகளார் கைது செய்யப்பட வில்லை.

என்றாலும் தேசியவாதி என்ற முறையில் கலைஞர் ஆட்சி பதவி நீக்கம் செய்யப்பட்டதில் மகிழ்ச்சிதான். இந்திரா அரசு கலைஞரின் மகன் மு.க.ஸ்டாலின் உள்ளிட்ட அவருக்கு வேண்டிய முக்கியமானவர்களை சிறையில் தள்ளியது.

ஒருநாள், எனது அறையில் நானும் வானொலியின் மூத்த செய்தியாளரும் இப்போது பத்திரிகை தகவல் அமைப்பின் இயக்குநராகவும் உள்ள டி.ஜி. நல்லமுத்து என்னோடு பேசிக் கொண்டிருந்தார். முன்பெல்லாம், கலைஞரை விமர்சிப்பதுதான் எங்களது பொழுது போக்காக இருந்தது. இப்படி, நாங்கள் கலைஞரை கடுமையாக விமர்சிக்கும் சமயங்களில் கலைஞரின் அருமை பெருமைகளை எடுத்துரைக்கும் எங்க அலுவலகத் தோழர் ஒருவர், ஆட்சி மாறிய பிறகும், எனது அறைக்கு வந்தார். ஒரு தகவலை சிரித்தபடியே சுவையாக எங்களை மகிழ்விக்கும் நோக்கத்தோடோ என்னவோ குறிப்பிட்டார்.

முகஸ்டாலின், கோபாலபுரத்தில் உள்ள முதல்வர் வீட்டில் கைது செய்யப்பட்டு போலீஸ் வேனில் ஏற்றப்பட்டாராம். கலைஞர் வேனில்

இருந்த தனது மகனின் கையைப் பிடித்துக் கொண்டு விடை கொடுக்கப் போனாராம். அப்போது, ஒரு வடநாட்டு காவலர், லத்திக் கம்பால் வேனை அடித்து, கலைஞரை மிரட்டும் தொனியில் பார்த்துவிட்டு 'சலோ சலோ' என்று சொல்லி விட்டு ஸ்டாலினோடு வேனில் ஏறி பறந்து விட்டாராம்.

இந்தத் தகவலை கேட்ட நான், மகிழ்ச்சி பொங்க தோன்றிய அவரிடம் கொஞ்ச வேல இருக்கு... தயவு செய்து அப்புறம் வாருங்கள்' என்று சொல்லிவிட்டு அப்படியே அசையாது இருந்தேன். உடனே, நல்லமுத்து 'எதற்குப்பா அவர விரட்டுற என்றார். நான் விளக்கினேன். விளக்கினேன் என்பதை விட நெகிழ்ந்து போன குரலில் உடைந்து போய்ச் சொன்னேன் என்று குறிப்பிடலாம். 'ஆயிரந்தான் இருந்தாலும் கருணாநிதி (கலைஞரல்ல) நம்மவர்' மூன்று நாட்களுக்கு முன்புவரை, அரசனாக வாழ்ந்தவர். அவரை கேவலப்படுத்துவது போல் ஒரு காவலர் நடந்து கொண்டது தமிழனின் கண்டனத்துக்கு உரியது. இதைவிடக் கேவலமானது கலைஞரின் ஆதரவாளராக கூறிக்கொண்ட இந்த நண்பர் நாம் மகிழ்ச்சி அடைவோம் என்று நினைத்து, இந்த தகவலை சிரிப்பும் கும்மாளமுமாய்ச் சொன்னது! என்று பதிலளித்தேன்.

இந்தச் சூழலை எழுதும் இப்போது கூட, கலைஞர் வேனை தொட்டுக்கொண்டு இருப்பது போலவும் ஸ்டாலின் வேனுக்குள் இருப்பது போலவும் காவலன் அப்படி நடந்து கொண்டது போலவும் காட்சி வருகிறது. இதற்கு பெயர்தான், தான் ஆடாவிட்டாலும் சதையாடும் என்பதோ? உண்மையிலோ அந்த தகவலை கேட்ட நான் ஆடிப் போய்விட்டேன்.

சென்னை வானொலி நிலையத்தில் இருந்து சென்னையிலே உள்ள களவிளம்பரத்துறைக்கு என்னை மாற்றினார்கள். கலைஞர் அரசு செய்ததாக கூறப்படும் ஊழல் பட்டியலை கையில் கொடுத்து மேடைதோறும் பேச வேண்டும் என்றார்கள். அப்போது பத்திரிகை தணிக்கை செயல்பாட்டில் இருந்ததால் எங்களது அரசியல் பேச்சு செய்திகளானது இல்லை. எனக்கு இது அதிகமாக பிடிக்கவில்லை என்றாலும் பொது வாழ்க்கையில் ஊழலற்ற நிலைமை வரவேண்டும் என்ற காரணத்திற்காக மேடையில் ஏறியதும் கலைஞர் அரசை கடுமையாக விமர்சித்து இருக்கிறேன். அதேசமயம் மேட்டுக்குடியான மத்திய மாநில உயர் அதிகாரிகள் கலைஞரை விமர்சிக்கும் போது, என் ரத்தம் கொதித்தது.

ஒரு தடவை, மத்திய, மாநில மக்கள் தொடர்பு அதிகாரிகளின் கூட்டம் ராஜாஜி மண்டபத்தில் நடைபெற்றது. தமிழக அரசின் சர்வ வல்லமை மிக்க ஆலோசகர் தவே அவர்கள் கூட்டத்திற்கு தலைமை தாங்கினார். அவர் பேசி முடித்ததும் நான் 'நெருக்கடி காலத்தை சாக்காக்கி காவற்துறையினரும் இதர அதிகாரிகளும் தங்கள் மாமூலைக் கூட்டிக் கொண்டார்கள். மக்கள் மத்தியில் ஒரு முணுமுணுப்பு இருக்கிறது என்றேன். இது தவேக்கு பிடிக்கவில்லை. கோள் சொல்லலாகாது என்றார். உடனே, என் எதிர்ப்பை காட்டும் வகையில் அவர் முன்னால் ஒரு சிகரெட்டை பற்ற வைத்துக் கொண்டு கூட்டத்தை விட்டு வெளிநடப்பு செய்வதுபோல் பத்து நிமிடம் வெளியே போனேன். இதனால் எனக்கு திமுக முத்திரை குத்தப்பட்டு என்னை அந்தமானுக்கு மாற்ற வேண்டும் என்று சென்னையில் உள்ள உயர் அதிகாரிகள் குழு அமைச்சரவைக்கு பரிந்துரைத்து அதுவும் ஆணையாகப் போன நேரம். எப்படியோ செய்தி தெரிந்து தமிழ்நாடு காங்கிரஸ் கமிட்டியின் அப்போதைய பொதுச் செயலாளர்களில் ஒருவரான என் இனிய தோழர் ஏ.கே. சண்முகசுந்தரத்தை அணுகினேன். அவர் அந்த ஆணை வராமலே பார்த்துக் கொண்டார்.

நெருக்கடிக்கால பத்திரிகை தணிக்கை அதிகாரிகள் குறிப்பாக இலக்கியவாதியான வெங்கட்ராமன் என்பவர் முரசொலியின் சாதுரியத்தை அதன் பின்னால் உள்ள கலைஞரின் திறமையை பாராட்டுவார். பத்திரிகைகள் முன்கூட்டியே தனது செய்திகளையும், லே அவுட்களையும் தணிக்கை குழுவிடம் காட்டியாக வேண்டும். தணிக்கை குழுவின் ஒப்புதலுக்கு பிறகே பத்திரிகைகள் வெளியாக வேண்டும் என்ற இரும்புக் கரம் செயல்பட்டுக் கொண்டிருந்தது. முரசொலி பத்திரிகையும் தணிக்கைக்கு வரும். ஆனால், கலைஞரோ ஒரு சில செய்திகளில் தணிக்கை அதிகாரிகளின் கண்களை மறைத்து விட்டார். சிறையில் எவரெல்லாம் கைதிகளாக இருக்கிறார்கள் என்று கூட பத்திரிகைகள் வெளிப்படையாக எழுத முடியாத நேரம். இந்தச் சமயத்தில் கலைஞரின் முரசொலியில் அண்ணா சமாதிக்கு வர இயலாதவர்கள் என்று மு.க.ஸ்டாலின் உள்ளிட்ட முக்கியமானவர்களின் பெயர்களை விலாவாரியாக வெளியிட்டார்.

சென்னை தொலைக்காட்சியிலும், வானொலியிலும் கலைஞரை வில்லத்தனமாக பல தலைவர்கள் சித்தரித்தார்கள். திருப்பி பதிலளிக்க கலைஞருக்கு வாய்ப்பு கொடுக்கப்படாமலே அவரோடு கூடிக்

குலாவியவர்கள் கூட இந்த ஊடகங்களில், கலைஞுரை கடுமையாகவும், கேவலமாகவும் சித்தரித்து பேசினார்கள். இந்த மாதிரி சமயங்களில் கலைஞுரின் மனம் என்ன பாடுபட்டிருக்கும் என்பதை நான் நினைத்தபோது எனக்கு கலைஞுர் மீது அனுதாபம் ஏற்பட்டது. அந்த அனுதாபமே அன்பானது.

வெந்த புண்ணில் வேலை பாய்ப்பது போல், வள்ளுவர் கோட்டத்தைக் கட்டிய கலைஞுருக்கு அங்கே இடமில்லாமல் போய்விட்டது. வள்ளுவத்தின் மாண்புகளையும் அதில் உள்ள நவீனத்துவங்களையும் தக்காரும் மிக்காரும் இல்லாமல் இந்த கோட்டத்தைக் கட்டிய கலைஞுர் அங்கே இகழப்பட்டார். வள்ளுவர் கோட்ட திறப்பு விழாவில் பேச்சாளர்கள் அனைவரும் கலைஞுரை கேவலப்படுத்தி சித்தரித்தார்கள். இதை உவமை கவிஞுர் சுரதா கடுமையாக எதிர்த்து ஒரு ரகளையே ஏற்படுத்தி விட்டார். இது கண்டு நானும் ஒரு முழுத் தமிழனானேன். கவிஞுர் சுரதா இப்போது கோமாளித்தனமாக பேசிவிடுகிறார். ஒரு கட்டத்தில் காலடி கலாச்சாரத்திலும் சிக்கிக் கொண்டார். ஆனாலும் அன்று தன்னுடைய உயிரைப் பற்றி கவலைப் படாமல் அவர் எதிர்ப்பு காட்டியது இன்னும் என்னை வீறுகொள்ளச் செய்கிறது.

இதனால், நான் கலைஞுரை மறுபரிசீலனை செய்யத் துவங்கினேன்.

கலைஞர் வீட்டில்
ஒரு
சமுத்திரக் கூச்சல்

1979 ஆம் ஆண்டு நவம்பர் மாதம் திட்டம் பத்திரிகையில் உதவி ஆசிரியராக பொறுப்பேற்று சரியாக இரண்டு ஆண்டுகள் கழித்து சென்னை தொலைக்காட்சி நிலையத்தில் உதவி செய்தி ஆசிரியராக நியமிக்கப்பட்டேன்.

இந்த சென்னை தொலைக்காட்சி நிலையத்தின் செய்திப் பிரிவில் ஏற்பட்ட குழப்பத்தை சமாளிக்க நான்தான் சரியான அலுவலர் என்று நினைத்து டில்லி மேலிடம் என்னை அந்த நிலையத்தில் நியமித்தது. இந்தச் செய்திப் பிரிவு இப்போது போல் ஒழுங்கு செய்யப்படாமல் கிட்டத்தட்ட பைத்தியக்கார மருத்துவமனை போல் தோற்றம் காட்டியது.

இந்த நிலையத்தில் முக்கால்வாசிப்பேர் எதிர்க்கட்சித் தலைவராக இருந்த கலைஞரின் தீவிரமான, அதே சமயம் தெளிவான ஆதரவாளர்கள். அப்போது முதலமைச்சராக இருந்த எம் ஜி ஆர் அவர்கள் செல்வி ஜெயலலிதாவை அரசியலுக்கு கொண்டு வருவதற்கு வெள்ளோட்டமாக ஏதோ ஒரு விழாவில் அவரை குத்து விளக்கேற்றச் செய்தார். கலைஞரின் தீவிர பக்தரான ஒரு எடிட்டர் இந்த விளக்கு நிகழ்ச்சியை துண்டித்து விட்டார். இது என் கவனத்திற்கு வந்த போது, தேசிய செய்தி ஒளிபரப்பில் குத்துவிளக்கு இத்தியாதிகள் செய்திகளாகாது என்பதால், அந்த வெட்டை ஏற்றுக் கொண்டேன். இதைப் பார்த்த எம்.ஜி.ஆருக்கு கடுங்கோபம்.

மறுநாள் கோபத்துக்கான இந்தக் காரணத்தை வெளிப்படையாக சொல்லாமல் வேறு காரணங்களைக் கூறி தொலைக்காட்சியை பகிஷ்கரிப்பதாக அறிவித்தார். தமிழக அரசு விழாக்களை படமெடுப்பதற்கு அனுமதி கொடுக்க மறுத்தார். கடைசியில் எங்கள் இயக்குநரும் இன்னும் சில அதிகாரிகளும் மேலிடத்தின் கட்டளைப்படி முதல்வர் எம்.ஜி.ஆரிடம் அரசின் சார்பில் மன்னிப்பு கேட்டுக் கொண்டார்கள்.

இந்த நிலைமையில்தான், செய்தி ஆசிரியருக்கு உறுதுணையாக ஒத்துழைத்தேன். இதனாலேயே, பல சுயநலமிகள் செய்திகளுக்குள் நுழைத்த மூக்குகளை எடுத்துக் கொண்டார்கள். நானும் பகுதி நேர

செய்தியாளர்களை நியமிக்க காரணமானேன். பிரபல நடிகர் சரத்குமாரின் தந்தையும் எனது மூத்த சாகாவுமான ராமநாதன், எழுத்தாளரும் வானொலி மூத்த செய்தியாளருமான சுந்தா, இசக்கி, அருணாசலம், கூடவே தகுதி வாய்ந்த பத்திரிகையாளர்கள் ஆகியோர் எங்கள் பிரிவில் பணியாற்றினார்கள்.

இப்படி அந்தச் செய்திப் பிரிவை ஒழுங்கு படுத்திய பிறகு, செய்தி ஆசிரியர் தனது சுயரூபத்தைக் காட்டத் துவங்கினார். என்னை டெலிபிரிண்டரில் கட்டுக்களை மட்டுமே எடுக்கச் சொன்னார். அற்பத்தனமான செய்திகளை குறிப்பாக காங்கிரஸ் கட்சியின் துண்டு துக்கடா ஆசாமிகளின் செய்திகளை தேசிய செய்தியாக ஒளிபரப்பினார். இதில் அவருக்கும் எனக்கும் கடுமையான கருத்து மோதல் ஏற்பட்டது.

இந்தக் கட்டத்தில், அம்பேத்கார் பிறந்த மராட்டிய மாநிலத்தை சேர்ந்த செளடேக்கர் என்பவர் சென்னை தொலைக்காட்சி நிலைய இயக்குநராக பொறுப்பேற்றார். அம்பேத்காரியத்தில் இவருக்கு அத்தனையும் அத்துபடி. தாழ்த்தப்பட்ட, பிற்படுத்தப்பட்ட அலுவலர்களுக்காக மேலதிகாரிகளையும் பகைத்துக் கொண்டவர். என்னை அவருக்குப் பிடித்து விட்டது. என் பக்கம் உள்ள செய்தி நியாயமும் புரிந்து விட்டது. ஆகையால், எனக்கு ஆதரவாக செயல் பட்டார். இதனால், சர்வ வல்லமை மிக்க எனது செய்தி ஆசிரியரின் கோபத்திற்கு ஆளானார். அந்தக் காலத்திலும், இந்தக் காலத்திலும் நிலைய இயக்குநர்களை விட செய்தி ஆசிரியர்களே செல்வாக்கு உள்ளவர்கள். அத்தனை அரசியல் வாதிகளும் இவர்கள் சொல்வதைதான் கேட்பார்கள்.

உதவி ஆசிரியரான எனக்கும் அந்த செய்தி ஆசிரியருக்கும் ஒரு கெடுபிடி போர் நடந்து கொண்டு இருந்த போது, ஒரு நாள் மத்தியானம் நிலையத்திற்குள் நுழைந்தேன். அப்போது இயக்குநரின் அறைக்கு வெளியே ஒரே கூட்டம். கணித மேதை என்று கருதப்படுகிற சகுந்தலா தேவி, தலைவிரி கோலமாக 'மகாராஷ்டிர கயுதே' என்று திட்டிக் கொண்டு இருக்கிறார். அத்தனை ஊழியர்களும் வேடிக்கை பார்க்கிறார்கள். சிலர் 'மேடம், மேடம்' என்று தாஜா செய்கிறார்கள். விசாரித்துப் பார்த்ததில், தன்னை கணித மேதையாகக் காட்டிக் கொண்ட சகுந்தலா தேவி, எங்கள் இயக்குநர் அறைக்குள் நுழைந்து தொலைக்காட்சியில் தனக்கொரு நிகழ்ச்சி தரவேண்டும் என்று கேட்டிருக்கிறார். இயக்குநர் தனது இயலாமையை அவருக்கு விளக்கியிருக்கிறார்.

அப்போது கர்நாடக மாநிலத்திலும் தொலைக்காட்சி நிலையம் இல்லை. இதனால், இந்த அம்மையாருக்கு ஒரு நிகழ்ச்சி கொடுக்க வேண்டும் என்று இந்த இயக்குநரே மேலிடத்திற்கு ஒரு கடிதம் எழுதியிருந்தார். இந்த அம்மையார் இந்திரா காந்திக்கு எதிராக தேர்தலில் போட்டி இட்டதை மனதில் வைத்து, இவரது முகமே தொலைக் காட்சியில் தெரியக் கூடாது என்று மேலிடம் ஆணை போட்டது. இதைச் சொல்லவும் முடியாமல், மெல்லவும் முடியாமல், எங்கள் இயக்குநர் இவரிடம் மென்மையாகப் பேசி சமாளிக்கப் பார்த்திருக்கிறார். ஆனால், இவரது கொடூரமான ஆபாசமான வார்த்தைகளால் அதிர்ந்து போன இயக்குநர், எப்படியோ அறை வாசலைத் தாண்டி இரண்டாவது மாடிக்கு சென்று ஒரு அதிகாரியின் அறைக்குள் ஒளிந்து கொண்டார்.

சகுந்தலா தேவியோ அப்போதே அங்கேயே நிகழ்ச்சி கொடுக்கவில்லை என்றால் நடப்பது வேறு என்று மிரட்டுகிறார். இடையில் சென்ற நான், எவ்வளவோ சொல்லிப் பார்த்தேன். என்னுடைய நயவுரை அவருக்குப் புரியவில்லை . பிறகு மரியாதயா போடி இல்ல போலீஸ்ல ஒப்படைப்பேன் என்று கத்தினேன். இந்த இயக்குநரிடம் ஆதாயம் தேடிய அதிகாரிகள் சும்மா இருந்த போது, சில தலித் ஊழியர்கள் என்னோடு சேர்ந்து கொண்டார்கள். சகுந்தலா தேவி சொல்லாமல் கொள்ளாமல் ஓடிவிட்டார்.

இரண்டாவது மாடியில் இருக்கும் செய்தி பிரிவுக்கு வந்த நான், இந்தச் சம்பவத்தை, எனது சகாக்களோடு பகிர்ந்து கொண்டேன். செய்தி ஆசிரியரின் கழுகுக் கண்களை நான் பார்க்கவில்லை. உடனடியாக அவர் பத்திரிகை தகவல் அலுவகத்தில் உதவி தகவல் அதிகாரியாக இருந்தவரும் கலைஞரால் பின்னர் இருநாவுக்கரசு என்று வர்ணிக்கப் பட்டவருடன் தொடர்பு கொண்டு சகுந்தலா தேவிக்கு செய்தியாளர் கூட்டத்தை ஏற்பாடு செய்து விட்டார். இந்த நரித்தனத்தை மறுநாள் செய்திதாள்களில் பார்த்தோம். சென்னை தொலைக்காட்சி நிலைய இயக்குநர் அலுவலகத்தில் குடிபோதையில் இருந்ததாகவும், சகுந்தலா தேவியுடன் தவறாக நடக்க முயற்சித்ததாகவும் அத்தனை பத்திரிகைகளிலும் கிட்டத் தட்ட தலைப்புச் செய்திகள் வெளியாயின. இந்த பத்திரிகைகளுக்கு சௌடேக்கர் தரப்பில் என்ன நடந்தது என்பதை கேட்க வேண்டும் என்ற ஒரு நாகரீகம் கூட இல்லை . அவர் ஒரு தலித் என்பதுதான் காரணம். சகுந்தலா தேவியின் செல்வாக்கை கணக்கில்

எடுத்து சௌடேக்கரை களங்கப்படுத்தி செய்திகளையே வியாபாரமாக்கி விட்டார்கள்.

இதன் எதிர்வினையாக, தாசில்தாராக இருந்து பின்னர் படிப்படியாக முன்னேறிய சௌடேக்கரை பற்றிய சுயவரலாற்றுக் குறிப்பை முதலில் தாமரையில் வெளியிட்டேன். இவர் ஒழுக்கம் என்று வருகின்ற போது அப்பழுக்கற்றவர். குடி என்றால் என்ன என்றே தெரியாதவர். சிறந்த கவிஞர். போராளி. என்றாலும் தமிழகத்தின் பத்திரிகைத்தனம் புரியாமல் ஆடிப் போனார். ஆனாலும், நான் அவரை ஆற்றுப்படுத்தினேன்.

எந்த குங்குமத்தை வைத்து கலைஞரை குங்குமத் தமிழன் என்று முன்பு வர்ணித்தேனோ, அதே குங்குமத்தில் சௌடேக்கரின் சுருக்கமான சுயவரலாறு வெளியாகும் படி செய்தேன். சகுந்தலா தேவி அவரை இழிவு படுத்திய விவரமும் குங்குமத்தில் இடம் பெற்றது. தமிழகமெங்கும் உள்ள தலித் மக்கள் கொதித்துப் போனார்கள். அணி அணியாக லாரியில் வந்து சௌடேக்கருக்கு ஆதரவு தெரிவித்தார்கள். அன்று முதல் சௌடேக்கர் ஒரு வி.வி.ஐ.பி. ஆகிவிட்டார். குங்குமம் இவருக்கு உடலானது. கலைஞர் உயிரானார். நன்றிப் பெருக்கில் கலைஞர் என்ற பட்டத்தை சொல்ல முடியாமல் அவர் மழலையாக மாறும் போது எங்களால் சிரிக்காமல் இருக்க முடியாது.

இந்த நிகழ்ச்சிக்குப் பிறகு சௌடேக்கரின் மூத்த மகளின் திருமணம் சென்னை ராஜேஸ்வரி கல்யாண மண்டபத்தில் நடைபெறுவதற்கு திட்டமிடப்பட்டது. அழைப்பிதழும் தயாராகி விட்டது. சௌடேக்கர் கலைஞரை நேரில் சந்தித்து அழைப்பிதழை கொடுக்க வேண்டும் என்றார். நானும் அழைப்பிதழ் கொடுக்க ஒரு நிமிடம் தானே என்று அவரை அழைத்துக் கொண்டு கலைஞரின் வீட்டிற்குச் சென்றேன்.

கலைஞர் மாடியில் எழுதிக் கொண்டிருப்பதாக உதவியாளர்கள் சொன்னார்கள். ஒரே ஒரு நிமிடம் என்று மன்றாடினோம். உடனே மாடிக்குப் போன ஒருவர், மீண்டும் திரும்பி வந்து 'கலைஞர் எழுதும்போது யாரும் போகக் கூடாதுங்க' என்றார். கலைஞர் எங்களை அனுமதிக்கவில்லை என்று அனுமானித்துக் கொண்டோம். ஒருவேளை, அந்த உதவியாளரே கலைஞரின் எழுத்து 'மூடைப் பார்த்து விட்டு அவரிடம் விவரம் சொல்லாமல் வந்திருக்கலாம் என்ற சிந்தனை எங்களுக்கு ஏற்படவில்லை. முன்னனுமதி பெறாமல் சென்றதும் எங்களுக்கு பெரிதாகத் தெரியவில்லை.

எனக்கோ , கட்டுக்கடங்காத கோபம். கலைஞருக்கு ஆதரவாக செளடேக்கர் மூலமும் அப்போது பொறுப்பு ஆசிரியராக இருந்த என் மூலமும் ஏராளமான நிகழ்ச்சிகளை, செய்திகளை ஒளிபரப்பி வந்தோம். கலைஞரும் எங்களிடம் ஈடுபாடு கொண்டிருப்பார் என்பதைவிட கொண்டிருக்க வேண்டும் என்றே நினைத்தோம். எனக்கோ, ஒரு சக்தி வாய்ந்த நிலையத்தை, கலைஞருக்கு சரியாக பயன்படுத்தத் தெரியவில்லையே என்ற கோபம். ஒரு நிமிட சந்திப்பில் என்ன ஆகிவிடும் என்கிற வேகம். அவரது வீட்டிலேயே அவருக்கு எதிராக கத்தினேன். ஒரு சாதாரண வீட்டில் இப்படி கத்தினாலே விளைவுகள் விபரீதமாக இருக்கும். ஆனால், கலைஞரின் உதவியாளர்களோ, முகத்தில் கோபக்குறியை காட்டாமல் நயம்பட பேசி எங்களை அனுப்பி வைத்தார்கள். இந்த நயத்தகு நாகரீகம், கலைஞர் கொடுத்த பயிற்சியால் ஏற்பட்டிருக்கலாம்.

சென்னைத் தொலைக்காட்சி நிலையத்திற்கு திரும்பியதும் என் கூச்சலை நானே கேட்டு எனக்கு உள்ளூர உதறல். ஆயிரம் இருந்தாலும், நானும், செளடேக்கரும் அரசு ஊழியர்கள். அதிகார வர்க்க ஏணியில் நடுப்படிக்கட்டுகள். கலைஞரோ, இந்த ஏணியே எட்ட முடியாத உயரத்தில் இருப்பவர். எனது நடத்தையைப் பற்றி ஒரு வரி முரசொலியில் எழுதினால் போதும். நான் சஸ்பெண்ட் ஆவேன். எலியோடு தவளை கூட்டு சேர்ந்த கதைபோல் செளடேக்கரும் ஒரு வழியாகி இருப்பார். இப்படி ஏதாவது செய்ய மாட்டோமா என்று மேலதிகாரிகளும் இருநாவுக்கரசிடம் வாங்கித் தின்ற ஒருசில செய்தியாளர்களும் காத்துக் கிடந்தார்கள். ஒரு வாரம் வரை முரசொலியை ஆழமாக படித்தேன். சின்னச் செய்திகளைக் கூட தேடித்தேடி படித்தேன். கலைஞர் கூட அப்படி படித்திருக்க மாட்டார்.

செளடேக்கர் மகளின் திருமணநாள் வந்தது. மாலையில் வரவேற்பு. ஏராளமான சினிமா தயாரிப்பாளர்கள், தொழிலதிபர்கள், நடிகநடிகையர்கள், அரசு அதிகாரிகள் என்று கண்கொள்ளாக் கூட்டம். திடீரென்று கூட்டத்தில் ஒரு பரபரப்பு. கலைஞர் வந்து கொண்டிருக்கிறார். அப்போதுதான் நான் அவரை முதல் தடவையாக நேருக்குநேர் பார்க்கிறேன். அவர் முகத்தில் ஒரு சின்னச் சிரிப்பு.

நான், அப்போதைக்கு கலைஞர் மயமாகி விட்டேன்.

இந்தக் கட்டத்தில் கலைஞருக்கு ஏற்பட்ட ஒரு வன்முறை எனக்கு ஏற்பட்டதாக துடித்துப் போனேன்.

பிரதமர் இந்திராகாந்தியுடன் கலைஞர் கூட்டணி வைத்திருந்த காலம். அவர் சென்னைக்கு வந்திருந்தபோது முதல்வர் எம்.ஜி.ஆரும், கூட்டணி சகா கலைஞரும் விமான நிலையத்திற்குச் சென்றார்கள். விமானம் தரையிறங்கியதும் எம். ஜி. ஆர் விமானத்திற்கு அருகே போயிருந்தார். இந்த இடத்திற்கு முக்கியமான தலைவர்களைத்தான் அனுப்புவார்கள். கலைஞரும் விமானத்திற்கு அருகே போக முற்பட்டபோது அப்போதைய துணை போலீஸ் கமிசனர் ஒருவர் கலைஞரின் கையைப் பிடித்து போகக்கூடாது என்பது போல் இழுத்தார். இதைப் பார்த்து பத்திரிகையாளர்களான எங்களில் ஒரு சிலர் கூச்சலிட்டோம். முதல்வர், இந்திரா காந்தியோடும் திரும்பி வந்தார். கலைஞர் அவரிடம் தனக்கு ஏற்பட்ட வன்முறையை விளக்குவது போல் இருந்தது. ஆனால், எம்.ஜி.ஆர் கண்டு கொள்ளவில்லை. இருவரும் இடம் மாறி இருந்தால், கலைஞர் எம் ஜி ஆரை அவமதித்த அந்த அதிகாரியை அங்கேயே அவரிடம் மன்னிப்புக் கேட்கச் செய்திருப்பார்.

காரணம், இது தமிழன் பண்பாடு.

அன்பாலயத்தில்
ஒரு
அதிகப் பிரசங்கித்தனம்

சென்னை தொலைக்காட்சியில் உதவி ஆசிரியராக பணியாற்றி பலரிடம் வாங்கிக் கட்டிக் கொண்டு நீதிமன்றம் சென்று பின்னர் மேல் மட்டத்திற்கும் எனக்கும் ஏற்பட்ட உடன்பாட்டின் படி, 1985 ஆம் ஆண்டு நவம்பர் மாதவாக்கில் பெங்களூரில் மத்திய அரசின் களவிளம்பரத்துறை மாநில தலைமை அதிகாரியாக பொறுப்பேற்றேன். கன்னட ஊழியர்கள், என்னை பிறவி எதிரியாகவே பார்த்தார்கள். இதற்கு நம்மவர்களின் உலகாண்ட தத்துவமும், அந்த மாநிலத்தின் அரசியலில் ஒன்றிருக்காமல் தி.மு.க. அ.தி.மு.க என்று கட்சி வைத்துக் கொண்டு இங்குள்ள சினிமா நடிகர்களின் கட்அவுட்டுகளை தூக்கிக் கொண்டு ஊர்வலமாக போனதும் ஒரு காரணம். இதனால், கன்னட ஊழியர்கள், நானும் உலகாண்ட தமிழன் பரம்பரை என்று என்னை ஒரு மாதிரி பார்த்தபோது, நான் பெங்களூர் தமிழ்ச் சங்கத்தை ஒரு மாறுதலுக்காகவும், ஆறுதலுக்காகவும் அணுக வேண்டியதாயிற்று.

இங்கேதான், இலங்கை தமிழர்களுக்காக குரல் கொடுத்த பெங்களூர் சண்முகசுந்தரம் அவர்களைச் சந்தித்தேன். இந்தச் சந்திப்பு ஒரு மாத வாக்கில் தீவிர நட்பாகி விட்டது. இவர் சிறியன சிந்தியாத மனிதர். வள்ளலார் பக்தர். அதே சமயம் தமிழ்ச் சாதியிடம் கொண்ட தணியாத காதலால் விடுதலைப்புலிகளின் உள்நாட்டுப் போரை தீவிரமாக ஆதரித்தவர். இவர் உதவியில் பல விடுதலைப் புலிகள் தங்கி இருந்தனர். என் மீதும் அன்பு பொழிந்தனர்

அப்போது இலங்கை ராணுவம் விடுதலைபுலிகளை மட்டும் அல்லாது வேறு வழியில்லாமல் அவர்களை ஆதரிக்கும் இலங்கை தமிழர்களையும் வேட்டையாடிக் கொண்டிருந்தது. ஆனால், எதிர்க் கட்சித் தலைவரான கலைஞரோ பாராமுகமாய் இருப்பதுபோல் தோன்றியது. இவர் வழங்கப்போன நன்கொடையை விடுதலைப் புலிகள், முதல்வர் எம்.ஜி.ஆருக்குப் பயந்து மறுத்துவிட்டது எங்களுக்கு கலைஞருக்கு ஏற்பட்ட அவமானமாகத் தோன்றவில்லை. இது விடுதலைப் புலிகளின் போர்த் தந்திரமாகவே தோன்றியது. நாடாளுமன்றத்தில் வைகோ ஆவேசமாக பேசுவதைத் தவிர, தி.மு.க அதிகமாக அலட்டிக்

கொள்ளவில்லை. கலைஞரின் மௌனம் எங்களுக்கு கோபத்தைக் கொடுத்தது. கலைஞரை சந்தித்து, கர்நாடகத் தமிழர்களின் ஆதங்கத்தை தெரிவிக்க வேண்டும் என்று தீர்மானித்தோம்.

1986ஆம் ஆண்டுவாக்கில், கோபாலபுரத்தில், கலைஞரின் வீட்டை, தேடிக் கண்டுபிடித்து வாசலுக்குள் போய்விட்டேன். வீட்டில் ஒரு ஈ, காக்கா கூட இல்லாதது போன்ற தோற்றம். கலைஞர் எதிர்க்கட்சியாக இருந்தாலும், அவர் அந்தக் கட்சிக்கு அரசர் ஆயிற்றே - தொண்டர்கள் அவரை கைவிட்டு விட்டார்களா என்ற சிந்தனையோடு, கண்களைத் துழாவியபோது-

ஒடிசலான, மங்களகரமான ஒரு அய்ம்பது வயது பெண்மணி தென்பட்டார். முன்னர் பார்த்தப் புகைப்படத்தை வைத்து அவர்தான் கலைஞரின் துணைவியார் தயாளு அம்மா என்பதை தெரிந்து கொண்டேன். என்னை எழுத்தாளன் என்றும் பெங்களூரில் அரசு வேலை பார்ப்பவன் என்றும் அறிமுகப்படுத்திக் கொண்டு கலைஞரை பார்க்க வந்ததாக சொன்னேன். அப்போது அவர் பதிலளித்த வார்த்தைகளை என்னால் முழுமையாக ஒப்பிக்க முடியாது. ஆனால் இந்த பொருளில்தான் சொன்னார்

'உங்களுக்குத் தெரியாதா? அவர போலீஸ் பிடிச்சுட்டு போய் ஜெயிலுல போட்டுட்டாங்க.'

ஒரு தலைவரின் மனைவி போராளியாகவும் இருக்கலாம், அதேசமயம் அந்தத் தலைவரை வழிபடுத்தும் குடும்பப் பெண்ணாகவும் இருக்கலாம். ஆய்ந்து பார்த்தால் இந்த இரண்டிற்கும் வேறுபாடே கிடையாது. தயாளு அம்மா, ஒற்றை நகையோடு, காலணா அங்குலப் பொட்டோடு என்னைப் பார்த்ததையும் கலைஞர் ஏன் கைது செய்யப்பட்டார் என்று மண்வாசனை தஞ்சை தமிழில் விளக்கியதையும் கேட்டுக் கொண்டிருந்த போதே எனக்கு அழுகை வந்துவிட்டது. சொல்லாமல் கொள்ளாமல் திரும்பி விட்டேன்.

கலைஞர் முதலமைச்சராக இருந்தபோது அவரோடு பல, இடங்களுக்கு மாலை மரியாதைகளோடு சென்ற இந்த அம்மையார், பாதிக்கப்பட்ட கலைஞரின் துணைவியாராய் அவர் கண்களில் தோன்றிய கலக்கமும், வார்த்தைகளை உருவாக்கிய மெல்லிய குரலும் இன்னும் என் மனதை விட்டு நீங்கவில்லை. எனது சந்திப்பு, அந்த அம்மாவிற்கு ஆயிரத்தெட்டு நிகழ்ச்சிகளில் ஒன்று. நிச்சயம் அவர் மறந்திருப்பார். ஆனால், என்னால்

இன்றுவரை அந்த நிகழ்ச்சியை, அவரது துயரமான முகபாவத்தை மறக்க முடியவில்லை .

தயாளு அம்மாவை பார்த்து விட்டு, பெங்களூர் திரும்பிய நான் சண்முகசுந்தரம் அவர்களிடம், முதல்வர் எம். ஜி. ஆர் கலைஞரை அடாவடியாக வீட்டிலேயே கைது செய்து சிறையில் அடைத்திருப்பதை குறிப்பிட்டேன். அவரும் இதர தமிழர்களும் கொதித்துப் போனார்கள். 'நம்ம தமிழனுக்கு புத்தி இல்லையே என்று நொந்து கொண்டார்கள்.

தயாளு அம்மாவை சந்தித்த மூன்று மாத காலத்திற்குள் கலைஞரை சந்திக்கச் சென்றேன். அப்போது அறிவாலயம் இல்லை . தி.மு.க. தலைமை அலுவலகமான அன்பாலயம் இதற்கு அருகே மறுமுனையில் உள்ள இடத்தில் இருந்தது. அந்த அலுவலகத்தின் வரவேற்பு அறையில், சென்னை மாநகராட்சியின் முன்னாள் மேயரும் சட்டமன்ற உறுப்பினருமான சா. கணேசன் 'பி.ஏ.வாக' உட்கார்ந்திருந்தார். இதற்கு முன்பே, இவர் எனக்கு பழக்கம். அன்பு பொங்கும் முகம். உரத்துப் பேசாத மென்மை. பார்த்த உடனேயே நேசிக்க தோன்றும் முகபாவம். ஆக மொத்தத்தில் எளிமையின் உருவம். என்னை அன்புடன் வரவேற்றார். கலைஞரைப் பார்க்க வேண்டும் என்று சொன்னேன். நான் சொன்ன தோரணையில் கலைஞருக்கும் எனக்கும் நீண்டகால பழக்கம் இருக்கிறதாக நினைத்தாரோ என்னவோ.. ஒரு வேளை, எழுத்தாளர் ஒருவர் எப்போது வேண்டும் என்றாலும் தன்னை பார்ப்பதை கலைஞர் தவறாக எடுத்துக் கொள்ள மாட்டார் என்றும் நினைத்திருக்கலாம். 'உங்களுக்கென்ன தடையா போடுவார்? தராளமாகப் போங்க' என்றார்.

நான் மாடிப்படியேறி கலைஞரின் அறைக்குச் சென்றேன். கலைஞருடன் பேராசிரியரும் கட்சியின் பொருளாளரான சாதிக் பாட்சா அவர்களும் உடனிருந்தார்கள். பேராசிரியரையும், கலைஞரையும் ஒருமித்து பார்க்கும் போது எனக்கு பாட்டாளித் தோழர்களின் முதுகெலும்பை நிமிர்த்திய மார்க்சுக்கும், ஏஞ்சலுக்கும் இருந்த நட்பும், அனுசரணையும் நினைவுக்கு வந்ததது.

1969 ஆம் ஆண்டிடு கலைஞர் முதல் தடவையாக முதல்வரானபோது, நாடாளுமன்ற உறுப்பினராக இருந்த பேராசிரியர், இருவரும் கலந்துக் கொண்ட கூட்டத்தில் 'கலைஞரை தலைவராக ஏற்றுக் கொள்ளவில்லை... தளபதியாக ஏற்றுக் கொள்கிறன்' என்று வெளிப்படையாகச் சொன்னவர். உடனே கலைஞரும் தளபதியாகவே இருக்கிறேன். தளர் பதியாக

ஆக்காதீர்கள்' என்று தனக்கே உரிய பாணியில் பதிலளித்தார். நாவலர் போன்றவர்கள் மறுபக்கம் போன போதும், பேராசிரியர் தனது கட்சியின் பக்கமே நின்றார். இருவரும் ஒருவரோடு ஒருவர் ஆலோசிக்கும் தோரணை அதில் கட்டுண்டுள்ள சமூகநல அக்கறை, ஒரு எழுத்தாளனுக்கு நல்லதொரு காட்சியாகும்.

நான், அவர்கள் மூவருக்கும் பொதுப்படையாக கும்பிடு போட்டு விட்டு, கலைஞரிடம் என்னை அறிமுகப்படுத்திக் கொண்டேன். அவரும் தெரியும் என்பது போலவே காட்டிக் கொண்டார். எதற்காக வந்தீர்கள் என்பது போல் இயல்பாக என்னைப் பார்த்தார். எங்களின் அரைநிமிட உரையாடல் இந்த பாணியில்தான் நடந்தது.

'உங்களிடம் நான் தனியாகப் பேச வேண்டும்.'

'இங்கேயே பேசலாமே'

'இல்ல தனியாத்தான் பேசணும்'

'இப்போது முடியாதே'

'அப்ப நான் வாரேன்'

'சரி'

நான் ஏறிய வேகத்திலேயே இறங்கினேன். என்னைப் பார்த்ததும் சாகணேசன், அவர்கள் பதறியடித்து எழுந்தார். 'என்னங்க என்ன நடந்தது என்றார். கலைஞர், நான் இறங்குவதற்குள் அவரைத் தாளித்து இருப்பார் என்பது புரிந்து விட்டது. நானும் நடந்ததை சொல்லி விட்டு மடமடவென்று வெளியேறினேன். சா.கணேசன் அவர்கள் இடத்தில் நான் மட்டும் இருந்திருந்தால், அடிதடியில் இறங்கி இருப்பேன். ஆனால், இவரது முகத்தில் ஒரு சின்னக்கோபம் கூட ஏற்படவில்லை. தப்பான ஆளை அனுப்பி விட்டோமே என்று நிச்சயம் மனதுக்குள் புழுங்கியிருப்பார். இப்போது கூட சாகணேசன் அவர்களை நான் சந்திக்கும் போதெல்லாம் இந்த நிகழ்ச்சியை நினைவுபடுத்துவேன்.

கலைஞரோடு இப்படி நான் நடந்து கொண்ட போது எனக்கு நாற்பத்தைந்து வயது இருக்கும். சிந்திக்க தெரிந்த வயதுதான். ஒரு மகத்தான தலைவரிடம், முன்னாள் முதல்வரிடம் எப்படிப் பழக வேண்டும் என்பதை தெரிந்து வைத்திருக்க வேண்டிய வயதுதான். அதுவும் லட்சோப லட்ச தொண்டர்களை கொண்டவர் கலைஞர். காகிதத்

தலைவர் அல்ல. அவரிடம் சொல்லாமல் கொள்ளாமல் போய் தனியாக பேச வேண்டும் அதற்கு ஏதுவாக அவர், என்னோடு எதாவது ஒரு அறைக்கு வரவேண்டும் அல்லது கட்சியின் பொதுச் செயலாளரும், பொருளாளரும் எனக்காக அந்த அறையில் இருந்து வெளியேற வேண்டும் என்று எதிர்பார்த்து சென்றது பித்துக் குளித்தனமல்ல அசல் பைத்தியக்காரத்தனம்.

அந்தக் காலக்கட்டத்தில், இலங்கை தமிழர் போராட்டத்தின் மீது, குறிப்பாக விடுதலைப் புலிகளின் மீது நான் வைத்திருந்த கண்மூடித்தனமான ஈடுபாடே என்னை அப்படி நடக்க வைத்து விட்டது. இடம், பொருள், ஏவல் அற்றுப் போய், ஒரு கொள்கை வெறியனாக மாற்றிவிட்டது. கொள்கை வெறி உள்ளவர்களுக்கு இந்த மூன்றும் அற்றுப் போய் எந்த நேரத்தில் என்ன செய்ய வேண்டும் என்பது தெரியாமல் போய்விடும் என்பதற்கு இலங்கையில், நமது விடுதலைப் புலிகளே சாட்சிகளாக இருக்கிறார்கள்.

பொதுவாக, கலைஞரை கோபக்காரர் என்பார்கள். ஒருவர் சொந்த இருப்பிடத்திலேயே இருக்கும் போது இடைச் செறுகலாக சம்பந்தமில்லாத இன்னொருவர் வந்து அதிகப் பிரசங்கிதனமாய் நடந்து கொள்வது, என் வீட்டில் நடந்தாலும் நான் முதலில் சொல்லக் கூடிய வார்த்தை 'வெளியே போடா' என்பதுதான். ஆனால், கலைஞரின் முகத்தில் ஒருதுளி கோபம் கூட இல்லை. அவர் பதிலில் ஒரு சின்ன சூடு கூட இல்லை. வார்த்தைகளால் சூடு போடுவதில் வல்லவரான கலைஞர், என்னிடம் ஏன் அப்படி மென்மையாக நடந்து கொண்டார் என்பது இதுவரைக்கும் எனக்குப் புரியவில்லை. ஒரு வேளை எழுத்தாளனின் கிறுக்குத் தனங்களில் இதுவும் ஒன்று என்று நினைத்துக் கொண்டாரோ அல்லது ஒரு கணத்தில் பெருந்தலைவர் காமராசரை போல், ஆட்களை எடை போடுவதில் வல்லவரான கலைஞர் நான் வெள்ளந்தி என்று நினைத்தாரோ என்னமோ.

நான் என்னமோ உலகத் தமிழின் தலைவர் போலவும், அவர் என்னவோ தொண்டர் போலவும் நான் அப்போது நடந்து கொண்ட விதம் இப்போது கூட என்னையே நான் ஒரு இங்கிதமற்ற பேர்வழியாக நினைக்கத் தோன்றுகிறது.

சாணக்கிய
காங்கிரசுக்கு
சறுக்கிய அடி

கர்நாடக மாநிலத்தில் இருந்து 1987ஆம் ஆண்டில், மார்ச் மாதம் பெங்களூரில் இருந்து சென்னை வானொலி நிலையத்தின் செய்தி ஆசிரியராக மாற்றப்பட்டு பொறுப்பேற்றேன்.

அப்போது எம்.ஜி.ஆர் அவர்கள் முதல்வராக இருந்தார். முதல்வருக்கும், எதிர்கட்சித் தலைவரான கலைஞருக்கும் சம அளவிலான செய்திகளை வெளியிட்டேன். அப்போது வாரெனலி செய்தி என்பது மிகவும் சக்தி வாய்ந்தது. சென்னை தொலைக்காட்சி தவிர, வேறு எந்த தொலைக்காட்சியும் இல்லாத நேரம். சாதாரண மக்களை சென்றடையும் வானொலியின் மீது அனைத்து அரசியல் வாதிகளுக்குமே ஒரு கண். அதிலும் எங்கள் செய்திகள், பெரும்பாலானவர்கள் கண்விழிக்கும் காலை ஆறு நாற்பது மணிக்கும், மத்தியானம் இரண்டு பத்துக்கும், மாலை ஆறு முப்பதுக்கும் ஒளிப்பரப்பாகும். சட்ட பேரவை நிகழ்ச்சிகளையும் நேரில் சென்று நடந்தவற்றை பார்த்து, அவைக் குறிப்பில் இருந்து பேரவைத் தலைவர் நீக்கிய பகுதிகளை விட்டு விட்டு, அந்த சபை ஏதோ நாகரிகமான சபை என்பது போல் மக்களுக்கு ஒரு பொதுக் கருத்தை கொடுத்து செய்திகள் வெளியாகும்.

சட்டப் பேரவையில், அதன் பேரவைத் தலைவர் பி.எச். பாண்டியன் அவர்கள், பலதடவை கலைஞுரை மிகவும் கேவலமாக விமர்சித்திருக்கிறார். அடிதடிக்கும் தயார் என்பது போல் திமுக உறுப்பினர்களுக்கு சவால் விடுவார். ஒருதடவை அவர் கலைஞுரை சுட்டிக் காட்டிய வார்த்தைகள் இன்னும் என் நெஞ்சிலேயே குத்திக் கொண்டிருக்கின்றன. நேரில் பழகுவதற்கு இனிமையானவர்தான். ஆனால், சட்டப் பேரவையில் தனது புரட்சி தலைவரைப் பார்த்து விட்டால் போதும். எதிராளிகள் அவருக்கு வெறும் தூசு.

1987ஆம் ஆண்டு வாக்கில், இலங்கைத் தமிழர்களுக்காக தமிழகமே கொதித்து வேலை நிறுத்தங்களும், ஊர்வலங்களும் நடைப்பெற்றுக் கொண்டிருந்தன. தமிழகம் ஒரே மனிதன் போல் நிமிர்ந்து இலங்கை தமிழ் தோழனுக்காக போர்க்குரல் கொடுத்தது. நானும் விடுதலைப்புலிகளுக்கு ஏகப்பட்டச் செய்திகளைக் கொடுத்தேன். வீரத்தளபதி கிட்டு சுடப்பட்டார்

என்று ஒரு தனிப்பட்ட விவகாரத்தை தலைப்புச் செய்தியாக்கி இலங்கை அரசின் கோபத்துக்கு உள்ளாகி மத்திய அரசின் கண்வலைக்குள்ளும் சிக்கி விட்டேன். இந்தச் சமயத்தில் இந்திய விமானங்கள் இலங்கையின் ஆகாய எல்லையை மீறி, வட இலங்கை தமிழர்களுக்கு உணவு பொட்டலங்களை வழங்கின இந்தச் செய்தியை 'விமானங்களைப் பார்த்து, அவை ராணுவ விமானங்கள் என்று பயந்து போய் பதுங்கிய தமிழ் மக்கள், பின்னர் இது குண்டு விமானங்கள் அல்ல... தொண்டு விமானங்கள் என்று வீதிக்கு வெளியே வந்து ஆரவாரம் செய்தார்கள்' என்று செய்தி போட்டேன். இந்த செய்தியை கேட்ட மறுவினாடியே திராவிட கழகத் தலைவர் கி.வீரமணி தொலைபேசி மூலமாக என்னைப் பாராட்டினார்.

முதல்வர் எம்.ஜி.ஆரை தமிழ்ச் சமூகத்தைக் கருதி நான் விரும்பவில்லை என்றாலும், அவர் நோய் வாய்ப்பட்ட போதும் பேசமுடியாமல் திணறிய போதும் என் கண்கள் நீருக்குள் மூழ்கின. அவர் இறந்து செய்தியை மிகச் சிறப்பாக வெளியிட்டோம். அதே சமயம் அவரது இழவெடுத்த தொண்டர்கள் என கருதப்படுபவர்கள் அண்ணாசாலை கடைகளை சூறையாடியதை அடக்கி வாசித்தோம். இதே போல் அங்கிருந்த கலைஞர் சிலையை உடைத்ததையும் சட்ட ஒழுங்கைக் கருதி இலைவு மறைவு காய் மறைவாகதான் வெளியிட்டோம்.

ஜானகி அம்மையார் பதினைந்து நாள் முதல்வராக பதவி வகித்து பிறகு காணாமற் போனதும் வரலாறு. சட்டப் பேரவையில் அடிதடியே நடைபெற்றது. இதைப் பற்றி எனது செய்தியில் சட்டசபை ரத்த சபையாகி விட்டது சொற்போருக்கு பதிலாக மற்போர் நடந்தது என்று குறிப்பிட்டதை இப்போது கூட செய்தியாளர்கள் பாராட்டுவார்கள்.

ஜானகி அம்மாள் ராஜீவ் காந்தி அவர்களோடு இந்தியில் பேசி காங்கிரஸ் ஆதரவை பெற்று விட்டார் என்று ஆர்.எம்.வீரப்பன் அவர்கள் என்னிடம் குறிப்பிட்டார். ஜானகி அணி, ஜெயலலிதா அணி என்று பிரிந்த போது என் மானசீகமான ஆதரவு ஜானகி அம்மாவுக்கு இருந்தது என்பதை விட ஆர்எம் வீக்கே இருந்தது. ஆனாலும், தொண்டர் பலம் ஜெயலலி தாவின் பக்கம்.

சட்டப் பேரவையில் இந்த இரண்டு அணிகளுக்கும் பலப்பரீட்சை நடந்த போது ஜானகி அணியின் சார்பாக நின்ற காங்கிரஸ் உறுப்பினர்கள், ராஜீவ் காந்தி மனதை மாற்றி ஜானகி அணிக்கு எதிரான நம்பிக்கை இல்லா தீர்மானத்திற்கு ஆதரவு அளித்து சட்டசபை ரத்தச் சபையானது வரலாறு.

ஜானகி அணியின் சார்பிலான பேரவைத் தலைவர் பி.எச். பாண்டியன், ஜெயலலிதா அணி உறுப்பினர்கள் ஒவ்வொருவரையும் பதவி நீக்கம் செய்து கொண்டே இருந்தார்.

இந்த அணியின் சார்பில் ஒரு குழுவினர் கலைஞரை அவரது வீட்டில் சந்தித்து ஆதரவு கேட்க, அவரோ மறுத்து விட்டார். இதனால் ஜானகி அரசாங்கம் பதவி நீக்கம் செய்யப்பட்டது. கலைஞர் ஜானகி அணிக்கு ஆதரவு கொடுக்க மறுத்ததன் மூலம் ஒரு மாபெரும் அரசியல் தவறை செய்து விட்டார் என்றே நினைக்கிறேன். ஜெயலலி தாவை அரசியல் ரீதியில் வளர்த்து விட்டால் பின்னர் அவரை அந்த களத்திலிருந்து நீக்குவது என்பது கடினம். இதை காங்கிரஸ் உறுப்பினர்களும் புரிந்து கொள்ளவில்லை. இதன் அரசியல் சமுக விளைவுகளை இப்போது நாம் பார்த்துக் கொண்டிருக்கிறோம். போராளியாக நான் பெரிதும் மதித்த ஆர்எம்வி அவர்கள் கூட ஜெயலலிதாவுடன் அடிமை பூண்டதில் நான் அதிர்ச்சி அடைந்தேன்.

1967ஆம் ஆண்டிலிருந்து தமிழகத்தில் சுயத்தை இழந்த காங்கிரஸ் நண்பர்களுக்கு இது ஒரு நல்ல வாய்ப்பாக இருந்தது. சினிமாத்தனங்கள் மலிந்த தமிழக அரசியலில் முன்னாள் கதாநாயகியான செல்வி. ஜெயலலிதா, அங்கிருக்கும் சினிமா செட்ப்பையும், அரசியலுக்குக் கொண்டுவந்து நிரந்தரமாக நின்று தங்களை வேலைக்காரர்களை விட கேவலமாக நடத்துவார், என்பதை அனுமானிக்க முடியாமல் போனார்கள். ஜானகியை முதல்வராக ஏற்றுக் கொள்ள முடியாது போயிருந்தால் குறைந்தபட்சம் ஆர்எம்வி. முதல்வராக வேண்டும் என்று இவர்கள் வற்புறுத்தி இருக்கலாம். என்றாலும், இந்த சாணக்கிய காங்கிரஸ் அடி சறுக்கி இன்னும் அப்படியே விழுந்து கிடக்கிறது.

காகங்களா? கழுகுகளா?
ஒரு
கவித்துவமான பதில்

1989 ஆம் ஆண்டு ஜனவரி மாதம் 27 ஆம் தேதி கலைஞர் இரண்டாவது தடவையாக முதல்வராகப் பதவியேற்றார்.

ஜானகி ஆட்சி கலைக்கப்பட்டு குடியரசுத் தலைவர் ஆட்சியில் நடந்த சட்டப் பேரவை தேர்தலில் கலைஞர் பெரும்பான்மையான இடங்களைப் பெற்றதும், அதிமுக ஜெயலலிதா அணி எதிர்க்கட்சி ஆனதும் காங்கிரஸ் அடுத்து வந்ததும் பழைய செய்திகள்.

வெற்றிவாகைச் சூடிய கலைஞர், தான் உருவாக்கி, அதுவரை தனக்கே இடமில்லாமல் போன வள்ளுவர் கோட்டத்தில் பதவியேற்றார். அதற்கு முன்னதாக செய்தியாளர்களோடு நானும் கோபாலபுரத்திற்குப் போனேன். கலைஞர் காரில் ஏறவதற்கு முன்பாக, அருகே உள்ள வீட்டிற்குச் சென்று, இரண்டு மூதாட்டிகள் காலில் முழங்காலிட்டு விழுந்தார். அவர் கன்னங்களில் அலை அலையாக நீர் கொட்டியது. அந்தக் காட்சியைப் பார்த்ததும் எனக்கு அழுகை வந்து விட்டது. இரண்டு தமக்கையரும், அப்படியே, அவரது முதுகை தட்டித் தலையை கோதிவிட்டு, கலைஞரின் கண்ணீருக்கு, கண்ணீரையே பதிலாக்கினார்கள். பாசமலர் தோற்றுவிடும்.

கலைஞர் பதவியேற்ற மறுநாளே, சென்னைக் கோட்டையில் செய்தியாளர்களை சந்தித்தார். நான் ஒரு கும்பிடு போட்டதும் என்னைத் தெரியும் என்பது போல் தலையாட்டினார். பல்வேறு கேள்விகளை, செய்தியாளர்கள் கேட்டார்கள். சில சமயங்களில் வித்தியாசமான கேள்விகளை நான் கேட்பேன். இதை எல்லோரும் ரசிப்பார்கள் கலைஞரிடம் இப்படிக் கேட்டேன்

'மறைந்த முன்னாள் முதல்வர் எம் ஜி ஆர் அவர்களிடம் இருந்த காக்காக் கூட்டம், இப்போது உங்களை மொய்க்கும். நீங்கள் இவர்களை என்ன செய்ய போகிறீர்கள்?'

'காகங்கள் துப்புரவு பணிக்குத் தேவை. ஆனாலும் அவை கழுகுகள் ஆகாமல் பார்த்துக் கொள்ளப்படும்'

இந்தப் பதிலில் எத்தனையோ அர்த்தங்கள் உள்ளடங்கி உள்ளன. ஒவ்வொரு செய்தியாளரும் தத்தம் பத்திரிகைகளின் நிலைபாடுகளுக்கு

ஏற்ப எடுத்துக்கொள்ள முடியும். மக்களாட்சி முறைமையில் தொண்டர்களை கவனித்துக் கொள்ள வேண்டியதோடு, இவர்களுக்கு வழங்கப்படும் சலுகைகளை அம்பலப்படுத்தும் உதிரிகளையும், உதிரி கட்சித் தலைவர்களையும் கவனித்தாக வேண்டும். இது தவிர்க்க முடியாதது.

கலைஞரின் செய்தியாளர் சந்திப்புகள் மிகவும் இனிமையானவை. பொதுவாக பிற தலைவர்களை நோண்டும் செய்தியாளர்கள், கலைஞரிடம் அடக்கமாகவே கேள்வி கேட்பார்கள். கணிப்பொறி போல் அரைக் கணத்தில் உலகமெல்லாம் இயங்கும் இண்டர்நெட் போல் அவர் உடனடியாக பதிலளிப்பார். கேள்வியை பதிலாக திருப்பிக் கொடுப்பார். கேட்டவரும் அவரோடு சேர்ந்து சிரிப்பார்.

பொதுவாக தலைவர்களின் செய்தியாளர் சந்திப்புகளில் நொறுக்குத் தீனி கிடைக்கும். தொழிலதிபர்கள், செய்தியாளர்களை சந்திக்கிறார்கள் என்றால், என்னவெல்லாமோ கிடைக்கும். ஆனால், கலைஞரின் செய்தியாளர் கூட்டங்களில் இப்போது எப்படியோ அப்போது குடிக்கத் தண்ணீர் மட்டுமே கிடைக்கும். ஒருதடவை முதல்வர் கலைஞரின் பேட்டி ஒன்றா மணியைத் தாண்டிவிட்டது. வயிற்றுப்பசி அகோரமாக இருந்தது. உடனே நான் 'சார் முதல்ல வயிற்றுக்கு உணவிட்டு விட்டு அப்புறம் செவிக்கு உணவிடுங்கள்' என்று உரிமையுடன் கேட்டேன். அவர் வழக்கம் போல் நையாண்டியாக பதிலளிக்கவில்லை. சிரித்தார். அன்றுமுதல் அவரது செய்தியாளர் கூட்டத்தில் தேநீர், பிஸ்கட் வகையறாக்கள் கிடைத்தன.

ஒரு தடவை, ஊட்டியில் இப்போது காணாமல் போன பொதுத்துறை நிறுவனமான இந்துஸ்தான் திரைப்படச் சுருள் தயாரிப்பு நிறுவனத்தில் இன்னொரு தொழிற்பிரிவை இயக்கி வைக்கும் நிகழ்ச்சிக்கு வானொலிச் செய்தியாளராக சென்றிருந்தேன்.

பி.வி. நரசிம்மராவ் தலைமையிலான அரசில் தொழிலமைச்சராக இருந்த வெங்கல்ராவ் தலைமையேற்க, முதல்வர் கலைஞர் அந்தப் பிரிவைத் துவக்கி வைத்தார். நான் வாழ்க்கை வெறுத்துப் போய் கூட்டத்தின் பின்பக்கம் ஒதுங்கி உட்கார்ந்திருந்தேன். சென்னை தொலைக் காட்சியினருக்கு ராஜமரியாதை. வானொலிக்காரனான என்னை சீண்டுவார் யாரும் இல்லை. இவ்வளவுக்கும் அதிகார ஏணியில் நான் இருக்கும் படிகளுக்கு கீழே நிற்கும் தொழர்கள்தான் தொலைக்காட்சி சார்பாக

வந்திருந்தார்கள். அமைச்சர்களுக்கான அடுத்தபடியான வரவேற்பு அவர்களுக்குத்தான்.

நான் நொந்து போனாலும், காரியத்தில் கண்ணாய் இருந்தேன். நிகழ்ச்சி முடிந்த பத்து நிமிடங்களுக்குள் புதுடில்லியில் பிற்பகல் இரண்டு மணிக்கு ஒலிபரப்பாகும் ஆங்கிலச் செய்தியில் இந்த நிகழ்ச்சியை தலைப்புச் செய்தியாக ஒலிப்பரப்பும்படி செய்து விட்டேன். வானொலி செய்தியை கேளுங்கள் கேளுங்கள் என்று காலைப் பிடிக்காத குறையாக அந்த நிறுவன அதிகாரிகளை கெஞ்சிக் கூத்தாடி கேட்கச் செய்தேன். அவர்கள், முதல்வரையும், மத்திய அமைச்சரையும் கேட்கச் செய்தார்கள். அப்படியும் செய்தி போட்டவர் யார் என்பதைப் பற்றி யாருக்கும் அக்கறை இல்லை.

இதை தெரிந்து வைத்தது போல், வெளியே புறப்பட்ட கலைஞர், என்னிடம் நேரிடையாக வந்தார். 'சமுத்திரம் உங்கள் நான் அப்பவே பார்த்துட்டேன்' என்று கூறிவிட்டு குசலம் விசாரித்து விட்டு சென்று விட்டார். அத்தனை பேரும் என்னை மொய்த்து விட்டார்கள். நான் அவர்களுக்கு திடீர் வி.வி.ஐ.பியாக மாறிவிட்டேன். இந்த நிறுவனத்தின் இயக்குநர், என்னை தனது அறைக்கு அழைத்துச் சென்று, அந்த நிறுவனத்தை எப்படி மேன்படுத்த வேண்டும் என்று எனக்கு விளக்கினார். அவரது நோக்கம், நான் கலைஞருக்கு சொல்லி, கலைஞர் மூலம் மத்திய தொழிலமைச்சருக்கு செய்தி போகவேண்டும் என்பதுதான். என்னை அடிக்கடி மேன்மைபடுத்துகிறவர் கலைஞர். இப்படி பல நிகழ்ச்சிகளை அடுக்கிக் கொண்டே போகலாம்.

இப்படி நட்பாக போய்க் கொண்டிருந்த வானொலிச் செய்திகள் கலைஞரை காயப்படுத்தியதும் உண்டு. செல்வி ஜெயலலிதாவின் அப்போதைய மனச்சாட்சிக் காவலரான நடராஜன் வீட்டில், காவல்துறை ரெய்டு செய்து, அரசியலில் இருந்து விலகுவதாக ஜெயலலிதா பேரவைத் தலைவருக்கு எழுதிய கடிதத்தை கைப்பற்றி, பேரவைத் தலைவர் அலுவலகத்தில் ஒப்படைத்தது நினைவிருக்கலாம். அன்றிரவு சுமார் ஒரு மணியளவில் நடராசனும், தோட்டக்கலை கிருஷ்ணமூர்த்தியும் என்னுடன் தொலைபேசியில் தொடர்பு கொண்டார்கள்.

ஜெயலலிதா அரசியலில் இருந்து விலகுவதாக வெளியிட்ட அந்த கடிதத்துடன் கூடிய அறிக்கையை அவர் விலக்கிக் கொண்டார் என்றார்கள். அதாவது அரசியலில் தொடர்ந்து நீடிப்பார் என்று பொருள். இந்தப் புதிய தகவலை நான் வானொலியில் 'ஸ்கூப்' என்பார்களே

அப்படிப்பட்ட சந்தர்ப்பமாக பயன்படுத்திக் கொண்டேன். காலையில் வெளியான எல்லா நாளிதழ்களும் ஜெயலலிதா அரசியலில் இருந்து விலகிவிட்டதாக மிகப் பெரிய பேனர்களோடு செய்திகளை வெளியிட்ட போது, சென்னை வானொலி மட்டுமே அவர் வாபஸ் வாங்கி தொடர்ந்து அரசியலில் ஈடுபடத் தீர்மானித்திருக்கிறார் என்ற செய்தியை தலைப்புச் செய்தியாக வெளியிட்டது.

டில்லி மேலிடத்தின் ஆணைப்படி நான் ஜெயலலிதாவின் வீட்டிற்கு சென்று மேற்கொண்டு நடந்தவற்றை ஆங்கிலச் செய்தியாக்கினேன். எனக்கு கிட்டத்தட்ட கதாநாயக வரவேற்புதான்.

இந்த விவகாரம் முதல்வர் கலைஞருக்கு உளவுச் செய்தியாக போயிருக்கும். சென்னைக் கோட்டையில், அவரது அலுவலகத்தில் நானும் ஒரு சில செய்தியாளர்களும் அவரை நண்பகலில் சந்தித்தோம். என்னைப் பார்த்ததும் கலைஞர் முகத்தில் ஒரு கோபச்சலனம். இதரச் செய்தியாளர்களைப் பார்த்து ரெய்டுக்கும் தனக்கும் எந்தவிதச் சம்பந்தமும் இல்லை என்று சொல்லிவிட்டு ஆப் - தி - ரெக்கார்டாக சில விவரங்களைச் சொன்னார். இதனுடைய விளைவுதான் அந்த கடிதம் என்றார். ஆனால், அதை கைப்பற்றும் ரெய்டுக்கு தான் காரணமில்லை என்றார். ஒருவேளை அவருக்குத் தெரியமாமேல அதிகாரிகள் சபாஷ் பட்டம் வாங்குவதற்காக அப்படிச் செய்திருக்கலாம். ஆனால், முக்கால்வாசி , கலைஞருக்கு தெரியாமல் நடந்திருக்க முடியாது. பல்லாண்டு காலமாக பொறுமையைக் கடைபிடித்த கலைஞர், இந்த விவகாரத்தில் அவசரப்பட்டு விட்டார் என்றே சொல்லலாம். அதன் விளைவுகள்தான் இன்றும் நம்மை பயமுறுத்திக் கொண்டு இருக்கின்றன. கலைஞரின் விளக்கத்தை செய்தியாளர்கள் எழுதிக் கொண்டிருந்தபோது, நான் பேசாமல் முதல்வர் பேசுவதையே கேட்டுக் கொண்டிருந்தேன். உடனே அவருக்கு கோபம் வந்து விட்டது. நான் சொல்வதை குறிப்பெடுக்காமல் இருக்கீங்க. பிறகு எதற்கு வந்தீங்க என்று கோபமாகக் கேட்டார். ஒருவேளை, நான் ஜெயலலிதாவின் ஆளாகிவிட்டேன் என்று அவர் அனுமானித்து இருக்கலாம். உடனே நான் ஒலிபரப்புச் செய்தி சுருக்கமானது என்றும், அவர் சொன்னதை மனதில் குறித்துக் கொண்டேன் என்றும் தெரிவித்தேன். பிறகு ஒப்புக்கு குறித்துக் கொள்வது போல், பக்கத்தில் உள்ளவரிடம் ஒரு பேப்பரை கடன் வாங்கி, மை இல்லாத பேனாவால் எழுதுவது போல் பாவனை செய்தேன். உடனே 'இது கலைஞரின் ஓரக் கண்ணுக்குத் தெரிந்து எங்கே எழுதியதைக் காட்டுங்கள் என்று

கேட்டுவிடுவாரோ என்ற பயம். என்றாலும் திருச்சியில் பகல் இரண்டு பத்து செய்தியில் கலைஞர் குறிப்பிட்ட அத்தனையும் முதல் செய்தியாக ஒலிப்பரப்பானது.

இந்த அரசியல் பரபரப்பை அடுத்து, இதைவிட பயங்கரமான ஒரு பரபரப்பு ஏற்பட்டது. சட்டப் பேரவைக் கூட்டம் கூடியிருக்கிறது. முதல்வர் கலைஞர், நிதிநிலை அறிக்கையை தாக்கல் செய்ய எழுந்து நிற்கிறார். அதுவரை சட்டப் பேரவைக்கே வராத எதிர்க்கட்சித் தலைவரான ஜெயலலிதா அன்று வந்திருக்கிறார். முதல்வர் நிதிநிலை அறிக்கையை படிக்கப் போகும் போது அவர் படிக்கக் கூடாது என்று வாதாடுகிறார். இந்தச் சமயத்தில் ஜானகி அணியின் ஒற்றை உறுப்பினரான பி.எச். பாண்டியன், ஜெயலலி தாவுக்கு எதிராக 'இது கோர்ட் அல்ல சட்டப்பேரவை' என்று அந்த அவையே அதிரும்படி கத்துகிறார். இதுவே பேரவையின் கலிங்கத்துப் பரணிக்கு பிள்ளையார் சுழியாகிறது.

ஜெயலலிதா, கலைஞரை கிரிமினல் என்கிறார். உடனே கலைஞர் ஏதோ பதிலுக்குச் சொல்கிறார். பேரவையிலிருந்து மூன்றடித் தூக்கலில் உள்ள செய்தியாளர் மாடத்தில் இருந்த நாங்கள் உஷாராகிறோம். உன்னிப்பாக கவனிக்கிறோம். கலைஞரின் மூக்குக் கண்ணாடி, ஜெயலலிதா, அவரது பைலை தட்டிவிட்டதால் கீழே விழுகிறது. உடனே திமுக உறுப்பினர்கள் ஜெயலலிதாவை நோக்கி முன்னேறுகிறார்கள். ஆனால், அவரோ சோபா செட்டுக்குள் போய் பதுங்கிக் கொள்ளுகிறார்.

இப்படி நுழையும் போது அவரது மேல் சேலை கலைகிறது. இதை என் கண் முன்னாலேயே பார்த்தேன். திமுக உறுப்பினர்கள் அந்த சோபாவுக்குள் முதுகு காட்டிக்கிடந்த ஜெயலலிதா மீது காகிதச் சுருள்களை எறிகிறார்கள். எதிர்க்கட்சித் துணைத் தலைவரான திருநாவுக்கரசு, செல்விக்கு பாதுகாப்பாக முதுகு வளைய நின்று கொள்கிறார். அமைதி திரும்புகிறது. ஜெயலலி தா சோபா செட்டில் இருந்து எழுந்து கலைந்திருந்த தலைமுடியை முழுமையாக கலைத்து விட்டு முகத்தை அழுகை ஆக்கிக் கொண்டு பேரவையில் இருந்து வெளியேறுகிறார். முதல்வர் நிதி நிலை அறிக்கையை தட்டுத் தடுமாறி படிக்கிறார்.

இந்த நிகழ்வை, திருச்சி வனொலி செய்தியில் உள்ளது உள்ளபடி விளக்கிவிட்டு, இறுதியில் கலைஞரின் கண்ணாடி உடைந்ததையும், 'ஜெயலலிதாவும் தலைவிரி கோலமாக பேரவையிலிருந்து புறப்பட்டு

இதோ போய்க்கொண்டிருக்கிறார் என்று செய்தி போட்டேன். மாலை பத்திரிகைகள் வருவதற்கு முன்பே இது காட்டுத் தீ போல் பரவிவிட்டது. அ.தி.மு.க தொண்டர்களுக்கு தலைவிரி கோலந்தான் மனதை உறுத்தியதே தவிர அதற்கு முன்னாலும் பின்னாலும் நடந்த நிகழ்ச்சிகளை உள்வாங்க மறுத்தார்கள்.

நானும் என் உதவியாளர்களும் கோட்டையில் இருந்து பல்லவ பேருந்தில் புறப்பட்டோம். விவேகானந்தர் இல்லத்திற்கு அருகே பேருந்து வரும் போது நான்கைந்து குண்டர்கள் அல்லது தொண்டர்கள் ஒரு பெரிய பாறாங்கல்லை தூக்கி, பேருந்தின் முன்பக்க கண்ணாடியில் எறிந்தார்கள். தலைபிழைத்ததே தம்பிரான் பாக்கியம். நான் ஒலிபரப்பிய செய்தியே கல்லாக பாய்ந்தது கண்டு, சிறிது நேரம் கல்லாகிப் போனேன். பேரவையில் நடந்த சமாச்சாரங்களுக்கு பயணிகள் எப்படிப் பொறுப்பாவார்கள் என்கிற குறைந்தபட்ச பகுத்தறிவு கூட இவர்களுக்கு இல்லை. இந்தக் காட்டுமிராண்டித் தனமான கல்லெறியை நினைத்தால் இப்போது கூட பயமெடுக்கிறது.

மாலையில் அத்தனை பத்திரிகைகளும் ஜெயலலிதா துகிலுரியப் பட்டதாக செய்திகளை வெளியிட்டன. ஆனால், சென்னை வானொலி நிலையம் மட்டும் பட்ஜெட் செய்திகளை வெளியிட்டு விட்டு, பின்னர் பேரவையில் நடந்த சம்பவங்களை விளக்கியது. ஜெயலலிதா துகிலுரியப் பட்டார் என்று ஒரு வரிகூடச் சொல்லவில்லை. ஆனாலும், ஜெயலலிதா தாக்கப்பட்டு அவமானப்படுத்தப் பட்டதை நேரில் பார்த்தது போல், நமது தலைவாதி தலைவர்கள் வெளியிட்ட கண்டன அறிக்கைகளை செய்திகளாக்க வேண்டிய கட்டாயமும் எனக்கு ஏற்பட்டது. இது ஒரு விசித்திரம். கண்முன் நடந்தது ஒன்றாக இருக்க அதை, கண் கொண்டு பார்க்காதவர்கள் வேறு விதமாகச் சொன்னாலும் எனக்கு அந்த அறிக்கைகளை இருட்டடிப்பு செய்ய உரிமை இல்லை .

இத்தகைய எனது நடுநிலைமை செயல்பாடுகள், கலைஞருக்கு பிடித்துப் போயிருக்க வேண்டும். சென்னை தொலைக்காட்சியில் செய்தி ஆசிரியராக பணியாற்றியவர் மாற்றப் பெற்றதும் கலைஞரே அப்போதைய தகவல் ஒலிபரப்பு அமைச்சரான உபேந்திராவிடம் தொலைபேசியிலும் நேரிலும் பேசி, என்னை தொலைக்காட்சி செய்தி ஆசிரியராக பொறுப்பேற்கச் செய்தார்.

எனக்கும் கலைஞர் எனது நடுநிலைமை மீது வைத்திருக்கும் நம்பிக்கையில் அபரீதமான மகிழ்ச்சி ஏற்பட்டது. ஒரு தமிழனின் ஆட்சியை தாக்குப் பிடிக்கச் செய்வதற்கு அணில் முயற்சியாக தொலைக்காட்சியில் பணியாற்ற வேண்டும் என்று கங்கணம் கட்டிக் கொண்டேன். கலைஞரின் பதவிக் காலத்திலேயே இலவசமாக அல்லது சலுகை விலையில் அரசு நிலத்தை வாங்கி, வானொலி - தொலைக்காட்சி நகர் ஒன்றை உருவாக்க வேண்டும் என்று நினைத்துக் கொண்டேன்.

ஆனால் - நினைத்தது ஒன்று. நடந்தது வேறு.

பையிலிருந்து வெளிப்பட்ட
ஒரு
பூனை

1990 ஆம் ஆண்டு ஏப்ரல் மாதம், சென்னை தொலைக்காட்சி நிலையத்தில் செய்தி ஆசிரியராக பொறுப்பேற்றேன்

மத்திய தகவல் ஒலிபரப்பு அமைச்சகம், கலைஞர் பரிந்துரைத்த என்னை, மூன்று மாத காலம் உள்ளே நுழைய விடாமல் இழுத்தடித்தது. மீண்டும் கலைஞர், அமைச்சர் உபேந்திராவுக்கு நேரில் பேசி என்னை அங்கே அனுப்பினார். ஆனாலும், அந்த நிலையத்தின் இயக்குநரும், அவரது துதிபாடிகளும் என்னை பகைப்பார்வையாகவே பார்த்தார்கள். வானொலித் துறையில் அதன் இயக்குநருக்கு இணையான செய்தியாசிரியர் முற்றிலும் சுயேச்சையானவர். இங்கேயும் அப்படித்தான் இருக்கவேண்டும். ஆனால், நிலைய இயக்குநரோ நான் அவருக்கு கீழே வேலை செய்வது போல பாவித்துக் கொண்டார்.

செய்தி ஆசிரியரின் தலைமையில் இயங்க வேண்டிய செய்தியாளர்கள் நிலைய இயக்குநரின் தலைமையில் இயங்கினார்கள். போதாக்குறைக்கு லவ்வு வேறு. ஒரு பெண் செய்தியாளர், எனது அறைக்கு வந்து எனது மேசையில் உள்ள டெலிபோனை எடுத்து 'ஹலோ! தாமு' என்று கொஞ்சு மொழியில் பேசுவார். அவர் அப்படிப் பேசுவது என்னை மிரட்டுவது போலவும் இருந்தது.

நான் ஒரு நாள் பொறுத்தேன். கூடவே அலுவலக தொலைபேசி, முக்கியமான செய்திகளுக்காகவே தவிர, மூடத்தனமான காதலுக்கல்ல. மறுநாள் இந்த பாரும்மா, இந்த காதல் பேச்செல்லாம் இங்கே பேசாதே. வேறு எங்கேயாவது போய்ப் பேசு. நான் வேண்டாங்கல' என்று சொல்லிவிட்டேன். உடனே, எங்கள் அமைச்சகத்தில் சர்வ வல்லமை மிக்க இணைச் செயலாளர் தாமுவுக்கு, என் மீது கடுமையான கோபம். இவரை அண்டி பிழைக்கும் நிலைய இயக்குநருக்கும் அதைவிடக் கோபம். ஆனாலும், செய்தித் துறையில் இருந்த அத்தனை பேரும் என் பக்கம். குறிப்பாக பீர் முகமது என்ற தயாரிப்பாளர் கலைஞரின் பக்தர். ஆனாலும், நிலைய இயக்குநர் ஒட்டு மொத்தமான பொறுப்பாளர் என்ற தொலைக்காட்சி இலக்கணப்படி எனக்கு தீராத தலைவலி ஆனார்.

அலுவலகத்தில் இப்படி என்றால், செய்திப் பணியிலும் பன்மடங்கு தொல்லை. அப்போது, வி.பி.சிங் தலைமை அமைச்சராக இருந்த நேரம். உதிரிக் கட்சிகள் உட்பட பல்வேறு கட்சிகள் எலியும், தவளையுமாக கூட்டணி அமைத்து, அரசு நடத்திய காலம். அப்போது வேறு தொலைக்காட்சிகளும் கிடையாது. இல்லாதவன் பெண்டாட்டி எல்லாருக்கும் அண்ணி என்பது மாதிரி அத்தனைக் குட்டித் தலைவர்களும் எனது செய்திப்பிரிவில் உரிமை கொண்டாடத் துவங்கினார்கள். மாநில ஜனதாதள தலைவராக இருந்த சிவாஜி கணேசனுக்கு கலைஞருக்கு இணையாக செய்திகள் போட வேண்டும் என்பது தளபதி சண்முகம், ராஜசேகரன் போன்றோரின் மிரட்டல் நடிகர் திலகம் மலேசியாவில் சிகிச்சை பெற்று வரும் போது, அவர் சென்னையில் இருந்து அறிக்கை வெளியிடுவதாக எனக்கு ஜனதா தளத்திலிருந்து செய்தி அறிக்கைகள் வரும். இது அயோக்கியத்தனம் என்பதால் நான் அவற்றை ஒலிபரப்ப மறுத்துவிட்டேன். இதனால், தளபதி சண்முகம் கொலை மிரட்டல் போன்ற கடிதம் ஒன்றை கூட என் பெயரில் எனக்கு அனுப்பி வைத்தார்.

திராவிடக் கழக தலைவர் வீரமணி அவர்கள் 'எங்கள் ஆட்கள் பொல்லாதவங்க சமுத்திரம்' என்று தனது பொல்லாத்தனத்தை தொண்டர்கள் மீது காட்டினார். பாரதிய ஜனதா கட்சி, குறிப்பாக அதன் குரு கட்சியான ஆர்.எஸ்.எஸ் தங்கள் கட்சியும் கூட்டணியை ஆதரிப்பதால் தாங்கள் சொல்வதை எல்லாம் கேட்க வேண்டும் என்று நிர்பந்தித்தார்கள். சும்மா சொல்லக்கூடாது - ஜானா கிருஷ்ணமூர்த்தி தலையிடுவதே இல்லை. ஆனாலும், சில்லறை தேவதைகள், இரவில் வீட்டுக்கு தொலைபேசியில் பேசி கண்டபடி திட்டுவார்கள்.

இந்தத் தொல்லைகள் போதாது என்பது போல், காங்கிரஸ் தலைவர் கே.வி.தங்கபாலு தலைமையில் எனக்கு எதிராக நிலையத்திற்கு முன்பு ஒரு ஆர்பாட்டமே நடந்தது. காங்கிரஸ் செய்தியை நான் சரியாகப் போடவில்லையாம். தமிழ்நாடு காங்கிரஸ் கட்சி தலைவராக இருந்த எனது நண்பர் வாழப்பாடி ராமமூர்த்தியிடம் முறையிட்டால் 'கலைஞரையும், மூப்பனாரையும் ஏன் அப்படி குளோசப்ல காட்டுறே' என்ற பதிலளித்தார்.

'இது அரசியலுக்கானது... எனக்கு எதிரானது அல்ல' என்றும் ஆற்றுப்படுத்தினார். ஆனால், இப்போது குளோசப் லாங்சாட்டாகவும்,

லாங்சாட் குளோசப்பாகவும் மாறியிருப்பது அரசியல் விந்தை. ஆனாலும், கலைஞர் மையப் புள்ளியில்தான் இருக்கிறார். வட்டக்கோடு தான் மாறியிருக்கிறது. போகட்டும்.

எனது செய்திப் பிரிவு, திரௌபதி போல் துகிலுரியப் பட்டது. கௌரவர்களால் அல்ல. கணவர்கள் என்று சொல்லிக் கொண்டவர்களால் அதிமுக கட்சிப் பத்திரிகையான நமது எம்.ஜி ஆர், என்னை தினமும் தாக்கிக் கொண்டிருந்தது. அரசியல் சில்லரைகள் எனக்கு எதிராக கையெழுத்திட்டும், மொட்டையாகவும் மனுக்களைப் போட்டுக் கொண்டுயிருந்தார்கள்

இத்தனை நெருக்கடிகளிலும் நான் கருமமே கண்ணாக இருந்தேன். எனக்கு முன்பு பொறுப்பாசிரியராக இருந்தவர் அங்கேயே காலூன்ற வேண்டும் என்று நினைத்தோ என்னவோ தொலைக்காட்சியின் இரண்டு செய்தி அறிக்கையிலும், வாரத்திற்கு ஏழு நாட்களும் கலைஞரின் வாய்ஸ் காஸ்டை - அதாவது அவரது பேச்சை ஒலிப்பரப்பினார். இது கலைஞரையே நாளடைவில் மாசுபடுத்தும் என்பதோடு செய்தி நெறிகளுக்கே முரணானது.

எனவே, நான் கலைஞர் குரலை, செய்தியில் சேர்ப்பதை வாரத்திற்கு மூன்றாக்கி பிறகு, அதையும் இல்லாமல் செய்து விட்டேன். முக்கியமான நிகழ்ச்சிகளின் போது மட்டுமே, கலைஞரின் பேச்சை ஒளிபரப்பினேன். தமிழகம் முழுவதும் எனக்கு தெரிந்தவர்கள், தொடர்ந்து கலைஞரின் பேச்சை நாள்தோறும் ஒளிபரப்பினால் செய்தியின் இலக்கணமும், நம்பகத்தன்மையும் போய்விடும் என்றார்கள். கலைஞருக்கும் கெட்ட பெயர் என்றனர். கலைஞரும் இதை சரியாகவே எடுத்துக் கொண்டார். பொது நிகழ்ச்சிகளில் என்னைப் பார்க்கும் போதெல்லாம், ஒரு பார்வையாலோ அல்லது ஒரு சொல்லாலோ என் பிரசன்னத்தை அங்கீகரிப்பார். இதனால், நான் பட்டபாடுகள் மறைந்து போகும்.

எனது செய்தி வித்தியாசமாக இருந்தது. எடுத்துக்காட்டாக சென்னையில் வெள்ளம் பெருகி, தனது குடிசையை நோக்கி செல்லும் நீரை ஒரு ரிக்ஷா தொழிலாளி மண்ணை போட்டு தடுக்கிறார். இந்த நிழல் காட்சியை பார்த்துவிட்டு நான் வயிற்றில் மண்ணள்ளிப் போட்ட மழைக்கு , இவர் மண்ணள்ளி போடுகிறார்' என்றேன். வெளிநாடுகளில் இருந்து, மனிதநேய (Human interest) நிழல்படங்கள் வரும். இவற்றிற்கு, நான், தக்கபடி விளக்கம் எழுதி ஒளிபரப்பினேன். அப்போது நரசிம்மச்சாரி என்பவரும் என்னோடு

செய்தியாசிரியராக பணியாற்றினார். நல்ல பண்பாளர். தமிழகமெங்கும் ஒளிபரப்பாகும் செய்திகளை ஒரு நிமிடம் கேட்டுவிட்டு, இது சமுத்திரம் செய்தியா அல்லது நரசிம்மாச்சாரி செய்தியா என்று மக்கள் பந்தயம் வைப்பதாகவும் அறிந்தேன். தமிழகம் முழுக்க எங்கள் செய்தியின் தோரணைக்கு மிகப்பெரிய வரவேற்பு.

கலைஞர் விடுக்கும் நான்கு பக்க அறிக்கைகளை, அவற்றின் தன்மை மாறாமல் ஒருபக்க செய்தியாக சுருக்கி வெளியிடுவேன். இப்போது மாநில மக்கள் தொடர்பு அமைச்சகத்தில் உதவி இயக்குநராக இருக்கும் அப்போதைய மக்கள் தொடர்பு அதிகாரியும் எனது இனிய நண்பருமான சுபாஷ், மாநில அரசுச் செய்திகள் தக்கபடி வரும் வகையில் தொடர்பு கொள்வார். சிலசமயம் அவற்றை அனுப்ப முடியவில்லை என்றால் படித்துக் காட்டுவார். நான் அவற்றில் முக்கியமானவற்றை குறித்துக் கொண்டு உடனடி செய்தியாக்குவேன்.

1990ஆம் ஆண்டு அக்டோபர் முப்பத்தியொன்று .... வழக்கம்போல் இரவு பத்து இருபது செய்திகளை முடித்துவிட்டு பதினொரு மணியளவில் வீடு திரும்பினேன். கலைஞருடன், நான் உடனே பேசவேண்டும் என்று உதவியாளர் சண்முகநாதன் தெரிவித்ததாக என் மனைவி குறிப்பிட்டார். உடனே, நான் சண்முகநாதனை தொடர்பு கொண்டபோது 'கலைஞர் கோபமாக இருக்கிறார். உங்களை உடனடியாக தொலைபேசியில் தொடர்பு கொள்ளச் சொன்னார்' என்றார். நான், உடனே கலைஞருக்கு டெலிபோன் செய்து, அவரது கோபத்தை குறைக்கும் வகையில் 'என்ன சார் ரொம்ப கோபமா இருக்கிங்களாமே' என்று சர்வசாதாரணமாகக் கேட்டேன். இப்படி ஒரு முதல்வரிடம் கேட்கலாகாது. கலைஞரிடம் உரிமை கொண்டாடியதால், அப்படி நான் கேட்டு விட்டேன். கலைஞரும் கோபத்தைக் காட்டாமல், வருத்தத்துடன் பேசினார்.

'நீங்களும் என்னை சூத்திரனா நினைச்சுட்டிங்க சமுத்திரம்'.

'நானே பனையேறி... உங்களை ஏன் சார் சூத்திரனா நினைக்கப் போறேன்?'.

'நான் பனையேறிக்கும் கீழே இருப்பவன்'

'என்ன சார் நீங்க? உங்களை விட முழுமையான தமிழன் யார் சார்? அவனவன் சாதித் தமிழனா இருக்கான். நீங்க ஒருத்தர்தான் முழுமையான தமிழன். இது எல்லாருக்கும் தெரியும் . சார். உங்களுக்கு ஏன் சார் தெரியல?'

'அப்படின்னா நீங்க ஏன் செய்திகளில் கலைஞர் கருணாநிதின்னு போடக்கூடாது?'

'அப்படி யாருக்கும் போடுவது இல்ல சார். எல்லாம் திரு அல்லது திருமதி தான்'

'அப்படின்னா அன்னை இந்திராகாந்தின்னு என் நியூஸ்ல போட்டீங்க'

நான் புரிந்து கொண்டேன். கலைஞருக்கு தன்னை செய்தியில் கலைஞர் என்று அழைக்க வேண்டும் என்பது முக்கியமல்ல. அதையும் அவர் எதிர்பார்க்கவில்லை. முன்னாள் பிரதமர் இந்திராகாந்தியை, எதற்காக நான் அன்னை என்று அடைமொழி போட்டு செய்தி ஒலிபரப்பினேன் என்பதுதான் அவரது மனத்தாங்கல் அல்லது வாதம். இதற்காக அருமையாக ஒரு சொல்வலை பின்னி என்னைச் சிக்க வைத்து விட்டார். உடனே, நான் பதிலளிக்கத் தயங்கினேன். அமங்கலமான ஒன்றை எப்படிச் சொல்வது என்று யோசித்தேன். பிறகு, சமாளித்துக் கொண்டு இன்றைக்கு 'இந்திராகாந்தியோட நினைவுநாள் அந்தம்மா கொலை செய்யப்பட்ட நாள். இந்த மாதிரி நினைவு நாட்களில் தலைவர்களுக்கு உரிய அடைமொழிகளை போட்டுக் கொள்வோம், என்றேன். உடனே கலைஞரும் 'நீங்க சொல்வதும் சரிதான், நான் எதற்காக அப்படிச் சொன்னேன் என்பது புரியும் என்று அமைதியோடு பதிலளித்தார். எனக்கு தூக்கம் நன்றாக வந்தது.

இதையடுத்து, கலைஞரின் பிறந்தநாள் வந்தது. எங்கள் அமைச்சர் உபேந்திராவையும் விட்டுவிட்டு, கலைவாணர் அரங்கத்திற்கு காமிரா சகிதமாக ஓடினேன். அப்போது காவற்துறையின் துணை கமிசனரும், இப்போதைய கூடுதல் கமிசனருமான பாலசந்திரன் அவர்கள், எனக்கு மேடைக்கு வழிவிட மறுத்தார். எனக்கு என் தொழில் முக்கியம். அவருக்கு அவர் தொழில் முக்கியம். கூடவே, தொலைக்காட்சி என்ற கொம்பு எனக்கு முளைத்திருந்தது. பயங்கரமான வாக்குவாதம். யாரோ தலையிட்டு, அவரே சாந்தமாகி என்னை உள்ளே அதாவது மேடைக்கு அனுப்பிவைத்தார். இதை எதற்காக சொல்லுகிறேன் என்பது வாசகர்களுக்கு பின்னால் தெரியும். இந்த ஐபிஎஸ் அதிகாரியான பாலசந்திரன், அந்த ஒரு தடவை தவிர வேறு எந்தத் தடவையும் கோபப்பட்டு நான் பார்த்ததில்லை.

இப்படி பத்திரிகையாளருக்கும் காவற்துறையினருக்கும் அடிக்கடி மோதல்கள் வருவதுண்டு. ஆனாலும், இவை வெறும் ஊடல்கள்தான். அன்றைய செய்தியில், கலைஞருக்கு எத்தனை அடைமொழிகள் உண்டோ

அத்தனையும் போட்டு, அவரது பிறந்தநாள் விழாவை பெருமைப்படுத்தினேன். அவர் பார்த்தாரோ கேள்விப்பட்டாரோ. எனக்குத் தெரியாது. அவரைச் சந்திக்கும் போது இதைப் பற்றி சொல்வதற்கு எனக்குக் கூச்சம்.

இந்தச் சமயத்தில், விடுதலைப்புலிகளைப் பற்றி ஏஜென்ஸி செய்திகளில் வருபவற்றை தக்கப்படி எடிட் செய்து, செய்திகளில் சேர்ப்போம். இந்திய அமைதிப்படையோடு ஆரம்பத்தில் நான் யாழ்பாணம் சென்றபோது அங்குள்ள மக்கள் அந்தப் படைக்கு கையாட்டி ஆரவாரம் செய்து வரவேற்றார்கள். இந்தப் படையை விடுதலைப்புலிகள் சரியாக பயன்படுத்திக் கொள்ளவில்லை என்பதே என் கருத்து. ஆகையால் நான் விடுதலை புலிகளின் ஆதரவாளனாக இருந்த காலம் போய்விட்டது. விருப்பு வெறுப்பற்ற செய்தியாளனாகவே, இவர்களுக்கு சாதகமாகவும், பாதகமாகவும் செய்திகளைப் போட்டோம். இது அப்போது தனிக்குடித்தனத்திற்கு துடித்துக் கொண்டிருந்த வைகோவிற்கு அவலாகி விட்டது. எங்களது செய்திப் பிரிவைப் பற்றி அமைச்சர் உபேந்திராவுக்கு கடுமையாக பல்வேறு கண்டனக கடிதங்களை எழுதினார். அவை அனைத்தும் என்னுடைய கருத்து கேட்டு வந்தன. தனிப்பட்ட முறையில் அவர் என்னைத் தாக்கவில்லை. ஒருவேளை உபேந்திராவிடம் நேரில் சொல்லியிருக்கலாம்.

இந்தக் கால கட்டத்தில் மத்திய அமைச்சர் தகவல் ஒளிப்பரப்பு அமைச்சர் உபேந்திரா புதுவைக்குச் சென்ற போது அவரோடு நானும் உடன் சென்றேன். புதுவை அரசினர் மாளிகையில் உபேந்திரா அவர்களைச் சந்தித்து பேசிக் கொண்டு இருந்தேன். அப்போது, கலைஞரின் நடுநிலைமையைச் சுட்டிக் காட்டிவிட்டு, வை.கோ. போன்றவர்கள் திமுகவின் பெயரால் விடுதலைப்புலிகளின் அடாத செயல்களை ஆதரிக்கிறார்கள் என்று குறிப்பிட்டேன். என் செய்திப் பிரிவையும் அப்படியே ஆக்குவதற்கு வை.கோ. நினைக்கிறார் என்று குற்றம் சாட்டினேன். ஆகையால், நான் தொலைக்காட்சியில் இருந்து வெளியேறப் போவதாகக் குறிப்பிட்டேன். உடனே அமைச்சர் வைகோ ஒரு தீவிரவாதி, அவரைப் பொருட்படுத்தாதீர்கள். சிக்கல் வரும்போது முதல்வரையோ அல்லது முரசொலி மாறனையோ சந்தித்து ஆலோசனை கேளுங்கள், நான் உங்களை மாற்றப் போவதாக இல்லை' என்று பதிலளித்தார். பேச்சு வாக்கில் வைகோ போன்றவர்களால் திமுக மக்களிடையே செல்வாக்கு இழந்து வருகிறது என்று சொல்லிவிட்டேன்.

மறுநாள் உபந்திராவுடன் சென்னைக்குத் திரும்பினேன். மாலையில் புதுடில்லிக்குப் புறப்பட்ட அவரை, சென்னை துறைமுக விருந்தினர் மாளிகையில் சந்தித்தேன். உடனே அவர் 'நீங்கள் காங்கிரஸ்காரரா' என்று கேட்டார். உடனே நான் ஒரு காலத்தில்' என்றேன். 'நேற்று இரவு, நாடாளுமன்றத்தில் எதிர்க்கட்சித் தலைவரான ராஜிவ் காந்தியின் பேச்சை செய்தியில் போட்டு விட்டு, அதற்கு பதிலளித்த பிரதமர் வி.பி.சிங்கின் பேச்சை நீங்கள் ஏன் போடவில்லை?' என்று கோபமாகக் கேட்டார். உடனே நான், செய்தி வெளியான அன்றிரவு அவருடன் புதுவையில் இருந்ததை சுட்டிக்காட்டி, அந்தச் செய்தியை இன்னொரு செய்தியாசிரியரான நரசிம்மச்சாரி போட்டிருப்பார் என்று விளக்கினேன். உபேந்திராவின் கோபம் புன்முறுவலானது. கலைஞரை சந்தித்து விளக்கம் சொல்லும்படி ஆணையிட்டுச் சென்று விட்டார்.

பத்திரிகைகள் போல் அல்லாது, வானொலி தொலைக் காட்சிகளுக்கு ஒரு வசதி உண்டு. செய்தி முடிவதற்கு இரண்டு நிமித்திற்கு முன்பு கூட கடைசி செய்தியை சேர்த்து விடலாம். ஆனால் நான் இல்லாதபோது இரவு எட்டு நாற்பதற்கு ஒளிபரப்பாகும் செய்திக்கு எட்டு மணிக்கே டெலிபிரிண்டர் பக்கம் போக மாட்டார்கள். இதன் விளைவு தான் எட்டு மணிக்கு வந்த ராஜிவ் காந்தியின் நாடாளுமன்ற பேச்சு செய்தியாகி எட்டரை மணியளவில் டெலிபிரிண்டரில் வந்திருக்கக் கூடிய பிரதமர் வி.பி.சிங்கின் பதில் டெலிபிரிண்டருக்குள்ளேயே முடங்கிப் போயிருக்கும். நான் எத்தனை பேருக்குத்தான் சிலுவை சுமப்பது!

எனக்குக் கிடைத்த தொலைக்காட்சி ஜீப்பில் உபேந்திராவின் விருந்தினர் மாளிகையில் இருந்து நேராக கலைஞரின் கோபாலபுர வீட்டிற்குச் சென்றேன். இரவு நேரம். கலைஞர், கோவைக்கு சுற்றுப்பயணமாக செல்வதற்கு வீட்டில் இருந்து படியிறங்கி விட்டார். அவரைச் சுற்றி ஏகப்பட்ட தலைவர்கள் உயர் அதிகாரிகள்... காரில் ஏறப்போன அவர் என்னைப் பார்த்து நின்றார். முகத்தைக் கோபமாக்கிக் கொண்டார். எங்களுக்கிடையே நடந்த உரையாடலின் விவரம் இதுதான்.

'உபேந்திரா கிட்ட தி.மு.க. அன்பாப்புலர்ன்னு சொல்லி இருக்கீங்க'

'ஆமாம்... அவர் என் அமைச்சர். அவரிடம் அரசியல் சூழலை சொல்ல வேண்டியது, என்னோட கடமை. இதனால் உங்களுக்கு நான் செய்தி போடுவது எந்த விதத்திலும் குறையவில்லையே?'

'ஓகோ...நீங்க நாங்கன்னு பிரித்துப் பேசுறீங்களா? பூனை பையில் இருந்து வெளிப்பட்டு விட்டது. உங்கள் உண்மையான சுயரூபம் இப்போதுதான் தெரிகிறது.'

'சார். உங்களுக்கே தெரியும், நான் காமராசர் தொண்டன் கட்சியை மீறி உங்களை இரண்டாவது காமராசாக பார்க்கிறேன். நீங்கள் முழுமையான தமிழன் என்கிற ஒரே காரணத்தால்தான் இப்பவும் டிவியில் பல்லைக் கடிச்சிட்டு இருக்கிறேன். நீங்களும் இப்படி பேசினா என்ன சார் அர்த்தம்?

'சரி. பார்க்கலாம்.'

'வாரேன் சார்'

'நன்றி'

கலைஞர், காரில் ஏறினார். அவர் போவது வரைக்கும் அங்கே நிற்க வேண்டும் என்ற எண்ணம் இல்லாமல் - அதாவது என்னை ஒரு அரசு செய்தியாளனாக கருதாமல், எழுத்தாள தனிமனிதனாகக் கருதி அந்த இடத்தில் இருந்து அவர் கார் புறப்படும் முன்பே வெளியேறி விட்டேன். கலைஞருக்கு ஐந்து நிமிட இடைவெளியில் கூட அவர் அறிக்கைகளை செய்தியாக்குகிற என் மீது அவர் அப்படிக் கோபப் பட்டது அப்போது எனக்கு நியாயமாக தெரியவில்லை. ஒருவேளை வைகோவிற்காக கட்சித் தலைவர் என்ற முறையில் என் மீது கோபப்பட்டதாக பாவனை செய்து இருக்கலாம். நானும், அன்றிரவுச் செய்திக்கு பொறுப்பல்ல என்று விளக்கி இருக்கலாம். அல்லது தனியாகச் சந்தித்து பேசுகிறேன் என்று அப்போதைக்கு சொல்லி விட்டு பின்பு நான்கு நாள் கழித்து அவரை நேரில் சந்தித்து வை.கோ. அணியினரால் திமுகவிற்கு கெட்ட பேர் வருவதை நம்பகமாக சொல்லியிருக்கலாம். நானும் அவசரப்பட்டு விட்டேன். வேண்டுமென்றே என்னைப் போட்டுக் கொடுத்த உபேந்திரா போல் ஒரு பியூன் கூட நடந்து கொள்ள மாட்டார்.

நான் மறுநாள் அலுவலகம் திரும்பியதும், மேற்கொண்டும் தொலைக்காட்சியில் நீடிக்க விரும்பவில்லை என்றும் வை.கோ . போன்றவர்களின் விடுதலைப்புலி வேகத்தை என்னால் செய்தியாக்க முடியாது என்றும் எழுத்து மூலம் அமைச்சர் உபேந்திராவுக்கு தெரிவித்து விட்டேன். பொதுவாக ஒரு அதிகாரி இந்த மாதிரியான கருத்துக்களை, தனது உடனடி அதிகாரி மூலம் அமைச்சரவை செயலாளருக்குத்தான் அனுப்ப வேண்டும் ஆனால், விவகாரம் அரசியல் கலந்ததாக இருந்ததால்,

அதில் செய்தி ஆசிரியர் என்பவர் விருப்பத்திற்கு விரோதமாகவே ஈடுபடுத்தப்படுவதால், ஆபத்துக்குப் பாவமில்லை என்று கருதி அமைச்சருக்கே நேரிடையாக எழுதிவிட்டேன்.

துவக்கக் கட்டமாக என்னை புதுடில்லியில் பயிற்சி என்ற பெயரில் பார்சல் செய்தார்கள். அங்கே போன ஒரு மாத காலத்திற்குள், சென்னை வானொலி நிலையத்திற்கு என்னை மாற்றி ஆணை பிறப்பித்தார்கள். வீடு, அலுவலகம், பயிற்சி நிலையம் என்று ஒரே மாதிரியான மூன்று ஆணைகள் எனக்கு வந்தன. சென்னைக்கு திரும்பியதும் யானை போல், வஞ்சம் வைத்திருந்த நிலைய இயக்குநர் தாழுவிடம் பேசி எனக்கு ஒருநாள் கூட அவகாசம் கொடுக்காமல் பணியிலிருந்து விடுவித்து விட்டார். சென்னைத் தொலைக்காட்சி நிலையத்தில் நான் ஆறமாதங்களே குப்பை கொட்டினேன். குப்பை கொட்டினேன் என்பதை விட அவற்றை அப்புறப்படுத்தினேன். கலைஞர், மூப்பனார், ஜெயலலிதா போன்றவர்களைத் தவிர வேறு எந்த தலைவரின் செய்திகளையும் போடுவது இல்லை. இப்போது நன்றாக நினைவிருக்கிறது. உதாரணத்திற்குதான் சொல்கிறேன். ஒரு உதிரிக் கட்சித் தலைவர் குறிப்பிட்ட ஒரு கிராமத்தில் ஒரு பெண் கற்பழிக்கப்பட்டதை கண்டித்து தான் அறிக்கை வெளியிட்டு இருப்பதாக தெரிவித்தார். உடனே நான், 'முதலில் அந்தக் கிராமத்தில் போய் உண்ணாவிரதம் இருங்கள், இல்லையென்றால் மறியல் செய்யுங்கள், நான் தொலைக்காட்சி கேமராவோடு வருகிறேன், நீங்க எந்தச் செயலும் செய்யாமல் என்னால் செய்தி போட முடியாது' என்று மறுத்து விட்டேன். இப்படி மறுக்கப்பட்டவர்களுக்கு எனது மாற்றம் ஒரு வரப்பிரசாதமானது.

எனக்கு கலைஞர் மீது கட்டற்ற கோபம். அவரை உண்டு இல்லை என்று பார்க்க வேண்டும் என்று கங்கணம் கட்டிக் கொண்டேன்.

கலைஞருக்கு எதிராக
ஒரு
செய்தி இயக்கம்

1990 ஆம் ஆண்டு அக்டோபர் மாதம் சென்னை வானொலி நிலையத்தில் மூத்த செய்தியாளராக பொறுப்பேற்றேன். அப்போது செய்தி ஆசிரியர் நீண்ட கால மருத்துவ விடுப்பில் இருந்ததால் அவரது பணியையும் கவனித்துக் கொண்ட எனக்கு கலைஞருக்கு எதிராக ஒரு செய்தி இயக்கத்தையே செயல்படுத்த முடிந்தது.

கலைஞர்தான் என்னை மாற்றிவிட்டார் என்று திட்ட வட்டமாக நம்பினேன். பத்து நிமிடத்திற்குள் அவரது செய்தியை தொலைபேசி மூலமே உள்வாங்கிக் கொண்டு வெளியிட்ட என்னை, தமிழனை தமிழன்தான் ஆள வேண்டும். இந்த வகையில் கலைஞரே முதல் தமிழன் என்று மனப்பூர்வமாக நினைத்து இதனை தொலைக்காட்சியில் சொல்லாலும் செயலாலும் கடைபிடித்த என்னை, கலைஞர் கடைத் தேங்காய் ஆக்கி விட்டாரே என்ற கோபம்.

நான் பொறுப்பேற்ற இரண்டு மாத காலத்திற்குள் டிசம்பர் மாத மத்தியில் நான் எழுதிய வேரில் பழுத்த பலா என்ற இரண்டு குறுநாவல்களை உள்ளடக்கிய படைப்பிற்கு சாகித்திய அக்காதெமி பரிசு கிடைத்தது. இதனால் பல பத்திரிகைகள் என்னைப் பேட்டி கண்டன.

சென்னை தொலைக்காட்சியில் திமுக அரசு எனக்கு தொல்லை கொடுத்ததாக அத்தனை பத்திரிகைகளிலும் தெரிவித்தேன். இதரக் கட்சிகளும் ஆளுக்கு ஆள் நாட்டாண்மை செய்ததாகவும் குறிப்பிட்டேன். தினமலரை தவிர வேறு எந்த பத்திரிகையும் இந்தப் பகுதியை போடவில்லை. ஆனால், தினமலர் இந்த பகுதியை மட்டும் பெரிய செய்தியாக போட்டது. கலைஞர் நிச்சயம் இதைப் படித்திருக்க வேண்டும். அப்போது, குங்குமம் வார இதழில் எனது வாழ்க்கை வரலாறு சுருக்கமாக வெளியிடப்படுவதாக இருந்தது. அது வெளிவரவில்லை. நானும் அதை எதிர்பார்க்கவில்லை. ஆனாலும், குங்குமத்தில் பராசக்தி பதிலில் என்னை இலக்கிய ஜெயலலிதா என்று வர்ணிக்கப் பட்டிருந்தது.

இந்த தாக்குதலுக்குப் பிறகு இன்னொரு தாக்குதலை தொடுத்தேன். தொடுத்ததாக நினைத்தேன். தமிழகத்தின் மிகச் சிறந்த பேச்சாளர்களில் ஒருவரான வலம்புரி ஜானின் மகள் திருமணம் சென்னை எழும்பூர்

இம்பீரியல் ஓட்டலில் நடைபெற்றது. முதல்வர் கலைஞர்தான் திருமணத்தை நடத்தி வைத்தார். வலம்புரிஜான், லேட்டஸ்ட் விவரம் தெரியாமல், என் பெயரையும் வாழ்த்துரையில் சேர்த்திருந்தார். பெரும்பாலும் கழகத் தொண்டர்களே அதிகமாக இருந்தார்கள். தமிழகத்தில் தலைசிறந்த கவிஞர்கள், பிரமுகர்கள் கூடியிருந்தார்கள். மரபுக் கவிதையில் கொடிகட்டிப் பறக்கும் கவிஞர் இளந்தேவன், வரவேற்புரை ஆற்றியதோடு ஒவ்வொருவரையும் அறிமுகம் செய்து பேச வைத்தார்.

என் முறை வந்த போது, நான் கறுப்புத் தங்கம் என்றும் சாகித்ய அகடாமியின் விருது பெற்ற தகுதிமிக்க எழுத்தாளர் என்றும் தெரிவித்தார். கூட்டத்தினர் கை தட்டவில்லை. ஏனென்றால், இந்த நிகழ்ச்சிக்கு ஒருசில நாட்களுக்கு முன்புதான் தினமலர் பத்திரிக்கையில் கலைஞருக்கு எதிராக ஒரு பேட்டி கொடுத்திருந்தேன். அவர்தான் என்னை சென்னை வானொலிக்கு தூக்கியடித்தார் என்று குறிப்பாகச் சொல்லி யிருந்தேன். இதை தெரிந்து வைத்திருந்த தொண்டர்கள், பேசாமல் வீராப்போடு முதுகுகளை நிமிர்த்தினார்கள். சிலர் ஏனோதான்ோ என்று பார்த்தார்கள். பலர் நான் சீக்கிரமாக பேசிவிட வேண்டும் என்பது மாதிரி கடிகாரத்தைப் பார்த்தார்கள். மைக் அருகே வந்த நான் இப்படி வாழ்த்தினேன்.'

"தந்தை பெரியாருக்குப் பிறகு, தமிழகத்தில் முழுமையான தமிழன் இன்னும் பிறக்கவில்லை. தோழர் வலம்புரிஜானின் மகளும், மருமகனும் ஒரு தமிழ் குழந்தையைப் பெற்றுக் கொடுத்தால் நாடே நன்றி தெரிவிக்கும்."

ஒரு நிமிடத்தில் பேசி முடித்துவிட்டு, நான் மேடையை விட்டு இறங்கினேன். கலைவாணர் அரங்கில் கலைஞுரை காணச் சென்ற என்னுடன், கடுமையாக வாதிட்ட காவற்துறை உயர் அதிகாரியான அதே பாலச்சந்திரன் என்னை ஆச்சரியாகப் பார்த்தார். இரண்டு மூன்று மாத இடைவெளிக்குள் நான் ஏன் அப்படி மாறினேன் என்பது அவருக்கு தெரிந்திருக்காது. ஆனாலும், உடனடியாக அவர் இயல்பான நிலைக்குச் சென்றுவிட்டார். இப்போது கூட கலைஞுரோடு சேர்த்து அவர் என்னைப் பார்க்கும் போதெல்லாம் எனக்கு கூச்சமாகவே இருக்கும்.

நானும், இன்னும் ஒரு சிலரும் பேசி முடித்த பிறகு, இறுதியாக கலைஞர் எழுந்தார். அவர் என்னைப் பற்றி என்ன பேசப் போகிறார் என்பதை

அறிவதற்காக அந்த வளாகத்தை ஒட்டி நின்று கொண்டிருந்தேன். பொதுவாக, எதிராளிகளுக்கு பொதுக் கூட்டங்களில் நாசூக்கான குட்டு வைப்பதில் கலைஞர் நிபுணர். அழைப்பிதழை எடுத்துப் படித்தார். அதிலுள்ள பெயர்களுக்கு முன்னால் தம்பி, உடன்பிறப்பு போன்ற வார்த்தைகளை அடைமொழியாக்கிவிட்டு அந்த பெயர்க்கு உரியவர்களை சுட்டிக்காட்டினார். அழைப்பிதழில் என் பெயர் இருந்தாலும் சமுத்திரம் அவர்களே என்று அவர் சொல்லவில்லை. இதுதான் என் பேச்சுக்கு அவர் காட்டிய குறைந்தபட்ச எதிர்ப்பு.

நான் இப்போது நினைத்துப் பார்க்கிறேன். செல்வி. ஜெயலலிதா கலந்து கொள்ளுகிற இப்படிப்பட்ட ஒரு கூட்டத்தில் கலைஞரை மறைமுகமாக சாடியது போல், அவரைச் சாடினால் என்ன நடந்திருக்கும்? அவரது அதிமுக உடன் பிறப்புகள் சும்மா இருந்திருப்பார்களா? அல்லது இவர்தான் சும்மா இருக்க விட்டிருப்பாரா? இம்பிரியல் ஓட்டலை நான் பார்க்கும் போதெல்லாம், கலைஞரின் மென்மையான எதிர்ப்பும் கடமை கண்ணியம் கட்டுப்பாட்டை காத்து நின்ற திமுக தோழர்களின் பண்பாடும்தான் நினைவுக்கு வருகின்றன. இன்னும் சொல்லப் போனால் ஜெயலலிதா அல்லாத மற்றவர்கள் முதலமைச்சர்களாக இருந்தாலும் நான் தாக்கப்படாமலோ அல்லது வசவு வாங்காமலோ திரும்பி இருக்க முடியாது.

இந்தச் சமயத்தில், பின்னர் நடந்த ஒரு நிகழ்ச்சியை இங்கேயே சுட்டிக் காட்ட விரும்புகிறேன். ஜெயலலிதா முதல்வராக மாறிய பிறகு கோவையில் புதிய விமான நிலையம் ஒன்றை துவக்கி வைத்தார். வானொலி செய்தியாளராக அங்கே சென்றிருந்தேன். அப்போது காங்கிரஸ் கட்சிக்கும், அதிமுகவிற்கும். சில கசமுசாக்கள் மத்திய விமானத்துறை அமைச்சரான மாதவராவ் சிந்தியா, அந்த நிகழ்ச்சியில் கலந்து கொண்டார். இவர் அரச வம்சத்தைச் சேர்ந்தவர். இந்த நிகழ்ச்சியில் கலந்து கொண்டு பேசிய கோவை நாடாளுமன்ற காங்கிரஸ் உறுப்பினர் செ.குப்புசாமி 'மாகாராஜா சிந்தியா அவர்களே' என்று முதலில் அவர் பெயரைக் குறிப்பிட்டார். அவ்வளவுதான். அங்கே திரண்டிருந்த அதிமுக தொண்டர்கள் பயங்கரமாக கத்தினார்கள். குப்புச்சாமியை பேச்சை முடிக்கும்படி வாயதிரக் குரலிட்டார்கள். ஜெயலலிதா, அவர்களின் நடத்தையை அங்கீகரிப்பது போல் பேசாதிருந்தார். இந்த அடாவடி நிகழ்ச்சியை திருச்சி வானொலி நிலையத்தில் முதல் செய்தியாக ஒலிப்பரப்பினோம்.

மீண்டும் கலைஞர் அரசுக்கே வருகிறேன். தமிழக அரசிற்கு, குறிப்பாக கலைஞருக்கு எதிரான செய்திகளை முக்கியப் படுத்தினேன். அதே சமயம் கலைஞரை கட்சித்தலைவர், முதல்வர் என்ற முறையில் அவருக்குரிய செய்திகளையும் ஒலிபரப்பினேன். ஆனால், கலைஞருக்கு எதிரான செய்திகளே அதிகம். காலையில் ஆறு நாற்பதுக்கு ஒலிப்பரப்பாகும் செய்திகள் மக்கள் மனதில் குறிப்பாக பாட்டாளி மக்களிடம் மகத்தான தாக்கத்தை அந்தக் காலத்தில் ஏற்படுத்தியவை. பொதுவாக இந்த மாதிரி அரசுக்குப் பாதகமான செய்திகள் வெளியானால், மக்கள் தொடர்பு அதிகாரிகள் தொலைபேசியில் தொடர்பு கொண்டு திருத்தம் - அல்லது மறுப்புக் கொடுப்பார்கள். ஆனால், செய்தியாசிரியர் நான் என்பதால் என்னமோ , என்னுடன் அவர்கள் தொடர்பு கொண்டதில்லை.

கலைஞர் அரசுக்கு எதிராக, அதிமுக சார்பில் ஒரு ஊழல் பட்டியல் கொடுக்கப்பட்டிருந்தது நான் அத்தனை பாயிண்டுகளையும் ஒன்றுவிடாமல், ஆனந்தமாக செய்தியாக்கினேன். இதற்கு பதிலளிப்பது போல், அதேநாள் மத்தியானம் கலைஞர் செய்தியாளர் கூட்டத்தை கூட்டியிருந்தார். ஆனால், எனக்கு அழைப்பு வரவில்லை. அழைப்பு வரவில்லை என்றாலும் ஒரு செய்தியாளன், தன்மானம் பற்றி கவலைப்படாமல் போய்த்தான் ஆக வேண்டும். இல்லையானால், டில்லிக்காரன் தாளித்து விடுவான். ஒரு கட்சி, திமுகவிற்கு எதிராக ஒரு அறிக்கையை வெளியிட்டதால் கலைஞரும் கோட்டையில் முதல்வராக பதிலளிக்க விரும்பாமல் கண்ணியம் காத்தார் என்றே நினைக்கிறேன். ஆகையால், செய்தியாளர் சந்திப்பு அண்ணா அறிவாலயத்தில் நடந்தது. அதிமுகவின் ஊழல் பட்டியல் அறிக்கை செய்தியாளர்களுக்கு கொடுக்கப்பட்டு கலைஞர் பேசிக் கொண்டிருந்தார். தாமதமாக போன நான், பேசிக் கொண்டிருந்த கலைஞரை இடைமறித்து, இப்படிக் கேட்டேன்.

'சார் நீங்க என்னை கூப்பிடல. ஆனாலும் வந்துட்டேன்'

'நீங்க எங்க செய்திய போடமாட்டீங்க... ஆனாலும் வரவேற்கிறேன்'.

செய்தியாளர்கள் சிரித்து விட்டார்கள். கலைஞரிடம் ஏன் வாயக் கொடுக்கறிங்க என்று சிலர் என்னைச் செல்லமாக தட்டினார்கள். கலைஞர் முகத்தையே பார்த்தேன். காலையில்தான் அவரைப் பற்றிய கடுமையான குற்றச் சாட்டுகளை, நேரில் கண்டது போல் செய்தியாக்கி இருந்தேன். ஆனால், அவர் முகத்தில் எந்த கடுகடுப்பும் இல்லை. என்னை புன்முறுவலோடு பார்த்தார். எனக்கு ஆச்சரியமாக இருந்தது. ஒரு துளி

கோபத்தைக் கூட அவர் கண்களோ, முகபாவமோ காட்டவில்லை. இன்றுவரை இது எனக்கு ஆச்சரியமாகவே இருக்கிறது.

செய்தியாளர் கூட்டம் முடிந்ததும், அதில் கலந்து கொண்ட மு.க.ஸ்டாலின் அவர்கள் என்னைப் பார்த்து எங்க செய்தியையும் ரேடியோவில் போடுவீங்களா அண்ணே என்றார். இந்த அண்ணே என்ற வார்த்தை என்னை கசக்கிப் பிழிந்தது. இவர் முகத்திலும் ஒரு சின்ன எள் கூட வெடிக்கவில்லை. மாறாக என்னை நட்பாகவே பார்த்தார். அதிமுகவுக்கு எதிராக கொடுக்கப்பட்ட ஊழல் பட்டியலையும், மாலைச் செய்தியில் தலைப்புச் செய்தியாகப் போட்டு விளாசித் தள்ளிவிட்டேன்.

இந்த அணுகுமுறை என்னை ஓரளவு மென்மைப்படுத்தியது. ஆனாலும் அரசுக்கு எதிரான செய்திகள் வழக்கம் போல் ஒலி பரப்பாகிக் கொண்டுதான் இருந்தன.

இந்தக் காலக்கட்டத்தில் இலங்கைக்குச் சென்ற இந்திய அமைதிப்படையை திரும்ப பெற்றுக் கொள்ள வேண்டிய கட்டாயம் ராஜீவ் காந்திக்கு ஏற்பட்டது. கலைஞர் இந்தப்படை சென்னை திரும்பிய போது அதை வரவேற்க செல்லவில்லை.

இலங்கைத் தமிழ் பெண்களிடம் இந்திய ராணுவம் அத்து மீறி நடந்து கொண்டது என்பது கலைஞரின் வாதம். யாழ்ப்பாணம், மட்டக்களப்பு, திரிகோணமலை என்று பல்வேறு இடங்களுக்கு பயணித்த எனக்கும் இந்த தகவல்கள் கிடைத்ததும், அப்போது சென்னையில் சுவாகத் ஹோட்டலில் தங்கியிருந்த மூப்பனார் அவர்களிடம் தெரிவித்தேன். அவரும் உடனடியாய் ராஜீவ் காந்தியை சந்தித்து தக்க பரிகார நடவடிக்கை எடுப்பதற்கு ஏற்பாடு செய்வதாக கூறினார். இதையடுத்து, இந்திய பெண் போலீஸ் அங்கே அனுப்பப்பட்டது.

இந்திய அமைதிப்படையினர் இலங்கைத் தமிழர்களுக்காக நல்லதும் செய்திருக்கிறார்கள். இந்திய - இலங்கை ஒப்பந்தத்திற்கு பிறகு, ஆயுதங்கடத்திய குற்றத்தின் பேரில் கைது செய்யப்பட்ட விடுதலைப் போராளிகளை பலாலி விமான நிலையத்தில் இருந்து ஒரு இலங்கை விமானம் மூலம் கொழும்பிற்கு கொண்டு செல்வதற்கு அந்த நாட்டு அரசு தீர்மானித்து விட்டது. விமானமும் வந்து விட்டது. அந்த விமானத்தை தடுப்பதற்காக இந்தியப்படை சுற்றி வளைத்ததும் எனக்குத் தெரியும். ஆனால், மத்திய அரசின் முட்டாள் தனமான அரசியல் முடிவால் இந்த போராளிகள் சயனைடு அருந்தி தற்கொலை செய்து கொண்டார்கள்.

கலைஞருக்கு சாதகமான வி.பி.சிங் அரசு, நாடாளுமன்றத்தில் பதவி இழந்தது. கலைஞருடன் பகைமை பாராட்டி, அதிமுகவுடன் உறவாடிய ராஜீவ் காந்தியின் தயவில் சந்திரசேகர் அமைச்சரவை மத்தியில் பதவியேற்றது.

அந்தக் காலகட்டத்தில் கலைஞரின் செய்தியாளர் கூட்டம் - என்ன காரணத்தாலோ கட்சி அலுவலகமான அறிவாலயத்திலேயே நடைபெற்றது. நான் கடைசி வரிசையில் உட்கார்ந்திருந்தேன். அந்த அறைக்குள் நுழைந்த கலைஞர் என்ன சமுத்திரம்! எப்படி இருக்கீங்க' என்று என்னை மட்டும் தனிப்படுத்தி நலம் விசாரித்தார். நானும் ஒரு மகத்தான தலைவர் இப்படி நலம் விசாரிக்கும் போது அவருக்கு எதிராக ஒரு சின்ன கேள்வியைக் கூட எழுப்பக் கூடாது என்று உறுதி பூண்டேன். ஆனால் ஒரு செய்தியாளர் இந்திய அமைதிப்படை பற்றி ஒரு கேள்வி எழுப்பி, கலைஞர் பதிலளித்த போது, என்னால் சும்மா இருக்க முடியவில்லை.

நானும் ஒரு தர்மசங்கடமான கேள்வியை கேட்டேன். கலைஞருக்கு பயங்கரமான கோபம். அப்போது முகத்தில் மட்டும் எள்ளைப் போட்டிருந்தால் அது எண்ணெய் ஆகியிருக்கும். என்னை நேரடியாகப் பார்த்து 'ஆமாய்யா... இந்தியப் படை இலங்கை தமிழ் பெண்களை கற்பழிச்சது. இப்பவும் சொல்றேன், உன்னால நீயூஸ்ல போட முடியுமா' என்று சவால் விடும் தோரணையில் கேட்டார். நானும் 'இன்னைக்கு சாயங்காலமே போடுறேன் சார்' என்றேன். இந்த அமளியில் செய்தியாளர் கூட்டம் விரைவில் முடிவுக்கு வந்தது.

நான் ஆடிப்போய் விட்டேன். கலைஞர் இப்படி எந்த செய்தியாளரையும் 'நீ, நான்' என்று ஒருமையில் பேசியது இல்லை. இதர செய்தியாளர்களுக்கும் ஆச்சரியமாகி விட்டது. நான், திக்கு முக்காடி அந்த அறையை விட்டு அகல முடியாமல் நின்ற போது கலைஞர் என் அருகே வந்தார். 'நான் சொன்னதை அப்படியே போட உங்களுடைய வானொலி நெறிமுறைகள் இடம் தராதே, நீங்க எப்படி போடுவீங்க' என்று கேட்டார். நான், வாழப்பாடி ராமமூர்த்தியையோ அல்லது எனக்கு பெருமளவு உதவியிருக்கும் திருமதி. மரகதம் சந்திரசேகரையோ அணுகி ஆகவே, கலைஞர் ஆட்சியை டிஸ்மிஸ் செய்ய வேண்டும்' என்று கலைஞரின் குற்றச்சாட்டிற்கு ஈடுகொடுத்து அந்த செய்தியை சமச்சீராக்க முடியும். இதை மனதில் வைத்துக் கொண்டு 'போடமுடியும்' என்றேன்.

கலைஞர் என்னை ஒரு மாதிரி பார்த்தார். அவர் அப்போது என் மீது சீறியது கொள்கை அடிப்படையில் அல்ல என்பதும். வீம்புக்காக பேசியது என்பதையும் புரிந்து கொண்டேன். அந்த செய்தியை நான் எனது செய்தி அறிக்கையில் சேர்க்கவே இல்லை.

சந்திரசேகர் அரசு பொறுப்பேற்ற ஒருமாத காலத்திற்குள் மத்திய தகவல் ஒலிபரப்புத்துறைக்கும், உள்துறைக்கும் இணையமைச்சரான சின்ஹா சென்னைக்கு வந்திருந்தார். உள்துறை இணையமைச்சர் என்ற முறையில் தமிழகத்தில் சட்டம் ஒழுங்கை பரிசீலனை செய்வதற்கு மாநில அமைச்சர்கள் - உயர் அதிகாரிகள் கூட்டம் ஒன்றை நடத்தினார். முதல்வர் கூட்டத்திற்கு தலைமை வகித்தார். தமிழக அரசின் தலைமை அலுவலகத்தில் நடைபெற்ற இந்தக் கூட்டம் முடிவடையும் போதுதான் பத்திரிகையாளர்கள் அனுமதிக்கப்பட்டார்கள். இந்தக் கூட்டத்தில் கலந்து கொண்ட முதல்வரும், மத்திய அமைச்சர் சின்ஹாவும் பேசிய முறையில் இருந்து இரண்டாமவர், முதலாமவரின் ஆளுமைக்கு உட்பட்டு விட்டார் என்பது புரிந்து விட்டது. இந்த அமைச்சர் பிரதமர் சந்திரசேகருக்கு மிகவும் வேண்டியவர்.

இந்தக் கூட்டம் முடிந்தபிறகு, சின்ஹா மறுநாள் ஆளுநர் மாளிகையில் செய்தியாளர்களை சந்தித்தார். நான் சும்மா இருக்க வேண்டும் என்ற உறுதியோடுதான் போயிருந்தேன். ஆனால், சில செய்தியாளர்கள் கலைஞர் ஆட்சிக்கு எதிராக சில கேள்விகளைக் கேட்ட போது, நானும் சேர்ந்து கொண்டேன். மத்திய அரசு கலைஞர் ஆட்சி மீது என்ன நடவடிக்கை எடுக்கப் போகிறது என்றும் கேட்டேன். அப்போது அமைச்சருடன் இருந்த மத்திய அரசின் தமிழ் ஐஏஎஸ் அதிகாரி ஒருவர், அமைச்சரின் காதைக் கடித்தார். நான் இன்னார் என்று சொல்லி விட்டார். உடனே அமைச்சரும் கோபத்தோடு எதுவும் பேசாமல் சும்மா இருங்க சார் என்று ஆங்கிலத்தில் கடுமையாகச் சொன்னார். அப்போது கலைஞரின் நாற்காலியை விட என் நாற்காலிதான் ஆடிப்போனது.

மாலையில், இதே ஜ.ஏ.எஸ் அதிகாரி சென்னையில் உள்ள தகவல் ஒளிப்பரப்புத்துறை உயரதிகாரிகளின் கூட்டத்தை சென்னை தொலைக்காட்சி நிலையத்தில் கூட்டினார். இதில் அமைச்சகத்தின் செயலாளரான மகேஷ் பிரசாத்தும், கலந்து கொண்டார். எங்கள் அமைச்சகத்தின் தலைமை அதிகாரி இவர்தான். சென்னை தொலைக்காட்சி நிலையத்தில் அப்போது துணை இயக்குநராக இருந்த

எழுத்தாளர் ஏ. நடராசனும் இந்தக் கூட்டத்தில் கலந்துக் கொண்டவர்களில் ஒருவர்.

இந்த இ.ஆ.ப, 'தமிழக அரசை குறிப்பாக முதலமைச்சரை இங்குள்ள ஒரு சிலர் கடுமையாக விமர்சிக்கிறார்களாம். இதன் மூலம் அவர்களுக்கு எச்சரிக்கை விடுகிறேன். இனிமேலும் இப்படி முதலமைச்சருக்கு தர்மச்சங்கடமான நிலைமையை தோற்றுவித்தால் அவர்கள் மீது நாங்கள் கடுமையாக நடவடிக்கை எடுப்போம்' என்று ஓங்கிக் கத்தினார். கூட்டத்தில் ஒருவர் முகத்திலும் ஈயாடவில்லை. ஒருவேளை எப்போதாவது தப்பித்தவறி கலைஞரை குறை கூறி இருப்போமோ என்பது மாதிரி தங்களைத் தாங்களே பார்த்துக் கொண்டார்கள்.

என்னால் பொறுக்க முடியவில்லை. நான் எழுந்தேன். 'நீங்கள் சொல்வது என்னைத்தான்... நான் தமிழக அரசை விமர்சிப்பது, கலைஞரை விமர்சிப்பது ஆகாது... முதல்வருக்கும், விடுதலைப்புலிகளின் மீது அப்படி ஒன்றும் பாசம் கிடையாது. ஆகையால், புலிகளை பற்றி செய்திகள் வெளியாவதை அவரும் ஆட்சேபிக்க மாட்டார். நீங்களாக கற்பனை செய்து கொண்டால் அதற்கு நான் பொறுப்பல்ல. தேவையானால் என்னை மாற்றுங்கள்' என்று உரக்கக் கூவினேன். எங்கள் செயலாளர் மகேஷ் பிரசாத், ரிஷிகர்ப்பம் இரவு தங்காது என்பது போல், உடனடியாக கோபத்தை காட்டி நடவடிக்கை எடுக்கக் கூடியவர். ஆனாலும், பொறுமையாக இருந்தார். இந்தக் கூட்டம் முடிந்ததும் என்னைப் பற்றி உயர்மட்டக் குழு ஒன்று ஆய்வு செய்திருக்கிறது. அப்போதைக்கு என் மீது நடவடிக்கை எடுக்க வேண்டிய தேவையில்லை என்று செயலாளர் தீர்மானித்து விட்டதாக அறிந்தேன்.

மத்திய அரசு கலைஞர் அரசின் மீது நம்பிக்கை வைத்திருந்தாலும், தமிழக அரசியல் நிர்பந்தம் கருதி ராஜிவ் காந்தியின் தூண்டுதலில், ஜெயலலிதாவின் வற்புறுத்தலில் கலைஞர் அரசு 1991 ஆம் ஆண்டு ஜனவரி மாதம் 31 ஆம் தேதி பதவி நீக்கம் செய்யப்பட்டது.

இதையடுத்து அதே இணைச் செயலாளர் சென்னைக்கு வந்தார். அவரை விமான நிலையத்தில் வரவேற்கச் சென்றேன். என்னைப் பார்த்ததும் 'கன்குராஜுலேஷன்யா' என்றார். உடனே நான், எனக்கு, இணை இயக்குநர் பதவி வந்து விட்டதாகக் கருதி, நன்றி தெரிவித்தேன். எந்த இடத்தில், எந்தப் பதவியில், நான் நியமிக்கப்பட்டு இருக்கிறேன் என்பதை அவரே சொல்லட்டும் என்பதுபோல் ஆவலோடு பார்த்தேன். உடனே அவர் 'உங்க

நண்பர முடிச்சிட்டோம் பார்த்தீங்களா' என்றார். அப்போதும் புரியாமல் நான் அவரைப் பார்த்த போது கருணாநிதியைத்தான் சொல்றேன். டிஸ்மிஸ் பண்ணிட்டோமே , உங்களுக்கு சந்தோஷம்தானே என்றார்.

நான் சந்தோஷப்பட வில்லை . இந்த ஐ.ஏ.எஸ் அதிகாரிகள் எப்படி பச்சோந்திகளாக மாறுகிறார்கள் என்பதை முன்பே பார்த்திருக்கிறேன், என்றாலும் இப்போது அவரை அழுத்தமாக பார்த்தேன். ஒருவகையில் சொல்லப் போனால் அரசியல் வாதிகளை விட ஆபத்தான்வர்கள் இந்த ஐ.ஏ.எஸ், ஐ.பி.எஸ் காரர்கள் தான். அரசியல்வாதிகளுக்கு குறுக்கு வழியைச் சொல்லிக் கொடுப்பவர்களே இவர்கள் தான் இந்த அரசியல்வாதிகளுக்காவது, கட்சி, மக்கள், தேர்தல் என்ற கட்டுபாடுகள் உள்ளன. இவர்களுக்கோ வடமொழி மந்திரம் போல் அரசு சட்டத்திட்டங்கள் தான் வழிகாட்டி. ஆனாலும், அந்த விதிகளுக்கும் வழிகாட்டிகளாக செயல்படுகிறவர்கள் இவர்கள். என்றாலும் இன்றைய இளைய தலைமுறையில் உருவாகி இருக்கும் நேர்மையான ஐ.ஏ.எஸ்., ஐ.பி.எஸ் அதிகாரிகளை நம்மால் பார்க்க முடிகிறது.

1991 ஆம் ஆண்டு மே மாதம் 21 ஆம் தேதி, காங்கிரஸ் கட்சித் தலைவர் ராஜீவ் காந்தி கொல்லப்பட்டார்.

குடியரசுத் தலைவர் ஆட்சி நடக்கும் போதே, சென்னைக்கும் காஞ்சிபுரத்திற்கும் இடையே உள்ள ஸ்ரீபெரும்புதூரில், இரவு எட்டரை மணிக்கு பிரதமராக வருவதற்கு வாய்ப்பு இருந்த ராஜிவ் காந்தி விடுதலை புலிகளின் மனிதக் குண்டால் கொல்லப்பட்டார். அவர் பிரதமராகக் கூடாது என்பது விடுதலை புலிகளின் நோக்கம் என்று கூறப்படுகிறது. இதில் கலைஞரும் முதல்வராக முடியாது என்பது அவர்களுக்கு தெரியும் என்றாலும் தமிழக அரசியலைப் பற்றி அவர்களுக்கு அக்கறை இல்லை. கலைஞரை கொன்றுத் தான் தமிழ் ஈழம் உருவாக வேண்டும் என்றால் அதற்கும் அவர்கள் தயாராக இருப்பார்கள்.

பலதடவை வடஇலங்கையில் சுற்றுப் பயணம் செய்து இருக்கிறேன். இந்த விடுதலைப் புலிகள் கொன்ற தமிழர்களின் எண்ணிக்கை இலங்கை ராணுவம் கொன்ற எண்ணிக்கைக்கு சளைத்ததல்ல. மாற்றுக் கருத்துள்ள தமிழ் சிந்தனையாளர்கள், கவிஞர்கள் போன்றோர்களை கடத்துவதும், அவர்களை கொலைச் செய்வதும் இவர்களுக்கு வாடிக்கை. எனது குடும்பத்தினரும் நண்பர்களும் கூட 'நீங்க கலைஞரை எதிர்த்து செய்தி போடுங்க, ஜெயலலிதாவை எதிர்த்து செய்தி போடுங்க ஆனால்

எல்டிடியை எதிர்த்து செய்தி போடாதீங்க. வீட்டிலேயே வந்து கொல்லுவாங்க! என்றனர்.

இவர்களுக்கு பயந்து கொழும்பில் ஒதுங்கியிருந்த அமிர்தலிங்கம் வீட்டிலேயே சிற்றுண்டி சாப்பிட்டு விட்டு ஈரக்கை உலரும் முன்பே அந்த பெருமகனை சுட்டுக் கொன்றவர்கள் இவர்கள். இவர்களுக்கு தமிழகத்தில் கலைஞர் இருந்தாலும் சரிதான், போனாலும் சரிதான். ராஜீவ் காந்தி கொலையில் நமது ரத்தமான பதிமூன்று தமிழ் போலீஸ்காரர்கள் கொல்லப்பட்டதை இவர்களுக்கு இன்னும் கொம்பு சீவி விடும் இங்குள்ள தமிழ் தேசியர்கள் பேசுவதே இல்லை.

ஸ்ரீபெரும்பதூருக்கு நான் கூட போயிருப்பேன். ஒருவேளை கொல்லப்பட்டு இருக்கலாம். முன்பு இலங்கை ராணுவம் விடுதலைப் புலிகளை வடமராய்ச்சி வரை துரத்தி நிர்மூலம் செய்யப் போனபோது போர்ப் பிரகடனம் செய்வதுபோல் இலங்கையின் ஆகாய எல்லையை மீறி பின்னர் இந்திய ராணுவத்தை அனுப்பி வைத்தவர் ராஜீவ் காந்தி. இவரது அன்னைதான் இவர்களுக்கு ஆயுதங்களை வழங்கி புலிகளை போராளியாக்கியவர். பிரபாகரனை ஒப்படைக்க வேண்டும் என்று இலங்கை கேட்டபோது அதை புறக்கணித்தவர் ராஜீவ் காந்தி. ராஜீவின் அணுகுமுறை தவறாகப் போய்விட்டாலும், விடுதலைப் புலிகளை வைத்தே வட இலங்கையில் தமிழ் போலீஸை அமைக்கவும், இந்த வீரர்களின் மறுவாழ்விற்காக கணிசமான நிதி ஒதுக்கவும் இந்திய இலங்கை ஒப்பந்தத்தில் வகை செய்தவர்.

பாலஸ்தீனிய மக்களுக்கு உரிமை குரல் எழுப்பும். யாசர் அராபத்தை பின்பற்றி பிரபாகரனும், சகோதர கொலைகளில் ஈடுபடாமல் நீக்குப் போக்காக நடந்திருந்தால் இந்நேரம் தமிழ் ஈழம் கிடைத்திருக்கும். ராஜீவ் காந்தி கொலை மூலம் இவர்கள் தமிழகத்தில் ஜெயலலிதாவின் தலைமையில் ஒரு அந்நிய கலாச்சாரத்திற்கு அடிகோலியவர்கள். இலங்புலைலிமாகாண சபையை கைப்பற்றி அதை தங்கள் பக்கம் வளைத்துக் கொள்ளும் பக்குவமற்றவர்கள். பிரபாகரன் அவர்களின் பிள்ளைகள் இருவர் தமிழகத்தில் உயர்நிலைப் பள்ளியில் படித்து வருகிறார்கள். அதே சமயம் இலங்கை தமிழ் பொடியன்கள் கட்டாயமாக விடுதலைப் படையில் சேர்க்கப்படுகிறார்கள். பிரபாகரன் பிள்ளைகள் படிப்பதில் மகிழ்ச்சியே. இந்த அடிப்படை உரிமையை இவர் ஏன் இலங்கை பொடியன்களுக்கு கொடுக்கவில்லை என்பதுதான் கேள்வி.

என்றாலும் இலங்கைத் தமிழர்கள் சாகட்டும் என்று சிலர் இவர்களை குறை சொல்கிறார்கள். நானோ இலங்கைச் தமிழன் சாகிறானே என்று இவர்களை ஆட்சேபிக்கிறேன்.

இந்த கொலை நிகழ்ச்சி தெரிந்ததும் கலைஞர் ஆடிப் போய்விட்டதாக அறிகிறேன். மத்திய அரசின் பதவி நீக்கத்தால் மக்களிடையே அனுதாபம் பெற்ற திமுக, இந்த கொலையால் தேர்தலில் ஒன்றும் இல்லாமல் போகும் என்பது கலைஞருக்கும் தெரிந்துவிட்டது. ஆகையால், கையறு நிலையில் இரண்டு கைகளையும் உதறி 'எல்லாம் போயிட்டே, எல்லாம் போயிட்டே' என்று அரற்றியதாக அறிகிறேன்.

சென்னை பொது மருத்துவமனையில் ராஜீவ் காந்தியின் சடல கோரத்தை பார்த்து விட்டு சென்னை வானொலியில் செய்தியாக்கிய போது கலைஞர் ஒரு திரைபடத்தில் 'பிஞ்சுமாங்காயை பிளந்தது போல்' என்று குறிப்பிட்ட உரையாடல் வாசகத்தையே செய்தியிலும் குறிப்பிட்டேன்.

அதிமுக தொண்டர்கள் எனப்படுவோர் ராஜீவ் காந்தி கொலைக்கு அடுத்த படியாக மூன்று நாட்கள் திராவிட முன்னேற்றக் கழக பிரமுகர்களின் வீடுகளையும், சொத்துக்களையும் சூறையாடினார்கள். அதிமுக பொதுச் செயலாளர் ஜெயலலிதா ஒரு மாத காலம் வீட்டிற்கு வெளியேயே தலைகாட்டவில்லை. தமிழகம் முழுவதுமே மயான அமைதி.

இதையடுத்து நடந்த சட்டப்பேரவை தேர்தல்களில் அதிமுக, காங்கிரஸ் கூட்டணி வரலாறு காணாத வெற்றிப் பெற்று 1991 ஆம் ஆண்டு ஜூன் மாதம் 24 ஆம் தேதி ஜெயலலிதா முதல்வராக பொறுப்பேற்றதை குறிப்பிட வேண்டியது இல்லை. அவர் பதவியேற்பதற்கு இரண்டு நாட்களுக்கு முன்பு இப்போதைய மதுரை வானொலி நிலைய இயக்குநர் பாலசுப்ரமணியமும், ஊட்டி வானொலி நிலைய உதவி இயக்குநர் சங்கரனும் உடன் வர, புதிய முதல்வரை தொழில் நிமித்தம் நேர்காணல் செய்ய சென்றோம்.

என்னிடம் ஜெயலலிதா இயல்பாகவும், இனிமையாகவும் நடந்து கொண்டார். எதிரே பணிவன்போடு நின்று கொண்டிருந்த எதிர்கால அமைச்சர் முத்துசாமியை உட்காரச் சொன்னார். இவர்தான் முன்னதாக கொடுக்கப்பட்ட வானொலி கேள்விகளுக்கு ஜெவுக்கு பதில் எழுதிக் கொடுத்தவர் என்று அனுமானிக்கிறேன். சசிகலா நின்றுக் கொண்டே இருந்தார். இந்த சசிகலா எனக்கு ஒருகாலத்து குடும்ப நண்பர். இவரது கணவன், தோழர் ம. நடராசன் செங்கல்பட்டு மாவட்ட மக்கள் தொடர்பு

அதிகாரியாகவும், நான் மத்திய அரசின் செய்தி விளம்பர அதிகாரியாகவும் பணியாற்றினோம். எங்கள் வீட்டிற்கு இருவரும் வந்திருக்கிறார்கள். இந்த நடராசன் பிரபலமானதும் ஒரு தடவை என்னிடம் தொலைபேசியில் தொடர்பு கொண்டபோது 'கலைஞுருக்கு வேண்டிய நீங்கள், தமிழ் மண்ணில், ஒரு புதிய கலாச்சாரத்திற்கு வித்திடலாமா' என்று பொருள்பட கேட்டேன். உடனே அவர் 'ஆலமர நிழல் (ஆர்.எம்.வீ) கிடைக்கல. அதனால பனைமரத்து நிழல்ல (ஜெயலலிதா) அண்டி இருக்கேன்' என்றார்.

முதலமைச்சராக தேர்வு பெற்ற ஜெயலலிதாவுக்கு நேர்காணல் பதிவு சிறப்பாக வந்ததில் மகிழ்ச்சி. என்னிடம் விடைபெறப் போனார். உடனே நான், 'நீங்க இனிமேல் முதலைமைச்சர் ... உங்கள் சொல்லையும் செயலையும் நாடே உன்னிப்பாக கவனிக்கும். உங்கள் நன்மைக்காகச் சொல்கிறேன். கலைஞர் தலைவர் மட்டுமல்ல ஒரு முன்னாள் முதல்வர்... உங்களை விட வயதில் மூத்தவர். அவரை கருணாநிதி என்று சொல்லாதீர்கள். கலைஞர் என்றே சொல்லுங்கள். இது உங்கள் அந்தஸ்தைத்தான் கூட்டும்.' என்றேன். பொதுவாக இந்த மாதிரி உபதேசம் செய்தால் அவர் சீறி விழுவார் என்பார்கள். அதையும் எதிர்நோக்கித்தான் செய்தியாளன் என்கிற பொறுப்பை மறந்து, ஒரு எழுத்தாளன் என்கிற பொறுப்பில் அறிவுரை சொன்னேன். அவருக்கு என்ன அவசரமோ... எதுவும் பதில் சொல்லாமல் மாடிக்கு விரைந்தார்.

அடிமையின் விலை
ஒரு
எம்.எல்.ஏ. பதவி

செல்வி. ஜெயலலிதா, முதலமைச்சர் ஜெயலலிதாவானார்.

தமிழக புதிய சட்டப் பேரவையில் உறுப்பினர்கள் பதவி பிரமாணம் எடுத்துக் கொண்டார்கள். பேரவையின் செய்தியாளர் மாடத்தின் முதல் வரிசையில் இதர செய்தியாளர்களோடு நானும் அமர்ந்திருந்தேன்.

அந்த பதவி ஏற்பு நிகழ்ச்சியே கேவலமாக இருந்தது, காங்கிரஸ் உறுப்பினர்களும், தி.மு.க.வின் ஒற்றை உறுப்பினர் பரிதி இளம் வழுதியும் நிமிர்ந்த தலையோடு நேர்கொண்ட பார்வையோடு பதவியேற்றபோது அ.தி.மு.க உறுப்பினர்கள் ஜெயலலிதா காலில் நெடுஞ்சாண்கிடையாக குப்புற விழுந்தார்கள். கும்பகோணம் சட்டப்பேரவை உறுப்பினர், அவர் காலில் கீழே விழும்போது அவரது வேதகாம உச்சிமுடி, அம்மையாரின் பாதங்களில் தொடப்பைக் குஞ்சம் போல், கருப்பு நிறத்தில் தெரிந்தது. ஆஜானுபாகு தோற்றம் கொண்ட அத்தனைப் பேரும், தமிழனின் சுயமரியாதைக் காக்கும் திராவிட இயக்கத்திலிருந்து வந்ததாக தம்பட்டம் அடிப்பவர்கள். சட்ட சபைக்குள்ளேயே குனிந்து விழுந்தால் நேரமாகும் என்று சொல்லி, அந்த அம்மாவின் காலில் தொப்பென்று விழுந்ததை, வெளிநாட்டு தொலைக் காட்சிகளும் படம் பிடித்து தமிழனின் தன்மானத்தை உலகெங்கும் காட்டின.

பொதுவாக ஒருவர் காலில் இன்னொருவர் விழும் போது விழுந்தவரை 'வேண்டாம் வேண்டாம்' என்று சொல்லி தொழுகைக்குரியவர் தூக்கி விடுவது அல்லது தடுப்பதே இயல்பு. பெரியவர்கள் காலில் விழுகிறவர்களும் லேசாக குனிந்து அவர்களின் முட்டிக்கால்களை பட்டும் படாமலும் தொடுவார்கள். கால் நிமிடத்திற்குள் இது முடிந்து விடும். ஆனால், மக்களால் தேர்ந்தெடுக்கப் பட்ட இந்த மாபெரும் பிரதிநிதிகளோ இரண்டு நிமிட நேரம், இந்த அம்மாவின் செருப்புக் காலில் முகம் போட்டு கிடக்கிறார்கள். இந்த அம்மையாரோ, அது ஒரு பெரிய விவகாரம் இல்லை என்பது மாதிரி எங்கேயோ பார்த்துக் கொண்டு போக்குக் காட்டுகிறார். இந்த அவலமான கேவலத்தை இது வரை எந்த அமைப்பும் ஒரு இயக்கமாக எடுத்துக் கொண்டு தமிழனின் தன்மானத்தை நிலை நிறுத்தப் போராடவில்லை. இந்த லட்சணத்தில் தமிழன் உலகாண்டானாம்.

கல்தோன்றி மண்தோன்றா காலத்தில் தோன்றினெனாம். இனமானம் உள்ளவனாம்.

சேடப்பட்டி முத்தையா, அவர்கள் மாண்புமிகு பேரவைத் தலைவராக தேர்ந்தெடுக்கப் பட்ட போதும் பேரவைக்குள்ளேயே நெடுஞ்சாண் கிடையாக ஜெயலலிதா காலில் விழுந்து சட்டப் பேரவையின் கவுரவத்தை உலகறிய செய்து விட்டார். இதற்குப் பின்னர் பேரவைக்குள் ஜெயலலிதா நுழையும் போதும், வெளியேறும் போதும் சிறுது ஆசுவாசமாக அருகே உள்ள ஓய்வு அறைக்கு செல்லும் போதும், சட்டப்பேரவை அதிமுக உறுப்பினர்கள் எழுவதும், உட்காருவதுமாக இருப்பார்கள். சேடப்பட்டியார் கூட எழுந்து நிற்காதது போலவும், அதே சமயத்தில் உட்காராதது போலவும் திரிசங்கு ஆசனத்தில் நிற்பவர் போல் நிற்பார். 19 ஆம் நூற்றாண்டில் திருவாங்கூர் சமஸ்தானத்தில் ஒரு அடிமையின் விலை இரண்டு எருதுகள் என்று பழைய வரலாறு கூறுகிறது. ஆனால், இங்கேயோ ஒரு அடிமையின் விலை ஒரு எம்.எல்.ஏ பதவி என்பது அதிமுக படைத்த புதிய வரலாறு.

முன்னதாக அதிமுக, காங்கிரஸ் தேர்தல் பிரச்சார கூட்டத்தின் துவக்க விழா, சென்னை வானொலி நிலையத்திற்கு எதிரே உள்ள கடற்கரைப் பரப்பில் நடைபெற்றது. ராஜிவ் காந்தியும் ஜெயலலிதாவும் பங்கேற்றார்கள். அப்போது, ஜெயலலிதா, பேரவைக்கு கட்சியின் சார்பில் நிறுத்தப்பட்ட வேட்பாளர்களை மேடைக்கு அழைத்து அறிமுகம் செய்தார். மக்களுக்கோ அந்த உறுப்பினர்களின் முகங்கள் தெரியவில்லை. அத்தனை பேரும் தொப்பென்று அந்த அம்மா காலில் குப்புற விழுந்ததால், அவர்கள் முதுகுகள் மட்டுமே மக்களுக்கு தெரிந்தன. செய்தியாளன் என்ற முறையில் முன் வரிசையில் இருந்த நான், ராஜிவ் காந்தி தன்னோடு நின்ற இன்னொரு வடநாட்டு காங்கிரஸ் தலைவரைப் பார்த்து கண்ணடித்துச் சிரிப்பதைப் பார்த்து விட்டு தமிழன் இப்படி ஆனதற்காக துக்கக் கூத்து ஆடாத குறையாக வெம்பி வெம்பிப் பார்த்தேன்.

எந்தக் காலத்திலேயும் இல்லாத அளவுக்கு தமிழனை அடிமைப்படுத்தும் இந்த காலடிக் கலாச்சாரம் முதலமைச்சர் ஜெயலலிதா மீது எனக்கு ஒரு வெறுப்பை ஏற்படுத்தியது என்றாலும் முதலமைச்சர் என்ற முறையில் அவருக்கு உரிய செய்திகளை தாராளமாகவே வெளியிட்டேன். அதே சமயம் எதிர்க்கட்சி செய்திகளை குறிப்பாக திராவிட முன்னேற்றக் கழக

செயற்பாடுகளுக்கு முக்கியத்துவம் கொடுத்து வெளியிட்டேன். தேர்தலுக்கு முன்பு செல்வி ஜெயலலிதா விடுதலைப் புலிகளால் தமிழகத்தில் சட்டம் ஒழுங்கு கேட்டு விட்டதாக திமுக வை சம்பந்தப்படுத்தி குற்றம் சாட்டினார்.

என்றாலும், அவர் பதவியேற்ற ஒரு மாத காலத்தில் அவருக்கு நெருக்கமானவர் ஒருவரும், இப்போது மாற்று அணியில் இருக்கும் அப்போதைய ஒரு மூத்த அமைச்சரும் முதலமைச்சர் விடுதலைப் புலிகளுக்கு எதிராக இருக்கிறது மாதிரி நீங்க அடிக்கடி செய்தி போடுறீங்க இதனால் அம்மா மேல விடுதலைப் புலிகள் ஒரு கண்ணா இருக்காங்க விடுதலைப் புலிகளால் யாரையும் எங்கே வைத்தும் கொல்ல முடியும். அதனால் இனிமேல் அந்த மாதிரி செய்திகளைப் போடாதீர்கள் என்று எனக்கு ஒரு செய்தி வந்தது. அப்படிக் கூறியவர்களின் பெயர்கள் இன்றும் எனக்கு நினைவில் உள்ளன. முதலைமைச்சருக்கு வேண்டிய இன்னொரு அரசு சார்பிலா 'அமைச்சர் ஒருவர் 'இன்றைக்குக் கூட 'அம்மா வீட்ல, எல்டி டி திரட் வந்தது. அதனால இனிமேல் அவங்க விடுதலைப்புலி களுக்கு எதிரானவங்க என்கிற மாதிரி செய்தி போடாதீங்க' என்று உரிமையோடு என்னை கேட்டுக் கொண்டார்.

நானும் முதலமைச்சர் ஜெயலலிதாவை சம்பந்தப்படுத்தி விடுதலைப் புலிகள் சம்பந்தப்பட்ட செய்திகளைப் போடவில்லை. முதலைமைச்சர் அப்படி பேசினால் தான⊙ நான் போடுவதற்கு? விடுதலைப் புலிகள் விவகாரத்தில் கப்சிப் ஆகிவிட்டார். இப்படி அகத்தே பயந்து புறத்தே பேசிய வீரத்தைக் கூட விடுதலைப் புலிகள் விவகாரத்தில் விட்டுக் கொடுத்தார். சட்டப் பேரவையிலோ ஜெயலலிதா மாபெரும் வீராங்கணையாக சித்தரிக்கப்பட்டார். ஒரு அதிமுக உறுப்பினர் ஒரு கேள்வியை பேரவையில் கேட்பார். உடனே சம்பந்தப்பட்ட அமைச்சர் 'கல்லும் நடந்தால் கனியாகும்... எங்கள் இதயக்கனி, முக்கால முதல்வி, தமிழ்த்தாய், பாரதமாதா, புரட்சித்தலைவி அம்மா அவர்களின் மேலான ஆணையின்படி சட்டப்பேரவையில் கொசுத் தொல்லையை போக்குவதற்கு ஐந்நூறு ரூபாய்க்கு மருந்து வாங்கப்பட்டுள்ளது என்பது மாதிரி பதிலளிப்பார். இப்படி முதலமைச்சர் பட்டாதி பட்டங்களோடு வலம் வந்தபோது அவர் விடுதலை புலிகளுக்கு எப்படி பயப்படுகிறார் என்பதை அறிந்திருந்த நான் சிரித்துக் கொள்வேன். அதேசமயம் தனிமனிதனான நான் விடுதலைப் புலிகளுக்கு எதிரான செய்திகளை சென்னை வானொயில் துணிந்து வெளியிட்டு வந்தேன்.

சட்டப் பேரவையில் ஆளுங்கட்சி உறுப்பினர்கள் எந்த அளவிற்கு அம்மாவிடம் அடிமையாக இருந்தார்களோ அந்த அளவிற்கு பரிதி இளம்வழுதியையும், ஒரு சில காங்கிரஸ் உறுப்பினர்களையும் எஜமானத் தனமாக அதட்டுவார்கள். பரிதி இளம் வழுதியும் விடமாட்டார். பல சமயங்களில், அவர் குண்டுக்கட்டாக சபையில் இருந்து காவலர்களால் வெளியேற்றப் பட்டிருக்கிறார். ஒரு தடவை இப்படி இவரைத் தூக்கிக் கொண்டுப் போகும் போது சட்டப்பேரவை காவலாளியான ஒரு அதிமுக அடிமை, பரிதியை ஊமையடியாக அடித்து விட்டார். இவரும் கலங்கியக் கண்களோடு காங்கிரஸ் கட்சியின் சட்டப்பேரவை அலுவலகத்துக்கு வந்தார். என்னால் தாங்க முடியவில்லை. அவரது தோளில் கை போட்டபடியே 'கவலைப்படாதடா! உனக்கும் ஒரு காலம் வரும். அதுவரைக்கும் பொறுத்திரு' என்று சொன்னபோது அவர் என்னைக் கட்டிப் பிடித்துக் கொண்டு தேம்பித் தேம்பி அழுதார்.

பரிதி இளம்வழுதியை தேற்றிவிட்டு, சட்டப் பேரவை காங்கிரஸ் கட்சி அலுவலகத்திலிருந்து நான் பேரவைக்குள் போனபோது, இடையில் கலைஞரின் உதவியாளரான சண்முகநாதன் எதிர்ப்பட்டார். இந்த மாதிரியான சந்திப்புகளில் பொதுப்படையாக பேசிக்கொள்வோம். அப்போது அவர் சட்டப்பேரவையின் துணைப்பொதுச் செயலாளராக இருந்தார். முன்னதாக கலைஞரின் உதவியாளர் என்பதற்காகவே எம்.ஜி.ஆர் அரசால் கொடுமை செய்யப்பட்டவர்.

என்னைப் பார்த்ததும் நின்றார். உடனே நான் அண்ணாச்சி. பரிதி இளம் வழுதிய அடித்த விவகாரத்த நான் வானொலியில் செய்தியாகப் போடப் போறேன். இப்ப எல்லாம் கலைஞருக்கு ஆதரவான செய்திகளத்தான் போடறேன். வேணுமுன்னு போடல. அதுதான் நியாயம். ஆனாலும், உங்க கலைஞர் என்னை எப்படி தொலைக்காட்சியில இருந்து தூக்கி அடிச்சிட்டார் பார்த்தீங்களா? என்ன மட்டும் டிவியில் அவர் நிலைக்க விட்டிருந்தால் இந்நேரம் எப்படி எல்லாம் செய்தி வெளியாகியிருக்கும். கலைஞருக்கு, வேண்டியவன் யார், வேண்டாதவன் யாருன்னு தெரியலையே? என்று சரமாரியாக பொரிந்தேன்.

உடனே சண்முகநாதன் அமைதியாக 'அவர் உங்கள் மாத்தல சார்' என்றார். நான் நல்லா இருக்கே நியாயம் என்றேன். சண்முகநாதன், தன் சொல்லை நம்பாத என்னை உணர்வு கொப்பளிக்கப் பார்த்தபடியே 'என் பிள்ளைகள் சத்தியமாச் சொல்கிறேன் உங்க மாறுதலுக்கு கலைஞர் காரணமல்ல,

அவ்வளவுதான் என்னாலச் சொல்ல முடியும்' என்றார். உடனே, நான் அவரது பதிலை அங்கேயே ஏற்றுக் கொள்வதாக நெகிழ்ந்து பேசினேன்.

செய்திப் பணி முடிந்து ஆற அமர யோசித்தப் போது, சென்னை தொலைக்காட்சியில் இருந்து வானொலி நிலையத்திற்கு கலைஞர் மாற்றியிருக்க மாட்டார் என்றே தோன்றியது. அதே சமயம் வைகோ வின் நிர்பந்தம் கருதி பேசாமல் இருந்து இருப்பார் என்று அனுமானிக்க முடிந்தது. எங்கள் அமைச்சருக்கு கலைஞர் மட்டும் புகார் செய்திருந்தால், என்னை சென்னைக்கு உள்ளேயே மாற்றி இருக்க மாட்டார்கள் என்ற தெளிவும் பிறந்தது. இப்படிப் பட்டவர்களுக்கு என்றே ஒதுக்கீடு செய்யப்பட்டுள்ள ஸ்ரீநகர், அப்போதைய சண்டிகட், நாகலாந்து தலைநகர் கோகிமா, அந்தமான் போன்ற இடங்கள் என் நினைவுக்கு வந்தன. இதனால், கலைஞர் மீது ஒரு பாசப்பிணைப்பு ஏற்பட்டது.

சட்டப்பேரவையில் ஆளுங்கட்சி உறுப்பினர்கள் சிறிது அடாவடியாகவும், ஆணவமாகவும் பேசத்தான் செய்வார்கள். இந்த மாதிரி சந்தர்ப்பங்களில் கலைஞர் முதல்வராக இருக்கும் போது அவர்களை ஒரு பார்வை பார்ப்பார். அத்தனை பேரும் பெட்டிப் பாம்பாக அடங்கி விடுவார்கள். ஜெயலலிதாவும் தனது கட்சிக் காரர்களை அடக்கும் வல்லமை மிக்கவர் தான். ஆனால் கண்டுக்க மாட்டார்.

இப்படிச் சொல்வதால், நான் ஜெயலலிதாவிற்கு தனிப்பட்ட முறையில் எதிரானவன் என்று பொருளல்ல. சர்ச் பார்க் கான்வென்டில் அவர் முதலாவதாக வந்ததும், சரளமாக ஆங்கிலத்தில் பேசுவதோடு, உலகளாவிய அளவில் அவர் அறிவு விரிவானது என்பதும் எனக்குத் தெரியும். இளமையிலேயே பல்வேறு ஆணாதிக்க கொடூரங்களுக்கு உட்பட்டக் காரணத்தால்தான், அவர் மனிதர்களை நம்பாத போக்கிற்கு அதாவது அதன் மாறுவேடமான ஆணவத்திற்கு போய்விட்டார் என்பதும் தெரியும். கூடவே ஆரம்பக் காலத்தில் என் மீது மிகவும் அன்புக் கொண்டிருந்தார்.

முதலமைச்சர் ஜெயலலிதாவின் நோக்கும், சட்டப் பேரவையின் போக்கும் கலைஞர் இழிவு செய்யப்படுவதும் என்னை கலைஞரிடம் மனிதன் என்ற முறையில் ஈர்த்தது. பிறகு தமிழன் என்ற முறையில் ஒன்றிக்கச் செய்தது. இதன் விளைவாக சென்னை வானொலி நிலையம் தமிழக அரசு எதிர்ப்பு செய்தி நிலையமாகிவிட்டது. காங்கிரஸ் உறுப்பினர்களும், ஜெயலலி தாவை எதிர்க்கத் துவங்கியதால் என் பணி எளிதாயிற்று.

இதற்கு முன்பு எம் ஜி ஆர் அமைச்சரவையில் இடம் பெற்ற எங்கள் பக்கத்துக்காரரான கே.கே.எஸ்.எஸ் ஆர். ராமச்சந்திரன் அவரது துணைவியாரும் தனது காலில் விழுந்ததை புகைப்படமாக எடுத்து பத்திரிகைகளுக்கு அனுப்பியவர் ஜெயலலிதா. இப்படிப்பட்ட ஒரு சேடிஸம் அதாவது பிறர் துன்பத்தில் அல்லது பிறரை துன்புறுத்தி மகிழும் போக்கு தமிழக அரசியலில் ல் கண்டறியாதது. ஒருவேளை புரட்சித் தலைவி என்ற பட்டத்திற்கு ஏற்ப நடக்க வேண்டும் என்பதற்காக அப்படிச் செய்தாரோ என்னமோ - ஒரு பாவமும் அறியாத அந்த முன்னாள் அமைச்சரின் மனைவியையும் காலில் விழவைத்து கேவலப்படுத்தியதை ஒரு தமிழன் வியந்துப் பார்த்தால் அவனும் கேவலமானவனே என்பது என் கருத்து.

சட்டப் பேரவை உரிமையை மீறி விட்ட குற்றத்தின் பேரில் முரசொலி ஆசிரியர் செல்வம் கைது செய்யப்பட்டு சட்டமன்ற வளாக அறை ஒன்றில் வைக்கப் பட்டிருந்தார். அப்போதுதான் அவரை முதலில் பார்க்கிறேன். மிகவும் மென்மையானவர். அவரிடம் சென்று என்னை அறிமுகப் படுத்திக் கொண்டு எழுத்தாளனான நானும், வானொலியும் அவர் பக்கம் நிற்பதாக உறுதியளித்தேன். பின்னர், பேரவையில் தற்காலிகமாக அமைக்கப்பட்ட ஒரு கூண்டில் அவர் நிறுத்தப்பட்டு, பேரவைத் தலைவர் வாசித்த கண்டனத்தை அமைதியரோடு வாங்கிக் கொண்டார். பேரவை உறுப்பினர்களும் அப்போது கட்சி வேறுபாடின்றி அமைதியாக இருந்தார்கள். அதிமுக உறுப்பினர்கள் இப்படி ஒரு விதிவிலக்காக நடந்து கொண்டதை நினைக்கும் போது இப்போதும் எனக்கு அவர்களைப் பாராட்டத் தோன்றுகிறது.

சட்டப்பேரவையில் இன்னொரு காட்டுமிராண்டித் தனமான உரையை அப்போதைய அதிமுக உறுப்பினர் ஒருவர் நிகழ்த்தினார். கலைஞரின் மகள் கனிமொழியை சிலேடையில் மிகவும் இழிவாக பேசினார். ஒரு பெண், என்பதையாவது அவர் மனதில் நினைத்து இருக்க வேண்டும். அல்லது ஒரு முன்னாள் முதல்வரின் மகள் என்பதையாவது நினைத்திருக்க வேண்டும். இவற்றை நினைவில் கொள்ளாமல் கனிமொழியை இழிவு படுத்தி மாறிமாறிப் பேசினார். முதலமைச்சர் ஜெயலலிதாவும் பேரவையில் இருந்தார். அந்த அராஜக பேச்சை தடுப்பதற்கு பதிலாக ரசிப்பது போலவே தோன்றியது.

செய்தியாளர் மாடத்தில் இருந்த நான். சட்டப்பேரவைக்குள் அருகே இருந்த சென்னை புரசைவாக்கம் தொகுதி காங்கிரஸ் உறுப்பினர் ரங்கநாதன் அவர்களிடம் மெல்லிய குரலில் அந்த உறுப்பினர் அடாவடியாகப் பேசுவதை எதிர்க்கும்படி குறிப்பிட்டேன். அவரும் ஒரு சில காங்கிரஸ் உறுப்பினர்களோடு சேர்ந்து எதிர்ப்புக் குரலிட்டபோது அந்த உறுப்பினர் பேச்சை வேறுபக்கம் திருப்பி விட்டார். இந்த காட்டு மிராண்டி பேச்சை என்னால் பொறுக்க முடியவில்லை. சென்னை வானொலி நிலைய செய்தியில் ஒரு முன்னாள் முதல்வரின் மகள் இழிவு செய்யப்பட்டார் என்றும், இதை காங்கிரஸ் உறுப்பினர்கள் கண்டனம் தெரிவித்தார்கள் என்றும் குறிப்பிட்டேன். சட்டப் பேரவை நடைபெறும் சமயத்தில், பேரவை விமர்சனம் என்று பத்து நிமிடத்திற்கு ஒலிபரப்புவோம். இதில் அந்த உறுப்பினரின் பேச்சு காட்டுமிராண்டித்தனமானது என்று வர்ணித்தோம்.

இரவு வீட்டிற்கு திரும்பியபோது, ஒரு தந்தை என்ற முறையில், கலைஞரின் மனம் என்ன பாடுபடும் என்பது எனக்குப் புரிந்து விட்டது. கூடவே, ஒரு பாவமும் அறியாத கனிமொழி, அவரது அன்னையார் ஆகியோர் எப்படி துடித்து இருப்பார்கள் என்பதையும் என்னால் யூகிக்க முடிந்தது. நான் கலைஞரிடம் தொலைபேசியில் தொடர்பு கொண்டேன். வானொலி செய்தியை கேட்டதாகத் தெரிவித்தார். மனம் நெகிழ்ந்து நன்றி தெரிவித்தார். உடனே நான் 'கனிமொழி உங்களுக்கு மட்டும் மகளல்ல... எனக்கும் மகள் தான் சார்' என்று சொன்னேன் கலைஞரின் நெகிழ்ந்த குரல் இன்னும் என் காதுகளில் நினைக்கும் போதெல்லாம் ஒலிக்கும். எனக்கும் ஒரு ஆத்ம திருப்தி. கலைஞரை வானொலியில் பாடாத பாடு படுத்தியதற்கு கழுவாய் தேடிவிட்டது போன்ற நிம்மதி.

எங்கள் உரையாடலை கலைஞர் இலக்கியத்தின் பக்கம் திருப்பி விட்டார். அப்போது - அதவாது 1991ஆம் ஆண்டு டிசம்பர் மாத இதழில் வெளியான சுபமங்களாவில் வந்த எனது நேர்காணல் மிகச் சிறப்பாக இருந்தது என்று குறிப்பிட்டார். உடனே நானும் அதே பத்திரிகையில் நவம்பர் மாதம் வெளியான கலைஞரின் நேர்காணல் அற்புதமானது என்றேன். கலைஞர் ஒரு இலக்கியக் குழந்தையாகிவிட்டார். 'என்னைத்தான் இலக்கியவாதியே இல்லை என்கிறார்களே' என்று குறைப்பட்டுக் கொண்டார். உடனே நான் 'நீங்கள் இலக்கியவாதி இல்லை, என்றால் உலகத்தில் ஒருவர் கூட இலக்கியவாதியாக இருக்க முடியாது' என்று அடித்துச் சொன்னேன்.

கலைஞரின் நேர்காணல் வந்த சுபமங்களாவுக்கு அடுத்த இதழில், இலக்கிய விமர்சகரும், எனக்கு மிகவும் வேண்டியவருமான திகசி அவர்கள், கலைஞர் படைப்புகளில் பிரச்சார வாடை அதிகம் என்றும் இலக்கிய வீச்சு குறைவு என்றும் ஒரு கடிதம் எழுதியிருந்தார். பொதுவாக தி.க.சி. அனைத்து இலக்கியவாதிகளிடமும் நல்லதையே காண்பார். பாராட்டுவார். கலைஞரைப் பற்றி ஏன் இப்படி எழுதினார் என்பது எனக்குப் புரியவில்லை. சுபமங்களா பத்திரிகை தனக்கு பிடிக்காதவர்களை பேட்டிக் கண்டு போட்டுவிட்டு, பின்பு அவர்களை இழிவு செய்வது போல் கடிதங்களைப் பிரசுரிக்கும். நவீன தமிழ் கவிஞரான அப்துல் ரகுமானையும், நேர்காணல் செய்துவிட்டு அடுத்த இதழில் அவரையும் உலகெங்கும் தெரிந்த கவிஞர் பிரமிலையும் ஒப்பிட்டு அப்துல் ரகுமானை சிறுமைப் படுத்தியது. இந்த இலக்கியச் சிலந்தி வலையில் தி.க.சி. எப்படி சிக்கினார் என்பது இன்னும் மர்மமாகவே உள்ளது. நானும் செந்தில் நாதனும் அவரை மானசீகமாகத் திட்டித் தீர்த்தோம்.

இப்போது தி.க.சி அவர்கள் திராவிட இலக்கியத்தை குறிப்பாக கலைஞரின் படைப்புகளை மறுவாசிப்பு செய்து இலக்கியத்தில் கலைஞருக்கு உரிய மகத்தான இடத்தை கண்டு பிடித்து விட்டார் என்பதை அவர் எனக்கு எழுதும் கடிதங்கள் கூறுகின்றன. சரி போகட்டும். இதனால் கலைஞர் இலக்கியவாதி இல்லை என்று ஆகிவிடாது. கொல்லர் தெருவில் ஊசி விற்கவேண்டியது இல்லை. அவரது தென்பாண்டிச் சிங்கம், பொன்னர், சங்கர் நாவல்களும், குப்பைத் தொட்டி, அணில் குஞ்சு போன்ற சிறுகதைகளும் எதிர்கால தமிழ் இலக்கியத்தில் அவரை அடையாளப்படுத்திக் கொண்டே இருக்கும். எனவே, பேரவை விவகாரத்திற்கு வருவோம்.

சம்பந்தப்பட்ட அந்த பேரவை உறுப்பினர், சென்னை வானொலி மீது உரிமைப் பிரச்சனை எழுப்பினார். அவர் அப்படிப் பேசவில்லையாம். வானொலி, தான் வேண்டுமென்றே அப்படி ஒலிப்பரப்பியதாம். எனக்கு ஆச்சரியமாக இருந்தது. பத்திரிகையாளர் மாடத்தில் கலைஞருக்கு எதிரான செய்தியாளர்கள் கூட அந்த உறுப்பினர் அப்படிப் பேசியதை கடுமையாக கண்டித்து தங்களுக்குள் பேசிக் கொண்டார்கள்.

இந்த உரிமைப் பிரச்சனையை எதிர் நோக்குவதற்காக வழக்கப்படி பேரவைத் தலைவர் சேடப்பட்டி முத்தையா அவர்களுக்கு வழக்கத்திற்கும் அதிகமான செய்தியை அவர் தலைக்கு மேல் சுற்றும் ஒளிவட்டமாய்

போட்டு விட்டு, மறுநாள் அவரைச் சந்தித்தேன். அவர் சிறிது காலம், முரசொலியிலும் பணியாற்றியதாக கேள்விப் பட்டேன். அவரை அவரது அறையில் சந்தித்த நான் 'கனிமொழி உங்களுக்கும் எனக்கும் மகளல்லவா? நீங்கள் அப்போதே கண்டித்திருக்க வேண்டாமா? என்று கேட்டேன் அவரும் அந்த உறுப்பினர் அப்படிப் பேசியிருக்கக் கூடாது என்று கருத்துத் தெரிவித்தார். அவர் உரிமை பிரச்சினையை உரிமையற்றுப் போகச் செய்து விட்டதில் மகிழ்ச்சி.

சென்னை வானொலி மட்டும் அப்படி ஒரு செய்தி போடவில்லை என்றால். செல்வி ஜெயலலிதாவை மகிழ்விக்க வேண்டும் என்று நினைத்தோ என்னமோ, சின்னத்தனமாக பேசிய அந்த உறுப்பினர், தான் அப்படிப் பேசவில்லை என்று சொல்லியிருக்க மாட்டார். பேரவை நடவடிக்கை குறிப்பேட்டில் மேலேழுந்தவாரியாகப் பார்த்தால் அப்பாவித்தனமாகத் தோன்றும் அந்த வரிகள் ஓசைப் படாமல் எடுக்கப்பட்டு இருக்காது. இதில் ஒரு வேதனை என்னவென்றால் எந்தப் பத்திரிகையும் இதைக் கண்டித்து ஒருவரி கூட எழுதவில்லை. அந்த உறுப்பினர் பேசியதை இருட்டடிப்புச் செய்து கலைஞருக்கு ஏதோ சலுகை செய்து விட்டது மாதிரி அனுமானித்துக் கொண்டன.

முதல்வர் ஜெயலலிதா தலைமையிலான தமிழக அரசை தர்ம சங்கடத்தில் வைக்கும் பல சிக்கலானப் பிரச்சனைகளும் உருவாயின. அவற்றை பெரும்பாலும் அரசு ஊழியனாக அனுமானிக்கப்படும் நானே எழுப்புவேன். எடுத்துக்காட்டாக அகில இந்திய சட்டப்பேரவைத் தலைவர்கள் மாநாடு அப்போதைய நாடாளுமன்ற சபாநாயகர் பல்ராம் ஜாக்கர் தலைமையில் சென்னையில் நடைபெற்றது. மத்தியான உணவிற்கு செய்தியாளர்கள் அழைக்கப் பட்டு இருந்தார்கள். தீவுத்திடலில் இந்த பகலுணவு நடைபெற்றது. பொதுவாக இந்த மாதிரி சமயங்களில்தான், செய்தியாளர்கள், பிற மாநில பேரவைத் தலைவர்களோடு உரையாட முடியும்.

இப்படி உரையாடக் கூடாது என்று நினைத்தோ என்னவோ, அமைச்சர்கள், உயர் அதிகாரிகள், பேரவை உறுப்பினர்கள், பிற மாநில, சட்டப் பேரவைத் தலைவர்கள் ஆகியோருக்கு தனியாக ஒரு சாமியானா பந்தலும், செய்தியாளர்களுக்கு என்று இன்னொரு பந்தலும் தனித்தனியாகப் போடப்பட்டிருந்தன. நான் சக செய்தியாளர்களிடம் இதைச் சுட்டிக் காட்டி விருந்தை புறக்கணிக்க வேண்டும் என்று வாதிட்டேன். அவர்களோ

பத்திரிகைத் தொழிலில் இது எல்லாம் சகஜம் என்று வாதிட்டார்கள். போதாக்குறைக்கு, பத்திரிகை முதலாளிகளுக்கு பதில் சொல்ல வேண்டியர்கள் அவர்கள். நானும், முதலாளிகளுக்கு முதலாளியான மத்திய தகவல் ஒலிபரப்பு அமைச்சகத்திற்கு பதில் சொல்ல வேண்டியவன். கூடவே, பசி வேறு. இட ஒதுக்கீடாக இருந்த கொட்டகைக்குள்ளேயே பகலுணவை அருந்திவிட்டோம்.

ஆனாலும், மாலையில் நடைபெற்ற செய்தியாளர் கூட்டத்தில், பல்ராம் ஜாக்கர், பேரவைத் தலைவர்கள் மேற்கொண்ட முடிவுகளை விளக்கினார். எடுத்த எடுப்பிலேயே, நான் இடைமறித்து, செய்தியாளர்கள் நடத்தப்பட்ட விதத்தை விளக்கி, அதை ஆட்சேபிக்கிறோம் என்று குறிப்பிட்டேன். சேடப்பட்டி முத்தைய்யா அவர்களின் கைகால்கள் நடுங்குவதை என்னால் பார்க்க முடிந்தது. ஏதோ பேச முயற்சிக்கிறார். பேச்சு வரவில்லை . இந்தச் சமயத்தில் பலராம் ஜாக்கர் அவர்கள் மிகவும் பெருந்தன்மையோடு, அப்படி நடந்ததுக்கு வருந்துவதாகவும், இனிமேல் அப்படி நடக்காமல் பார்த்துக் கொள்வதாகவும் உறுதியளித்தார்.

திடிரென்று செய்தியாளர்கள் கூட்டத்தில் இருந்து ஒரு குரல் ஒலித்தது. நாடாளுமன்ற பேரவைத் தலைவரை நோக்கி இப்போது கேள்வி கேட்ட இவர் கருத்து பத்திரிகையாளர்களின் கருத்தல்ல' என்று சக பத்திரிகையாளர்களே மூக்கில் விரல் வைக்கும்படி குரலிட்டது. அப்படி ஒலித்த குரல், நாமெல்லாம் 'பெருமைபடும்' தமிழர் தளபதி என்று அழைக்கபடும் கீ.வீரமணி அவர்களை ஆசிரியராக கொண்ட விடுதலைப் பத்திரிகையின் செய்தியாளரும், எனது இனிய நண்பருமான ராதாதான்.

சட்டப்பேரவைக்குள் சுடுசொல்களும், அடிக்கப் போவது போன்ற செயல்பாடுகளும், வெளியேற்றமும், வெளியேற்றப் படுவதும் மாமுலாகிவிட்டன. ஒருதடவை பேரவையில் இருந்து காங்கிரஸ் உறுப்பினர்களும், திமுக உறுப்பினர்களும் கிட்டத்தட்ட துரத்தப்பட்ட போது, எதிர்கட்சி அறையில் இருந்து, அதன் தலைவர் எஸ்.ஆர். பாலசுப்பிரமணியம் என்ன நடக்கிறது என்று பார்ப்பதற்காக, பேரவையின் லாபிக்குள் வந்த போது, அவர் எவ்வளவோ சொல்லியும் கேட்காமல், பேரவைக் காவலர்கள் இருவர், அவரது கையைப் பிடித்து இழுத்து மல்லாக்கத் தள்ளினார்கள். இதனால், அவருக்கு இருகரங்களுமே பிசகி விட்டன. அப்பல்லோ மருத்துவமனையில் சிகிச்சைக்காக சேர்க்கப் பட்டார். கலைஞர் அவரை மருத்துவமனையில் சென்று பார்த்தார்.

எஸ்.ஆர்.பியின் கரங்களில் முன்னேற்றம் ஏற்பட்டதே தவிர பாதிப்பு முற்றாக நீங்கவில்லை. இப்போதும் அவரது கைகள் முழுமையாக இயங்கவில்லை.

ஒருதடவை, தாமாகவினர் சட்டப்பேரவைக்குள் தர்ணா செய்தபோது பேரவை முடிக்கப்பட்டு மின்விளக்குகளும் அணைக்கப் பட்டன. மாலை ஏழு மணி வரை ஒரே புழுக்கம். பேரவை முடிந்து விட்டதால், செய்தியாளர்கள் வெளியேற வேண்டும் என்று பேரவைத் தலைவர் ஆணயிட்டார். இதை மீறி . நானும், இந்தியன் எக்ஸ்பிரஸ், தினமணி, யுஎன்ஐ, பிடிஐ, இந்து ஆகிய நிருபர்களுமே பிடிவாதமாக உள்ளே இருந்தோம். சேடப்பட்டி முத்தையா அவர்கள், என்னை தனியாக, அவரது அறைக்கு வரவைத்து 'இந்த ஏசி ரூம்ல உட்காருங்க. அங்க ஏன் போறீங்க' என்றார். உடனே, நான் சார். நீங்க சிஎம்ம பகைச்சா எப்படி உங்க வேல போயிடுமோ, அப்படி மத்திய ஆளுங்கட்சியான காங்கிரஸ் பகைச்சா என் வேலை போயிடும். நான் அங்கேதான் போவேன். போகணும் என்று சொல்லிவிட்டு அவர் வாங்கிக் கொடுத்த காபியையும் குடித்துவிட்டு செய்தியாளர் மாடத்திற்கு வந்தேன்.

சென்னை வானொலி நிலையத்தில் மாலை செய்திகளில், சட்டப்பேரவையில் நோயாளி உறுப்பினர்கள் இருக்கிறார்கள் என்றும், அவர்களுக்கு மின் வசதியோ, தண்ணீர் வசதியோ தொடர்ந்து இல்லாது போனால் பலர் உடல் நிலையில் சிக்கல் ஏற்படும் என்றும் ஒரு மருத்துவர் மாதிரி செய்தி போட்டேன். இதன் விளைவாக பத்தே நிமிடங்களுக்குள் சட்டப்பேரவையின் மின்விசிறிகள் சுழன்றன. பேரவை உறுப்பினர்களுக்கு மினரல் வாட்டர் பாட்டில்களும் வந்தன. தவமாக கிடந்த செய்தியாளர்களுக்குத்தான் எதுவும் இல்லை. அன்று இரவு முழுவதும் அங்கேயே பழி கிடந்தோம். மறுநாள் காலையில் பேரவையில் அமளி ஏற்பட்டதும் காங்கிரஸ் உறுப்பினர் ஞானசேகரன் கைது செய்யப்பட்டதும், அவரது எதிர்ப்பை தெரியப்படுத்த வானொலிச் செய்திகளுக்கு ஒரு நல்ல வாய்ப்பாகி விட்டது.

எனக்கு, இதோடு முதல்வர் ஜெயலலிதாவுடன் நேருக்கு நேர் வாக்குவாதம் செய்ய வேண்டிய நிலைமையும் ஏற்பட்டது.

முதலைமைச்சர் ஜெயலலிதா காவிரிப் பிரச்சனைக்காக, உண்ணாவிரதம் இருப்பதாக அதிகாரிகளுக்கு முன்கூட்டியே சொல்லாமல், மெரினா வளாகத்தில் அவசர அவசரமாக போடப்பட்ட பந்தல் மேடையில்

உட்கார்ந்து விட்டார். இது ஒரு பரபரப்பான செய்தி. வீட்டில் இருந்த எனக்கு சிறிது தாமதமாகத்தான் கிடைத்தது. ஓடோடிப் போய் உண்ணாவிரத மேடையை நெருங்கினேன். உடனே, செல்வி ஜெயலலிதா 'வாங்க மிஸ்டர். சமுத்திரம்! உங்களுக்காக பழையபடியும் விவரம் சொல்றேன்' என்று சொல்லிவிட்டு, தனது உண்ணாவிரத நோக்கங்களை, ஒரு அறிக்கையைப் பார்த்தபடியே விளக்கினார். அவர் விளக்கி முடித்ததும், எங்கள் உரையாடல் இந்த பாணியில் இருந்தது. 'மேடம்! உங்களுடைய உண்ணாவிரதத்தால் கர்நாடக தமிழர்கள் தாக்கப்படலாம். தமிழ்நாட்டிலும் கன்னடர்களுக்கு எதிராக கலவரங்கள் வெடிக்கலாம்'

'அதற்கு நான் என்ன செய்யணும் என்கிறீங்க'

'அதனால சட்டம் ஒழுங்கை காப்பாற்றும்படி தமிழக காவல் துறைக்கு ஆணையிட்டீர்களா? கர்நாடக முதல்வரை தொடர்பு கொண்டு தமிழர்கள் தாக்கப்படாமல் காக்கப்பட வேண்டும் என்று சொன்னீர்களா?'

'நீங்க அடிப்படை பிரச்சனைய திசை திருப்புறீங்க'

'இல்ல மேடம்! உங்க உயிர் முக்கியமானதுதான். இதில் கருத்து வேறுபாடே கிடையாது. அதே சமயம், கர்நாடக தமிழர்களின் உயிரும், உடமையும் மிகவும் முக்கியமானது. இதனால்தான் பின்விளைவுகளைப் பற்றி உங்களுக்கு நினைவூட்டினேன்.'

பாதி தமிழிலும், பாதி ஆங்கிலத்திலும் நடந்த இந்த உரையாடலை ஜெயலலிதாவே முடிவுக்குக் கொண்டுவந்து முகத்தை வேறு பக்கமாக திருப்பிக் கொண்டார். அவருக்கு அருகே நின்ற மற்ற அதிகாரிகளின் முகங்கள் எனக்கு நினைவுக்கு இல்லை. ஆனால், இடது பக்கமாக நின்ற அப்போதைய காவற்துறைத் தலைவரான ஸ்ரீபால் அவர்கள், டக்கென்று 'அட்டென்சனுக்கு' வந்தார். ஸ்ரீபால் அவர்களின் பணிமுறை எப்படியோ ... ஆனால்... இனிமையான மனிதர். மிகச்சிறந்த இலக்கியவாதி. மென்மையாகவும், அழுத்தமாகவும் பேசக்கூடியவர்.

மறுநாள், பத்திரிகையாளர்களுக்கும், ஆளுங்கட்சி பேரவை உறுப்பினர்களுக்கும், அதிகாரிகளுக்கும் செல்லப்பிள்ளையாக விளங்கி, இப்போது தொல்லைப் பிள்ளையாக ஒதுக்கி வைக்கப்பட்டு இருக்கும் மக்கள் தொடர்பு அதிகாரி ஒருவர் என்னை தொலைபேசியில் தொடர்பு கொண்டார். 'அண்ணாச்சி ஆற்றுல தண்ணி போவுது... நீயும் குடிக்க மாட்டேங்க எங்களையும் குடிக்க விடமாட்டேங்க' அம்மா கேட்கச்

சொன்னாங்க. உங்களுக்கு என்ன குறை சொல்லுங்க அண்ணே. நாங்க தீர்த்து வைக்கிறோம். எதுக்குண்ணே அம்மாகிட்ட அப்படி கேள்வி கேட்டீங்க. உங்கள நல்லா கவனிக்கலன்னு அம்மா எங்களத் திட்டுறாங்க, சமுத்திரத்திற்கு என்ன குறை என்று கேட்கச் சொல்றாங்க' என்றார். உடனே நான் இது ஒரு தேசியப் பிரச்சனை என்றும், முதல்வருக்கு எதிராக அப்படி கேள்விகள் கேட்கப்படவில்லை என்றும் விளக்கினேன். கவனிப்பு என்று நினைத்தால், நான் எனது அப்போதைய தோழரான நடராசன் மூலமும், அல்லது அவர் மனைவி சசிகலா மூலமும், இன்னும் சொல்லப் போனால் ஜெயலலிதா மூலமும் காரியங்களை சாதித்துக் கொள்ள முடியும். நான் 'அல்லா' அறியச் சொல்லுகிறேன். அப்படிப் பட்டவன் இல்லை. உனக்கே தெரியும் என்றேன். ஜெயலலிதா சொன்னாரோ இல்லையோ, அந்த நண்பர் அப்படிச் சொன்னார்.

இதற்கிடையே, அதிமுக ஆட்சியின் அராஜகமும், பொதுமக்களுக்கு எதிராக போய்க் கொண்டிருந்தது.

ஜெயலலிதா, புதுடில்லியில் மத்திய அரசுடன் பேசிவிட்டு சென்னை விமான நிலையத்திற்கு திரும்புகிற ஒரு நாள், விமான நிலையம் சென்றோம் அரசியல் முக்கியத்துவமான பயணம் என்று நினைக்கிறேன். ஆனால், விமானம் மிகவும் தாமதமாக வரும் என்று அறிவிக்கப்பட்டது. அலுவலகம் போய்விட்டு வரலாம் என்று வெளியே காரில் வந்தால், காவற்துறையினர் அந்த தேசியச் சாலையில் அத்தனை பேரையும் இரண்டு பக்கமும் மடக்கிப் போட்டிருக்கிறார்கள். விமானம் தாமதமாக வரப்போகிறது என்று குறிப்பிட்டு போக்குவரத்தை அனுமதிக்கலாம் என்று நானும் சில பத்திரிகையாளர்களும் குறிப்பிட்டோம். ஆனால், அவர்களோ விமானம் தரையிறங்கி, முதல்வர் போன பிறகே மற்றவர்கள் போகலாம் என்று மணிக்கணக்கில் காக்க வைத்து விட்டார்கள். இப்படி ஒரு ஆணையை ஜெயலலிதா போட்டிருப்பார் என்று நான் சொல்ல வரவில்லை. ஆனால், மேடையில் ஒற்றை நாற்காலியில் உட்காரும் அவருக்கு இது பிடிக்கும் என்று அதிகாரிகள் அப்படி நடந்து கொண்டிருக்கலாம்.

தமிழகத்தில் நிலப்பறிமுதலைக் கேட்பதற்கு நாதியே இல்லாமற் போய்விட்டது. நான் வசிக்கும் டாக்டர் இராதாகிருஷ்ண நகர் இரண்டாவது குறுக்குத் தெருவில் முன்னாலும், பின்னாலும் காலி நிலங்கள் கிடந்தன. முன்னால் உள்ள நிலம் திருவான்மியூர் மருந்தீஸ்வரர் கோயிலைச்

சேர்ந்த ஒரு அர்ச்சகருக்குச் சொந்தம் என்று அறிகிறேன். இந்த நான்கு கிரவுண்ட் இடத்தை ஆளுங்கட்சியினர் சுற்றி வளைத்தார்கள். மதில் கட்டினார்கள். ஐம்பது அறுபது ரவுடிகள் இரவில் குடிபோதையில் கத்தியக் கத்தல் இன்னும் என் காதுகளை அடைத்துக் கொண்டிருக்கிறது. தெருவாசிகள் அனைவரும் வீட்டுக்குள் முடங்கிப் போனார்கள். வெந்த புண்ணில் வேலைப் பாய்ச்சுவதுப் போல சரஸ்வதி வித்யாலயா என்ற பள்ளியின் தாளாளரிடம், ஆளுங்கட்சியைச் சேர்ந்த ஒரு குண்டர் தன்னை மயிலாப்பூர் கட்சிப் பிரமுகராக அறிவிக்கும் விசிடிங் கார்டை அவரிடம் கொடுத்து விட்டு நிலத்தை பிடித்த ரவுடிகளுக்கு தவிக்கும்போது தண்ணீர் கொடுக்க வேண்டும் என்று மிரட்டாதக் குறையாக சொல்லிவிட்டுப் போய்விட்டார். இவர் ஒரு பிராமணர். பொதுவாக பிராமணர்கள், சாதுக்களாகத்தான் இருப்பார்கள். வெளிப்படையாக அடாவடியில் இறங்க மாட்டார்கள். ஆனால், இப்படிப்பட்ட பிராமணர்களையே ரவுடிகளாக்கியப் பெருமை அப்போதைய ஆளுங்கட்சிக்கே சேரும்.

இந்த நிலத்தை வளைப்பதில் வெற்றி பெற்றவர்கள் தெருவின் மறுபக்கம் உள்ள நாலு கிரவுண்ட் இடத்தை சுற்றி வளைக்கப் போனபோது, இரண்டு கோஷ்டிகளுக்கு இடையே பயங்கரமான மோதல். நான்கைந்து கொலைகள் விழலாம் என்பது போன்ற நிலைமை. உடனே, நான் காவல் துறை தலைவரான தேவாரம் அவர்களுக்கு டெலிபோன் செய்து இந்த விவரத்தை புகாரிட்டு, காவல் படையை கணிசமாக அனுப்பும்படி வேண்டுகோள் விடுத்தேன். தன்னந்தனியாக மோதல் நடந்த இடத்திற்குப் போனேன். என் மனைவி போகாதே போகாதே என் கணவா என்று ஒப்பாரி போடாத குறைதான்.

அந்தச் சமயத்தில் இந்தக் கலவரத்தை அடக்க திருவான்மியூர் காவல் நிலையத்தில் இருந்து ஒரு ஜீப்பில் மூன்றே மூன்று போலீசார் வந்தனர். இந்த கோஷ்டிகளில் வலுவான ஒன்றிற்கு அவர்களது ஆதரவு இருப்பது தெரிந்து விட்டது. நானும் அந்த இடத்தை அப்போதைக்கு சீல் வைக்கவில்லை என்றால், அங்கேயே சாகும் வரை உண்ணாவிரதம் இருக்கப் போவதாக அறிவித்தேன். எப்படியோ போலீஸ்காரர்கள், தாங்கள் ஆதரித்த கோஷ்டியின் காலில் விழாத குறையாக அவர்களிடம் கெஞ்சிக் கூத்தாடி அப்புறப் படுத்தி வெளியேற்றினார்கள்.

இப்படிப்பட்ட சமூக அநீதியை இலக்கியவாதி என்ற முறையிலும் சாடினேன். ஜெயலலிதாவிடம் சேர்ந்து கொண்ட துதிபாடிகள் எப்படிப்

பட்டவர்கள் என்பதை விளக்கும் காலில் விழுந்த கதைகள், யானைப்பூச்சிகள், பின்னோக்கிய ஓட்டம், தமிழன் காலில் விழுந்து விழுந்து எப்படி ஒணானாக மாறிவிட்டான் என்பதை விளக்கும் எதிர் பரிணாமம் போன்ற சிறுகதைகளை படைத்தேன். இந்த எதிர் பரிணாமச் சிறுகதையை இந்திய பொதுவுடைமை கட்சியும், அகில இந்திய ஜனநாயக மாதர் மன்றமும் மேடைகளில் குறிப்பிட்டதாக அறிகிறேன்.

எழும்பூரில் பகுத்தறிவு சிந்தனையாளர் கூட்டம் ஒன்று நடைபெற்றது. பெரும்பாலோர் ஏதோ ஒரு வகையில் பிராமண எதிர்ப்பும், பகுத்தறிவும் கொண்டவர்களாய் தங்களை நினைத்துக் கொண்டிருப்பவர்கள். இவர்களில் விதிவிலக்கான உயர் நீதி மன்றத்தின் முன்னாள் நீதிபதியும், ஒரு கட்டம் வரை திராவிட கழகத் தலைவர் கி.வீரமணி அவர்களின் மனச்சாட்சி காவலராகவும் இருந்த நீதிபதி வேணுகோபால் அவர்களும் இந்தக் கூட்டத்தில் கலந்து கொண்டார். என்னையும் பேச அழைத்தார்கள்.

நான், 'தமிழகத்தில் பெரும்பாலான தமிழன் செல்வி ஜெயலலிதாவின் காலில் விழுகிறான், தாமதாக விழுந்தால் அம்மாவுக்கு கோபம் வரும் என்று தொப்பென்று விழுகிறான். இதை கேட்க தைரியமோ அல்லது மனமோ இல்லாத உங்களுக்கு சுயமரியாதை பற்றியோ, அல்லது பகுத்தறிவு பற்றியோ பேசுவதற்கு என்ன யோக்கியதை இருக்கிறது' என்ற தோரணையில் பேசிவிட்டு கூட்டத்தை விட்டு வெளியேறி விட்டேன்.

பல்வேறு இலக்கியக் கூட்டங்களிலும் ஜெயலலிதாவின் இந்த காலடி கலாச்சாரத்தை எதிர்த்து தொடர்ந்து எழுத்தாலும், பேச்சாலும் போராடிக் கொண்டிருக்கும் ஒரே எழுத்தாளன் நான்தான்.

1993ஆம் ஆண்டு அக்டோபர் மாதம் நான் டில்லிக்கு மாற்றப்பட்டேன். எனது அநியாயமான மாற்றத்திற்கு எதிராக நீதிமன்றம் போனேன். ஜி.கே.எம், எஸ்ஆர்பி , தங்கபாலு, டாக்டர் சுப்பிரமணிய சாமி, சந்திரலேகா போன்றவர்கள் என்பக்கம் இருந்த நியாயத்தை, மனவளர்ச்சி குன்றியவராக தோன்றும் எங்கள் அமைச்சர் சிங்டியோவிடம் எடுத்துரைத்தனர். வேறு வழியில்லாமல் அவரும் என்னை கள விளம்பரத் துறைக்கு மாநிலத் தலைமை அதிகாரியாக இதே ஆண்டு டிசம்பர் மாதம் பதவியுயர்வு கொடுத்து நியமித்தார்.

இதற்காக இந்த அமைச்சரிடம் யாருக்குமே தலை வணங்காத எனது இனிய தோழர் எஸ் ஆர்.பால சுப்பிரமணியம் அவர்கள் தனது

சுயமரியாதையையும் ஒரு பொருட்டாகக் கருதாது வாதாடிப் போராடினார்.

தமிழக களவிளம்பரத்துறை இயக்குநர் என்ற முறையில் பல்வேறு இடங்களில் சுற்றுப் பயணம் செய்து உரையாற்றிய நான், இந்தக் காலடி கலாச்சாரத்தை பொதுப்படையாகவும், ஜெயலலிதாவை குறிப்பது போல் மறைமுகமாகவும் சாடி இருக்கிறேன். பொதுமக்களுக்கு ரோஷம் வந்ததை நேராகவே கண்டேன். ஆனால், இனமானத் தளபதி வீரமணி செய்ய வேண்டியதை சாதாரண அரசு ஊழியரான என்னால் தொடர்ந்து வலுவாக கொண்டு செலுத்த முடியவில்லை.

கலைஞரின் கழகம் உள்ளிட்ட அத்தனை அரசியல் கட்சிகளும், தமிழர் இயக்கங்களும், இந்தக் காலடி கலாச்சாரத்தை கண்டுக் கொள்வதே இல்லை. அனைத்து கட்சிகளும், கண்ணிரண்டையும் விற்று தேர்தல் சித்திரம் வாங்கவே முற்படுகின்றன. இவை போதாது என்று, ஒருசில உதிரிக் கட்சித் தலைவர்கள் செல்வி. ஜெயலலிதாவின் வீட்டிற்குச் சென்று தேம்பி தேம்பி அழுது கூட்டணி வைத்துக் கொண்டதும், தலையைச் சொரிந்து கொண்டு பணம் வாங்கிக் கொண்டதும் பலருக்குத் தெரியும். எனக்கும் தெரியும். ஆனால் -

இணையாக நடத்தும் கலைஞர் என்று வந்துவிட்டால் மட்டும் இவர்களுக்கு அடகு வைக்கப்பட்ட சுயமரியாதை வட்டியோடு வருகிறது. ரோஷமும் பொத்துக் கொண்டு வருகிறது.

ராணி தேனீக்கள்
சாமானியத் தேனீ
டாமர் தேனீ

கலைஞரை, முதல் தடவையாக தனிமையில் நேருக்கு நேராக, மனம் விட்டு உரையாடும் சந்தர்ப்பம் 1994ஆம் ஆண்டு ஆகஸ்ட் மாதம் மூன்றாவது வாரத்தில் எனக்கு கிடைத்தது.

ஏற்கனவே குறிப்பிட்டது போல், முன்பு ஒரு தடவை அவர் முதல்வராக இருந்த போது தனித்துப் பார்த்திருக்கிறேன். அப்போது அவர் முதல்வர். நான் தொலைக்காட்சி செய்தியாசிரியர். அந்தச் சந்திப்பு, எனது புலம்பலாகவும் அவர் வெறுமனே தலையாட்டுவதாகவும் மட்டுமே இருந்தது. ஆனால், இந்தச் சந்திப்போ என் அளவில் மறக்க முடியாதது. தோழமையுடன் கூடியது. எங்கள் உறவில் ஒரு திருப்புமுனையை ஏற்படுத்தியது.

கலைஞரின் முன் அனுமதி பெற்று, எனது மகளின் திருமண அழைப்பிதழை கொடுப்பதற்காக, கோபாலபுரத்திற்குச் சென்றேன். அவருக்கு வேண்டிய கட்சித் தலைவர்கள் அங்கும் இங்குமாய் நின்றார்கள். ஆனால் கூட்டம் இல்லை. கலைஞரை மாடியில் சென்று சந்தித்தேன். கலைஞர் ஒரு பற்றற்ற யோகி போலவே தோற்றம் காட்டினார். அரசியல் விரோதிகள், தன்னை இழித்து பழித்து பேசியதோ, எவரை முன்னிருத்தினாரோ அவராலேயே, தான் அரசியலில் எதிர்க்கட்சித் தலைவராக இருக்க வேண்டிய நிர்ப்பந்தம் ஏற்பட்டதையோ தெரியப்படுத்தும் எந்த வெளிபாடுகளும் முகத்தில் இல்லை. நடக்கிறபடி நடக்கட்டும் என்கிற தோரணை. நல்லதே நடக்கும் என்கிற எதிர்பார்ப்பு. அப்படியே அது பொய்த்துப் போனாலும் வெற்றியும், தோல்வியும் வீரருக்குச் சமம் என்ற தமிழ் மொழியை பிடித்துக் கொண்ட தத்துவார்த்த பார்வை. அந்த அறையில் தவயோகிப் போலவே தென்பட்டார்.

எனது மகளின் திருமண அழைப்பிதழை கொடுப்பதற்கு முன்பு, யானைப் பூச்சிகள் என்ற தலைப்பில் வெளியான எனது சிறுகதை தொகுப்பு ஒன்றை அவரிடம் கொடுத்தேன். குறிப்பாக யானைப்பூச்சிகள் என்ற சிறுகதையை அவர் படிக்க வேண்டும் என்றும் கேட்டுக் கொண்டேன்.

இந்தக் கதை செம்மலரில் வெளியானது. தற்செயலாக தேனீக்களின் திவ்ய சரித்திரம் என்ற ஒரு நூல் எனக்கு கிடைத்தது. இது 1932ம் ஆண்டில் பூச்சி

சாஸ்திரி வெங்கட்ராமய்யர் என்பவரால் கோவையில் வெளியிடப்பட்ட நூல். இந்தப் புத்தகத்தில் தேனீக்களைப் பற்றிய தகவல்கள் கிடைத்தன. ஒரு தேன் கூட்டில் பொதுவாக ஒரு ராணித்தேனீதான் இருக்கும் என்றும், ஆனால், அபூர்வமாக இரண்டு ராணித் தேனீகள் ஒரே கூட்டில் இருந்து தத்தம் பணிகளை செய்து கொண்டிருக்கும் என்றும் அவர் எழுதியிருந்தார்.

ஒற்றை அடை மட்டுமே கட்டும் சாமானியத் தேனீ ஒருவகை. இது தேனடைகளை சொந்த மெழுகால் கட்டாமல் மண்ணையும், மரப்பிசின்களையும் சேர்த்து கட்டுமாம். இந்திரா காந்தியுடன் ஆரம்பத்தில் அரசியல் விளைவுகளை புறந்தள்ளி கூட்டணி வைத்த கலைஞர் எனக்கு சாமானியத் தேனீயாகத் தோன்றினார். ஒரு காலத்தில் மலைத்தேனீயாக இருந்து பின்னர் சமதளத்திற்கு வந்து பயந்தாங் கொள்ளியாய் போன டாமர் தேனீ வகை ஒன்றையும், பூச்சி சாஸ்திரி குறிப்பிடுவார். இது எனக்கு வீரமணி அவர்களின் திராவிடக் கழகமாகப் பட்டது. இரண்டு ராணித் தேனீக்களை நினைத்ததும் எனக்கு ஜெயலலிதா, சசிகலா நினைவு வந்ததை சொல்ல வேண்டியது இல்லை.

இந்த ராணித் தேனீகள் தமிழக நந்தவனத்தை அளவுக்கு மீறி தேன் உறிஞ்சி எப்படி கெடுக்கின்றன என்பதும், சாமானியத் தேனீ, இதை எதிர்த்து பெரிதாக போராடாததையும், தமிழக நந்தவனம் அநாதையாகி விட்டதாகவும் சித்தரிக்கும் கதை அது. கலைஞர் இந்தத் தொகுப்பின் அட்டைப் படத்தை ரசித்துப் பார்த்தார்.

எங்கள் உரையாடல். அரசியல் பக்கமாகச் சென்றது. சில அந்தரங்கமான விவகாரங்களை பேசினோம். அவற்றை இங்கே குறிப்பிடுவது நாகரீகமாகாது. ஆனாலும், கலைஞர் ஒரு கட்டத்தில் 'சமுத்திரம்! நாங்க ஆளும் போது சர்க்காரியார் கமிஷனில் எங்கள் மீது நாற்பத்தாறு லட்ச ரூபாய் அளவிற்கே ஊழல் குற்றச்சாட்டு சுமத்தப்பட்டது. அதுவும் நிருபிக்கப்பட வில்லை. ஆனால், இப்போ கோடி கோடியா கொள்ளை அடிக்காங்க, 'யாருமே கண்டுக்கவில்லையே' என்று என்னிடம் ஆதங்கப்பட்டார்.

நான் அவரது ஆதங்கத்திற்கான காரணகாரியங்களை விளக்கி விட்டு அவருடைய நிலைமையை இப்படி எடுத்துரைத்தேன்.

'சார், நீங்க, முதல் தடவை முதலமைச்சரானபோது நான் டில்லியில் இருந்தேன். உங்கள் பதவி நீக்கம் செய்யப்போற சமயத்துலதான்

சென்னைக்கு வந்தேன். உங்களோடு இருந்தவர்கள் எல்லாம், அற்ற குளத்து அருநீர் பறவை போல் ஓடிவிட்டதோடு உங்களுக்கு எதிராகவும் செயல் பட்டதுக்கு நீங்க முரசொலியில் ஒரு கட்டுரை எழுதியதாக கேள்விப்பட்டேன். அதுல 'கட்சிக்காரன் காலுக்கு செருப்பில்லாம இருக்கானேன்னு, அவனுக்கு ஒரு செருப்பு வாங்கிக் கொடுத்தால், அந்த செருப்ப வைச்சே அவன் என்ன அடித்து விட்டான்' என்கிற மாதிரி நீங்க எழுதினதாக சொன்னாங்க உண்மையிலே நான் கண்கலங்கிட்டேன்

கலைஞர் என்னை அன்போடும், அழுத்தமாகவும் பார்த்தார். நான் அவரை சரியாகப் புரிந்து கொண்டேன் என்பதில் அவருக்கு ஒரு மகிழ்ச்சி. என்னிடம் உற்ற தோழன் போல் பல்வேறு அரசியல் விவகாரங்களையும், தனி மனிதர்களைப் பற்றியும் பேசினார். இவற்றை என் மனதிற்குள் இப்போதும் அசைபோடுகிறேன். இந்த சந்தர்ப்பத்தைப் பயன்படுத்தி, நானும் கலைஞரிடம் உரிமையோடு பேசினேன். பல தலைவர்களை கிண்டலடித்தேன்.

கலைஞர் விடுதலைப்புலிகள் விவகாரத்தில் மௌனம் சாதிக்கக் கூடாது என்றேன். இலங்கை விடுதலைப்புலிகளுக்கு தமிழ்நாட்டின் அரசியலைப் பற்றியோ, தமிழக தலைமையைப் பற்றியோ கவலையில்லை. தமிழக அரசில் கலைஞரின் தலைமை வரவேண்டும் என்று அவர்கள் நினைத்திருந்தால் ராஜிவ் காந்தியை கொன்றிருக்க மாட்டார்கள் என்று நினைவு படுத்தினேன். கலைஞரைக் கொன்று அதன் மூலம் தமிழ் ஈழம் வரும் என்றால், அவர்கள் அதற்கும் தயாராவார்கள் என்றும் வாதாடினேன். இலங்கை தமிழர்களை காப்பாற்றுவோம், சிங்கள ராணுவத்திடம் இருந்து மட்டும் அல்ல விடுதலை புலிகளிடம் இருந்தும் அவர்களை காப்பாற்ற வேண்டும் என்று திமுக சார்பில் அவர் ஒரு முழக்கத்தை தாயக தமிழர்களிடையே வைக்க வேண்டும் என்று வாதாடினேன். கலைஞர், நான் தெரிவித்தவற்றை உன்னிப்பாகக் கேட்டார். மறுத்தோ அல்லது ஏற்றுக் கொண்டோ அவர் பதிலளிக்க வில்லை.

கலைஞரிடம் இருந்து இருபது நிமிடங்களுக்குப் பிறகு நான் கண்ணீர் மல்க விடை பெற்றேன். என்னுடைய மகள் திருமணத்திற்கு அவர் வரவேண்டும் என்றும் வற்புறுத்தினேன். அன்று வெளியூரில் இன்னொரு திருமண நிகழ்ச்சி உள்ளது என்று கலைஞர் அப்போதே தனது இயலாமையை தெரிவித்து விட்டார். இயலாமை என்று அவர் சொன்னபோது புதுடில்லி தமிழ் சங்கத்தில் கலைஞர் முதல் தடவை

முதல்வராக இருக்கும் போது நடைபெற்ற ஒரு நிகழ்ச்சியே நினைவுக்கு வருகிறது.

பேராசிரியர் சாலய் இளந்திரையன் டில்லிப் பல்கலைக் கழகத்தில் தமிழ் ஆசிரியராக பணியாற்றியவர். அவர் ஒரு 'பெரிய சமுத்திரம்'. மனதில் பட்டதை அப்படியே சொல்லிவிடுவார். நானே மிகையானது என்கிற அளவிற்கு பேசக் கூடியவர். ஆனாலும், டில்லியில் கருப்புத் தமிழர்களுக்கு ஒரு மரியாதையை ஏற்படுத்தியவர். பிராமணர்களாலும் நேசிக்கப்பட்டவர். டில்லி தமிழர்களுக்கு சொற்பொழிவு என்று வந்துவிட்டால் அவர்தான் அதாரிட்டி. தனிப்பட்ட முறையில் நல்லவரான இவர் தலைமையில் டில்லி தமிழ் சங்கத்தில் நடைபெற்ற நிகழ்ச்சியில் கலைஞர் கலந்து கொண்டார். அப்போது கலைஞர் ஏதோ ஒரு நிகழ்ச்சிக்கு வரமுடியாது என்று சொல்லிவிட்டதாக சாலையார் தனது தலைமையுரையில் இடித்துரைப்பது போல் பேசினார்.

பொதுவாக கலைஞர் எந்தக் கூட்டத்தில் பேசினாலும், யாராவது ஒருவருக்கு செல்லக் குட்டு வைக்கவில்லை என்றால் அவருக்கு நிறைவு இருக்காது. சாலையாருக்கு ஒரு தமிழ் குட்டு வைப்பதில் அவர் மகிழ்ந்திருக்க வேண்டும். இறுதியில் பேசிய கலைஞர், சாலையாரிடம் இயலாது என்று சொன்தாகவும் முடியாது என்று சொல்லவில்லை என்றும் குறிப்பிட்டார். பின்னர், இயலாமைக்கும் முடியாமைக்கும் உள்ள வேறுபாடுகளை விலாவாரியாக விளக்கினார். இப்போது கூட நான் பிராஇடம் இந்த மாதிரி பேச வேண்டியது இருந்தால் இயலாது என்று சொல்வதா... முடியாது என்று சொல்வதா... என்று முன்கூட்டியே யோசிப்பது உண்டு. கலைஞரை நான் சந்தித்த ஓரிரு நாட்கள் கழித்து எனது உறவினர் தோழரும், திமுக பிரமுகருமான ஆலடி அருணா அவர்கள் தொலைபேசியில் என்னோடு தொடர்பு கொண்டு 'யோவ்... கலைஞர் கிட்ட யானைப்பூச்சியோ, பூனைப் பூச்சியோன்னு ஒரு கதையை கொடுத்தீராமே அது நல்லாயிருக்குன்னு கலைஞர் உங்ககிட்ட சொல்லச் சொன்னாருய்யா... அப்புறம், கலைஞர் கிட்ட சில யோசனைகள் சொன்னீராமே... அதையும் கணக்கில் எடுத்து இருக்கிறதாக உம்மக்கிட்ட சொல்லச் சொன்னாருய்யா என்று தென்பாண்டி தமிழில் தெரிவித்தார்.

ஆலடி அருணாவும், அந்த யோசனைகளைப் பற்றி தகவல் கேட்கவில்லை. நானும் தெரியப்படுத்த வில்லை. ஒரு மாபெரும் தலைவருக்கும் அவரோடு தோழமை கொண்ட ஒரு எழுத்தாளருக்கும்

இடையே நடந்த உரையாடல் ரகசியத்தை மதித்தமைக்காக அவரை இப்போதும் நன்றியோடு நினைத்துக் கொள்கிறேன். ஆலடி அருணா அவர்கள் நெல்லையில் கல்லூரியில் படிக்கும்போது, நான் கடையத்தில் உயர்நிலைப் பள்ளியில் படித்தவன். அப்போதே நாங்கள் நண்பர்கள். சந்திக்கும் போதெல்லாம் கடுமையாக வாதாடிக் கொள்ளுவோம். இப்போது கூட அப்படித்தான். ஆனாலும், மனிதர் வரலாற்றுச் சான்றுகளையும், புள்ளி விவரங்களையும் அள்ளித் தந்து என்னையும் ஒரு தற்காலிக திமுகவாக மாற்றிவிடுவார்.

நான் கலைஞரை சந்தித்த சில நாட்களில் திருவான்மியூருக்கு அருகே, திமுகவின் அப்போதைய பகைக்கட்சி அலுவலகத்தில் எதற்கோ குறிவைக்கப்பட்ட வெடிகுண்டு ஒன்று தவறுதலாக வெடித்ததாகவும், இது எல்டிடி குண்டு என்றும் கலைஞருக்கு குறி வைக்கப்பட்டது என்றும் பத்திரிகைகள் பரபரப்பான செய்திகளை வெளியிட்டன. இந்தச் சந்தர்ப்பத்தில் மத்திய அரசும் விடுதலைப்புலி களின் கொலைப் பட்டியலில் கலைஞரும் இருப்பதாக மாநில அரசையும், அவரையும் உஷார்ப் படுத்தியதாகக் கேள்வி.

இந்தப் பின்னணியில், கலைஞரும் முரசொலியில் அந்தக் குண்டு வெடிப்பை தன்னைக் கொல்வதற்கு குறிவைத்ததாக கருதலாம் என்ற பொருளில் எழுதியிருந்தார். விடுதலைப் புலிகள் குறித்து நான் சுட்டி காட்டிய அணுகுமுறையையும் அவர் வெளிப்படையாக சொல்லியிருக்கலாம். அதற்குள் இலங்கை ராணுவம் விடுதலைப்புலிகள் மீது கண்மூடித்தனமான தாக்குதல் ஒன்றை தொடுத்தது. இலங்கைத் தமிழர்களை காப்பாற்றுவதற்கு, விடுதலைப் புலிகளைத் தவிர வேறு நாதியில்லை. இதனால் கலைஞர் இந்த புதிய முழக்கத்தைக் கொண்டு செலுத்தவில்லை என்று நினைக்கிறேன். நான்கூட, அந்த தாக்குதலின் போது என்னையறியாமலே மானசீகமாக விடுதலைப் புலிகளின் பக்கமே நின்றேன்.

சட்டப் பேரவை தேர்தல்கள் நடக்கும் வரை கிராமங்கள் தோறும் சுற்றுப்பயணம் செய்யும் நான் அரசியல் சமுக நிலவரத்தை கலைஞரிடம், தொலைபேசியில் நேரடியாகப் பேசுவேன். சண்முகநாதனிடம் எனது கருத்துக்களை கூறி அதை கலைஞரிடம் கூறவேண்டும் என்றும் கேட்டுக் கொள்வேன். என்னுடைய நோக்கம் எல்லாம் கலைஞர் வரவேண்டும் என்பதை விட, தமிழகத்தில் நிலவிய அராஜகமும் நிலப்பறிமுதலும்

ஒருவரை முக்கியத்துவம் ஆக்குவதற்கு ஓராயிரம் பேரை பேடியாக்கும் சினிமாத்தனமும் போயாக வேண்டும் என்ற சிந்தனையே காரணம். கூடவே கலைஞர், தமிழ் சமுதாயம் மேன்பட ஆற்றியத் தொண்டும், பணியும் போனஸாக நினைவுக்கு வந்தன. இத்தகைய உரையாடல்களும், தொடர்புகளும் கலைஞருக்கும் எனக்கும் இடையே நிலவிய நெருக்கத்தை வலுவாக்கி விட்டன.

ஒன்றாகவா... ஒன்றாக்கியா
ஒரு
அலசல்...

எனது நூல் வெளியீட்டு விழாவிற்குப் பிறகு கலைஞருடன் ஒரு மேடையை பகிர்ந்துக் கொள்ளும் இனிய அனுபவம் ஒன்று அதே ஆண்டில் செப்டம்பர் மாதம் 27ஆம் தேதி நிகழ்ந்தது.

கலைஞர் 26796அன்று எனது நூல்களை வெளியிட்ட பிறகு வீட்டிலும் அலுவலகத்திலும் அதற்கு முன்பு நடந்த அவரும் நானும் சம்பந்தப்பட்ட பல்வேறு நிகழ்வுகளை அசைபோட்டேன். ஒவ்வொரு நிகழ்வும் மனத்திரையில் அந்தக் காலத்தில் நான் முதல் தடவையாக பார்த்த கேவா கலர் பிம்பங்களாகத் தோன்றின. இன்னும் தோன்றிக் கொண்டே இருக்கின்றன. இப்போது பின் நிகழ்வுகளை பகிர்ந்துக் கொள்ளப் போகிறேன்.

அமரர் ஆதித்தனார் சார்பாக தினத்தந்தி அறக்கட்டளை மூத்த தமிழ் அறிஞர் ஒருவருக்கும், தமிழ் படைப்பாளி ஒருவருக்கும் 1995ஆம் ஆண்டில் இருந்து ஆண்டுதோறும் ஆளுக்கு ஐம்பதாயிரம் ரூபாய் வழங்கி ஆதித்தனார் பிறந்தநாள் விழாவில் கொடுத்து வருகிறது. இதற்காக நான் அலிகளை மனிதநேயமாக சித்தரித்து எழுதிய வாடாமல்லி நாவலை அனுப்பி இருந்தேன். என்றாலும், மூத்த தமிழறிஞர் விருதை சாலய் இளந்திரையனாருக்கு கொடுக்க வேண்டும் என்பதற்காக எனது விருதை விட்டுக் கொடுக்க முன் வந்தேன். அவருக்கு எழுபது வயது எட்டவில்லை என்ற காரணத்தால் விருது இல்லையென்று ஆனபோது, பரவலான வாசகப் பரப்பைக் கொண்டிருந்தாலும் சரியான அங்கீகாரம் பெறாத எழுத்தாளர் ரமணிச்சந்திரனுக்கு அந்த விருது கிடைக்க வேண்டும் என்பதற்காக அந்த பரிசு அப்போதைக்கு வேண்டாம் என்றும், பின்னர் பார்த்துக் கொள்ளலாம் என்றும் சம்பந்தப் பட்டவர்களிடம் சொல்லி விட்டேன்.

என்றாலும், நடுவர் குழுவில் இருந்த பேராசியர்கள் ஒளவை நடராசனும், டாக்டர். பொற்கோவும் எனது வாடாமல்லி நாவலுக்குத்தான் கொடுத்தாக வேண்டும் என்று திட்டவட்டமாகத் தெரிவித்திருக்கிறார்கள். இதை உறுதி படுத்துவதுப்போல் ஒளவை நடராசன் அவர்கள் 'பரிசு வேண்டாமுன்னு சொல்கிற முதல் ஆளு நீங்க தான்யா, எதற்காக அப்படி சொன்னீங்க'

என்று மேடையில் கேட்டார். இதனால் ஆதித்தனார் விருது 1996ஆம் ஆண்டிற்காக எனக்கு கிடைத்தது. மூத்த தமிழறிஞர் அருணாசல கவுண்டருக்கும் விருது அறிவிக்கப்பட்டது. இந்த விருதுகள் வழங்கும் விழா, அமரர் ஆதித்தனார் பிறந்த நாளான மேலே குறிப்பிட்ட நாளில் சென்னை ராணி சீதையம்மாள் அரங்கில் நடைபெற்றது.

முதல்வர் கலைஞர், சரியான நேரத்தில் ராணி சீதையம்மாள் அரங்கிற்கு வந்து விட்டார். சொல்லி மாளாத கூட்டம். கலைஞர் சிறிது கடுகடுப்பாகவே இருந்ததுபோல் தோன்றியது. அரைமணி நேரத்திற்குள் விழாவை முடித்துவிட வேண்டும் என்று, அமைப்பாளர்களிடம் தெரிவித்து விட்டதாகக் கேள்வி. ஒரு மாபெரும் பத்திரிகையின் வேண்டுகோளை புறக்கணிக்கக் கூடாது என்ற ஒரே காரணத்திற்காகவே இந்த விழாவிற்கு அவர் இணங்கியிருக்கிறார். தினத்தந்தி உரிமையாளரும், தமிழகத்தில் சாதிய வேறுபாடுகளைக் கடந்து இளைஞர் விளையாட்டு அணிகளை ஏற்படுத்தியயவருமான திருமிகு. சிவந்தி ஆதித்தன் தக்கபடி வரவேற்புரை வழங்கினார்.

அழைப்பிதழ் நிகழ்ச்சி நிரலில் தமிழறிஞர் விருது பெற்ற அருணாசலக் கவுண்டர் மட்டுமே ஏற்புரை வழங்குவதாக இருந்தது. கலைஞர் என்னைப் பார்த்து நான் ஏன் பேசவில்லை என்று கேட்டார். நான் 'நீங்கள் தான் 'விரைவில் முடித்துவிட வேண்டும்' என்று சொன்னீர்களாம்'. என்றேன். கலைஞர் 'நீங்களும் பேசவேண்டும்' என்றார். பேசுவதற்கு தயாராக வராததால், அன்று சிறப்பாகப் பேசினேன்.

முதலில், ஒளவை நடராசன் அவர்கள் ஒரு இலக்கியச் சொற்பொழிவை நிகழ்த்தினார் - அதுவும் கலைஞர் வழியாக. கலைஞர் ஆக்கிய சங்கத்தமிழ் நூலில் 'வாளிங்கே - அவன் நாக்கெங்கே? என்ற உரை வீச்சை அப்படியே ஒப்பித்தார். கூட்டம் மெய்மறந்து கேட்டது. கலைஞரின் அந்த கவிதை ஆரவாரமாக இருந்தாலும், அது ஆழமான கடலின் அலைப்பாய்ச்சலாக தோன்றியது. தமிழ் மண்ணின் வீரத்தை குறிப்பாக ஒரு வீரத்தாயின் மனப்போக்கை வெளிப்படுத்துவதாக இருந்தது. பெண்பாற் புலவரான காக்கைப் பாடினியார் நச்செள்ளையார், புறநானூறில் 'நரம்பெழுந் துலறிய..' என்று துவங்கும் பாடலுக்கு கலைஞர் எழுதிய உரைவிச்சு ... முதுமை தட்டிய வயதிலும் அந்த உரைவீச்சை ஒளவை ஒப்பித்த விதம் கண்கவர் காட்சியாகும்.

ஒளவை நடராசான் அவர்களுக்குப் பிறகு நான் பேசினேன். பொதுவாக இந்த மாதிரி விழாக்களில் பேச்சாளர்கள் விழாவின் நாயகரை மட்டுமே முன்னிலைப் படுத்தி விட்டு மற்றவர்களை 'கோட்டை விட்டு விடுவார்கள். கலைஞர் 'கோட்டையில் இருப்பதால் இதுவே முறையாகிவிடும். அல்லது அழைத்தவரை ஒப்புக்கு பேசுவார்கள். நான் அப்படி பேசக் கூடாது என்று மேடையிலேயே தீர்மானித்து விட்டேன்.

சிவந்தி ஆதித்தன் அவர்களுக்கும், எனக்கும் உள்ள ஆண்டாண்டு கால நட்பை விளக்கினேன். ஆழமான கால்வாய் போல் நீர் பெருக்கெடுத்த தெரு வழியாக முட்டிக்கால் வரை நனைந்தபடி, 1985ஆம் ஆண்டு எனது வீட்டின் புதுமனை புகுவிழாவிற்கு அவர் வந்ததையும், அதற்கு பிறகு என் வீட்டில் வறுமை வெளியேறி விட்டதையும், இதனால் எந்த பாவப்பட்ட அலிகளைப் பற்றி எழுதினேனோ அந்த அலிகளின் நல்வாழ்விற்காக விருது பணமான ஐம்பதாயிரத்தில் பத்தாயிரம் ரூபாயை வழங்க முடிகிறது என்றும் குறிப்பிட்டேன். தினத்தந்தியின் மூத்த செய்தியாளரான சுகுமார் முன் நடக்க, முட்டிக் கால்கள் வரை வெள்ளம் வியாபிக்க என் வீட்டை தேடித்தேடி கண்டுபிடித்த சிவந்தி அவர்கள் என் மீது கொண்டு பாசத்தையும், பற்றையும் எடுத்துரைத்தேன்.

பின்னர், கலைஞர் என் மீது காட்டும் பாசத்தால் எப்படி நெகிழ்ந்து போனேன் என்பதை விலாவாரியாக விளக்கினேன். கலைஞருக்கு நான் ராயல்டி கொடுக்க வேண்டும் என்றும் தெரிவித்தேன். கலைஞரின் தமிழைப் பயன்படுத்தி பல இளம் ஜோடியினரை கிராமங்களில் சேர்த்து வைத்த காதல் கடமையையும் விலாவாரியாக விளக்கினேன். கலைஞரின் தமிழ் எனக்குக் கை கொடுப்பதால் என் படைப்புகளுக்கு கிடைக்கும் ராயல்டியில் ஒரு பகுதி அவருக்குப் போகவேண்டும் என்றேன். கூட்டம் என் பேச்சையும் பெரிதும் ரசித்தது. கலைஞரின் இலக்கிய மேன்மைக்கு, அவரது குப்பைத்தொட்டி சிறுகதையை ஆய்வு முறையில் குறிப்பிட்டேன்.

ஒளவையும், நானும் ஆற்றிய உரைகளாலும், முகத்தாட்சண்யம் கருதியும் சிவந்தி ஆதித்தன் அவர்கள் மீது ஏற்பட்ட பழைய பாசம் புதுப்பிக்கப்பட்டதாலும், கலைஞர் கலகலப்பாகி விட்டார். இதை மைக்கில் பேசிக்கொண்டிருந்த நான் புரிந்து கொண்டேன். உடனே, வாழைப்பழத்தில் ஊசி ஏற்றுவது போல் கலைஞர் அவர்களையும், சிவந்தி ஆதித்தன் அவர்களையும் இந்த மேடையில் ஒன்றாகப் பார்க்கிறோம். இனிமேல் ஒன்றாக்கிப் பார்க்க வேண்டும் என்று அவர்களுக்குள் ஐந்தாண்டு

காலமாக நிலவிய இடைவெளியை இட்டு நிரப்புவது போல் பேசினேன். கலைஞருக்கு தினத்தந்தியும் குறிப்பாக சிவந்தியும், சிவந்திக்கு தமிழக அரசும் குறிப்பாக கலைஞரும் தேவைப்படுகிறதோ இல்லையோ, தமிழகத்திற்கு இது தேவைப்படுகிறது என்பதை நான் சூசகமாக குறிப்பிட்டதை புரிந்து கொண்ட கூட்டத்தினர் அதை ஆமோதிப்பதுப் போல் பலத்து ஆரவாரித்தனர்.

கலைஞர் பேச எழுந்தார். பேச்சாளர்கள் அத்தனை பேருக்கும் கிடைத்த கைத்தட்டல்களை கூட்டி போட்டால் அதைவிட அதிகமான கைதட்டல்கள். குண்டூசி விழுந்தால் சத்தம் கேட்குமோ கேட்காதோ, ஒரு சிறு தக்கை விழுந்தால் சத்தம் கேட்டிருக்கும் அப்படிப்பட்ட மௌன எதிர்பார்ப்பு. கலைஞர், ஒளவை நடராசன் அவர்கள் படித்த தனது கவிதையை மீண்டும் படித்தார். அந்தக் கவிதையை பத்து நிமிடம் வரை அப்படியே ஒப்பித்தார்.

போரில் புறமுதுகு காட்டி மாய்ந்ததாக ஒருவனால் புரளிகிளப்பி விடப்பட்ட மகனது சடலத்தைப் பார்க்கும் ஒரு போராளித் தாயின் கதை. மகன் மார்பில் வேல் ஏந்தி இறந்ததைக் கண்டு பொய்ச் சொன்ன கயவனின் நாக்கெங்கே என்று முலைப்பால் அறுக்கப் போன அந்த வீரக் கிழவி அந்தப் பொய்யனைத் தேடுகிறாள். கூட்டம் அசந்து விட்டது. எப்போதோ எழுதிய அந்த கவிதையை கலைஞர் காற்புள்ளி, அரைப்புள்ளி கூட பிசகாமல் தாள நயத்தோடு ஒப்பித்ததை கண்டு கூட்டம் அதிசயத்து விட்டது. தோள் கண்டார் தோளே கண்டார் என்பது போல் கலைஞர் முகத்தையும் பார்க்க மறந்து அவர் வாயிலிருந்து ஒலிக்கும் வார்த்தைகளை மட்டுமே உள்வாங்கியது. ஆனாலும் கலைஞர் ஒரு போடு போட்டார். கடைசிவரி 'வாளிங்கே! அவன் நாக்கெங்கே? என்று வரவேண்டும், ஆனால் ஒளவையோ 'அவன் நாக்கிங்கே வாளெங்கே' என்று மாற்றிச் சொல்லிவிட்டார் என்று திருத்தம் கொடுத்தார். கூட்டம் அவரது ஞாபகச் சக்தியை கண்டு வியந்ததுபோல் பலத்து ஆரவாரித்தது. போரில் பெற்ற மகன் புறமுதுகிட்டு இறந்திருந்தால் அவனுக்கு பாலூட்டிய முலைப்பாலை அறுத்தெரிவதற்கு அந்தத் தாய்க் கிழவி எப்படி வீராவேசமாக பேசியிருப்பாளோ அப்படிப் பேசினார் கலைஞர். அப்போது அந்த வீரத்தாயின் ஆண் வடிவமாகக் காணப்பட்டார்.

இது முடிந்ததும், கலைஞர் நான் ஊசி ஏற்றிய வாழைப் பழத்தில் இன்னொரு ஊசியை ஏற்றினார். அமரர் ஆதித்தனார் அவர்களுக்கும்,

தனக்கும் பல்லாண்டு காலமாக இருந்த நட்புறவை விளக்கினார். ஆதித்தனார் அவர்கள் தனது தலைமையிலான அமைச்சரவையில்தான், முதன் முதலாக அமைச்சராக ஆக்கப்பட்டார், என்பதை ஏதோ சலுகை வழங்குவது போல் கூறாமல், ஒரு நட்புக்கு கொடுக்கப்பட்ட அங்கீகாரமாக தெரிவித்தார். பின்னர் அமரர் ஆதித்தனாரின் வாழ்க்கை வரலாற்றில், தனது நட்பு குறித்தோ அல்லது தனது அமைச்சரவையில் அவர் இடம் பெற்றது குறித்தோ ஒரு வரி கூட இல்லை என்பதை சுட்டிக்காட்டினார். அப்போது கூட்டத்தை ஒரு தடவையும், சிவந்தி ஆதித்தன் அவர்களை மறு தடவையும் பார்த்து விட்டு மீண்டும் 'தம்பி சிவந்திக்கு என் மீது பாசம் உண்டு. ஆனால் அதை வெளிக்காட்ட அப்போதைக்கு பயம்' என்று அவர் இயல்பாக பேசியபோது கூட்டத்தினர் இயல்பாக இருக்காமல் பலத்து ஆரவாரித்தனர்.

எனக்கு தர்மசங்கடமாகி விட்டது. அவசர குடுக்கையாக இந்த ஒன்றாக்கிப் பார்த்தலை, கூறியிருக்க வேண்டாமோ என்று நினைத்தேன். அதேசமயம் இவர்கள் ஒன்றானால் தான் தமிழகத்தில் நல்லதுகள் விரைவில் நடைபெற்று, அல்லதுகள் ஒரளவுக்காவது மறைய முடியும் என்ற பொது நலன் கருதியே அப்படிப் பேசினேன். ஆனாலும், கலைஞர் அப்படிக் குத்திக் காட்டியது, சிவந்தியின் மனதை புண்படுத்தியிருக்குமோ என்று நினைத்தேன். பொதுவாக, ஒரு பெரியவரை இன்னொரு பெரியவர் ஏதோ ஒரு வகையில் சாடும்போது, அந்தச் சாடலுக்கு காரணமான ஆசாமிதான் ஆப்பசைத்த குரங்காகி விடுவார். இந்த நிலைக்கு நான் வந்து விட்டேன். அதே சமயம் மக்கள் சாட்சியாக சொல்ல வேண்டியதை மனச்சாட்சிபடி சொன்னதில் ஒரு திருப்தியும் ஏற்பட்டது.

ஒருவாரம் கழித்து ராணி ஆசிரியரும், தமிழ் இதழ்கள் வரலாற்றை வரலாற்று பூர்வமாக எழுதியவரும், திராவிடச் சிந்தனையாளரும், சிவந்தி ஆதித்தன் அவர்களுக்கு வேண்டியவருமான திரு. ஆமா சாமி அவர்களிடம் தொலை பேசியில் தொடர்பு கொண்டு, நான் அப்படி பேசியது சரிதானா என்று கேட்டேன். உடனே அவர் 'இரண்டு பேருக்கும் இடையிலே இருந்த ஒரு முள்ளை நீங்க எடுத்திட்டிங்க'. நீங்க அப்படி பேசினது தான் சரி. கலைஞருக்கும் எங்க அய்யாவுக்கும் பழையபடி நல்ல உறவு ஏற்படுது. கலைஞரும் மனசிலேயே நினைத்துக் கொண்டிருக்காமல் அப்படிக் கொட்டி விட்டார். இனிமேல் முதல்வரும் மனதில் எதையும் வைத்திருக்க மாட்டார். அந்த வகையில் உங்களுக்கு எங்கள் நன்றி' என்றார்.

அந்த விழாவில் மனதில் அழுத்தி இருந்த அந்த சுமையை கலைஞர் கீழே தூக்கிப் போட்ட நேர்த்தி இருக்கிறதே, அது கேட்டவர்களுக்கு மட்டுமே புரியும். இப்படி மனப்பாரத்தை பூவை இறக்குவது போல இறக்கும் பண்பாடும் சொல்லாற்றலும் எனக்குத் தெரிந்து கலைஞருக்கு மட்டுமே உண்டு என்று நினைக்கிறேன். இந்த இருட்டடிப்பை கலைஞர் சுட்டிக்காட்டிய போது, சிவந்தி அவர்களும் வேறு வழியில்லாத ஒரு மாணவனைப் போல அதாவது 'ஏன் லேட்டு' என்றால், லேட்டு சார்' என்று சொல்லும் பள்ளி மாணவன் போல சிரித்த காட்சியை யாராவது புகை படமாக எடுத்திருந்தால், அது புகைப்பட கண்காட்சியில் முதல் பரிசை பெறும்.

இந்த நிகழ்ச்சிக்குப் பிறகு ஒருநாள் சென்னையில் உள்ள தமிழக திரைப்பட மற்றும் தொலைக்காட்சி நிறுவனத்தின் இயக்குநர் அமிர்தம் அவர்கள் என்னோடு தொடர்பு கொண்டு சிறந்த திரைப்படங்களை தேர்ந்தெடுக்கும் குழுவில் நான் உறுப்பினராக இருக்க வேண்டும் என்று கலைஞர் விரும்புவதாக தெரிவித்தார். எனக்கு இந்த மாதிரியான சமாச்சாரங்களில் அதிக ஈடுபாடு கிடையாது. அதே சமயம் கலைஞர் சொல்லைத் தட்டுவது போல் நடந்து கொள்வதும் சரியாகப் படவில்லை. கலைஞர் என் மீது கொண்டிருக்கிற அன்பு கண்டு ஆனந்தித்தேன். அதே சமயம் அவர் என் மீது கொண்டிருக்கும் நம்பிக்கை, சென்னை தொலைக்காட்சி ஆசிரியரான என் மீது வைத்த நம்பிக்கை போல் பொய்த்து விடக் கூடாதே என்கிற பயமும் ஏற்பட்டது. ஆகவே, கலைஞரிடம் புகார் போகக் கூடாது என்பதற்காக அந்த குழுவோடு ஒத்துப் போக வேண்டும் என்று பலதடவை மனதில் சொல்லிக் கொண்டேன்.

தமிழக அரசின் சார்பில் ஆண்டுதோறும் சிறந்த தமிழ் திரைப்படங்களை, சிறந்த நடிகர், நடிகைகளை, இதரக் கலைஞர்களை தேர்ந்தெடுக்கும் அப்போதைய குழுவிற்கு முன்னாள் உயர்நீதி மன்ற தலைமை நீதிபதியும், மிகச்சிறந்த பேச்சாளர்களில் ஒருவருமான நீதிபதி கோகுல கிருஷ்ணன் அவர்கள் தலைவர். இவர்தான் 1960ஆம் ஆண்டு பாரிமுனையில் உள்ள ஒய்.எம்.சியே பட்டி மண்டபத்தில் நடைபெற்ற அனைத்துக் கல்லூரி மாணவர் பேச்சுப் போட்டியில் எனக்கு முதல் பரிசு வழங்கியவர்.

இந்தக் குழுவில் மிகச் சிறந்த திரைப்பட வசனங்களை எழுதிய ஆரூர் தாஸ், பசி என்ற கலைப்படத்தை எடுத்து தமிழ் திரையுலகத்தை ஒரு கலக்கு கலக்கிய இயக்குநர் துரை, சங்கீதத்தை இசையாக்கிய விசுவநாதன் - ராமமூர்த்தி, பாசமலர் போன்ற அற்புத படங்களை இயக்கிய பீம்சிங் அவர்களின் சௌமித்ரா, எனது இனிய நண்பர் சாருஹாசன் உள்ளிட்ட பலர் உறுப்பினர்களாக இருந்தார்கள். இவர்கள், தமிழ்த் திரைப்படங்கள் ஒருவனை வீரனாக்குவதற்காக முப்பது பேரை பேடியாக்குவது என்ற திரைப்பட இலக்கணத்தோடு ஒத்துப் போனவர்கள். என்னால், அப்படி எடுத்துக் கொள்ள முடியவில்லை. நடிகர் விஜய் நடித்த ஒரு படத்தில் அவர் தனது தோழர்களோடு ஒரு ஏரியில் குளித்துக் கொண்டு ஜட்டியை கையில் தூக்கிக் கொண்டு அங்குமிங்குமாய் ஆட்டுவார். இதற்கு குழுவினடமிருந்து ஒரு சின்ன எதிர்ப்புக் கூட இல்லாதது, நான் அவர்களோடு ஒன்றிப் போகாத நிலைமையை வலுப்படுத்தியது. நான் அடிக்கடி கூச்சல் போடுவது வழக்கமாகி விட்டது.

கலைஞரிடம், இப்படி கூச்சல் போடுகிறவரை உறுப்பினராக போட்டு விட்டீர்களே என்று உறுப்பினர்களோ, அல்லது தோழர் அமிர்தமோ கேட்டு விடக் கூடாது என்பதற்காக குழுக் கூட்டங்களில் மௌனமாக இருக்க வேண்டும் என்று தீர்மானித்த என் வைராக்கியம் பிரசவித்து விட்டது. எப்படியோ எழுத்தாளர் பூமணி எழுதி இயக்கிய கருவேலம் பூக்களுக்கு சிறப்புப் பரிசை என்னால் வாங்கிக் கொடுக்க முடிந்தது.

அடுத்தாண்டு திரைப்பட தேர்வுக் குழு உறுப்பினர்கள் அறிவிக்கப்பட்ட போது என்னைத்தவிர எல்லா உறுப்பினர்களும் இடம் பெற்றிருந்தார்கள். நான் நடந்து கொண்ட விதமும், கோப தாபங்களும், கலைஞரின் காதுகளுக்கு எட்டியிருக்கும் என்பதில் சந்தேகம் இல்லை. ஆனாலும், குழு உறுப்பினர்கள் என்னிடம் அன்போடும், பண்போடும் நடந்து கொண்டார்கள். 'குழுவுக்கு 'உங்கள மாதிரி ஒரு ஆள் தேவைதான்' என்றும் சொல்லிக் கொண்டார்கள்' எப்படியோ புதிய குழுவில் நான் இடம் பெறாமல் போனதற்கு நானே காரணம். அதற்காக எந்த வருத்தமோ அல்லது குற்ற உணர்வோ ஏற்படவில்லை. கலைஞரின் நம்பிக்கையை தகர்த்து விட்டேனே என்கிற ஆதங்கம்தான். அதே சமயத்தில் எனக்கு நானே உண்மையாக இருந்தேன் என்ற தெளிவு. கூடவே, எனது கருத்துக்களை இதமாக சொல்லி இருக்கலாமே என்கிற ஒரு பின் யோசனை.

என்றாலும், தமிழக அரசின் திரைப்படத் தேர்வில் கலைப்படங்கள் தேர்வதில்லை. சும்மாயிருப்பதே நடிப்பு என்பது மாதிரியான கலைபடங்கள் தான் வந்து கொண்டும் இருக்கின்றன. இந்தத் தேர்வில் திரைப்படங்களின் அடிப்படைக் கருத்துகளைப் பற்றியோ சமுக விரோத உரையாடல்கள் பற்றியா, உறுப்பினர்கள் அலட்டிக் கொள்வதில்லை. திரைப்படத் தணிக்கை குழுவை தலையணையாக வைத்துக் கொண்டு படங்களைப் பார்க்கிறார்கள். ஆகையால், இந்தக் குழு இப்படியே இருக்கட்டும் இன்னும் சில சமூகச் சிந்தனையாளர்களை குழுவில் சேர்த்துக் கொள்ளலாம்.

என்னைக் கேட்டால், ஒரு திரைப்படத்தின் கதைக்கரு, அடிப்படையில் மோசமாக இருந்தால் அது எவ்வளவு சிறப்பாக எடுக்கப்பட்டாலும், அதற்கு அரசு பரிசுகள் வழங்கப்படலாகது என்பேன்.

தமிழ் அக்காதெமி-
வள்ளலார் கோட்டம்
ஒரு குறிப்புணர்த்தல்

1997 ஆம் ஆண்டு மார்ச் அல்லது ஏப்ரல் மாதவாக்கில் கலைஞர் அவர்களை சந்தித்தேன்.

கலைஞரும் வழக்கத்தை விட தெம்பாகவே இருந்தார். முன்னதாக கலைஞர் வீட்டில் இருந்த அமைச்சர்களுக்கும், உயர் அதிகாரிகளுக்கும் கலைஞருக்கும் எனக்கும் உள்ள நெருக்கம் புரிந்து விட்டது. நானும் அந்நியத் தன்மை போய் சொந்த இடத்திற்கு போவது போலவே போனேன்.

கலைஞரை மாடியில் சந்தித்து பல்வேறு அரசியல் சமுக நிகழ்வுகள் குறித்து பேசிக் கொண்டு இருந்தோம். பின்னர் கலைஞரிடம் நான்கு குறிப்புகளை சுருக்கமான அறிமுகத்தோடு கொடுத்தேன். மின்னச்சில் எடுக்கப்பட்ட குறிப்புகள். பொதுவாக வேறு ஒருவராக இருந்தால் சொல்லுங்க அப்புறமா படிக்கிறேன்' என்பார். ஆனால், கலைஞரோ நான்கு குறிப்புகளையும் பொறுமையாகப் படித்தார்.

முதலாவது குறிப்பில் நாட்டில் நடைபெறும் வளர்ச்சித் திட்டங்கள், மக்களுக்கு சரியாகப் போய்ச் சேரவில்லை என்ற எனது நேரிடையான அனுபவம் சம்பந்தப்பட்ட நிகழ்வுகளைச் சுட்டிக் காட்டியிருந்தேன். ஒரு கிராமத்தில் உதவிக்குத் தகுதி உள்ள ஊனமுற்றவரோ, விதவைப் பெண்ணோ, ஓய்வுதியம் பெற வேண்டிய மூத்தோரோ தமிழக அரசின் உதவி இல்லாமல் விடப்பட்டிருந்தால், சம்பந்தப்பட்ட அதிகாரிகளை உடனடியாக தற்காலிகப் பதவி நீக்கம் செய்து விட்டு இந்த ஆதரவற்றவர்களுக்கு உதவ வேண்டும் என்று குறிப்பிட்டு இருந்தேன். மலை, மகமதுவிடம் போகாது, மகமதுதான், மலையிடம் போகவேண்டும் என்ற பழமொழியை மனதில் வைத்து இப்போதைய முறையான,

பாதிக்கப்பட்டோர் விண்ணப்பித்தலை விட்டு விட்டு, சம்பந்தப்பட்ட அதிகாரிகளே தத்தம் கிராமங்களுக்குச் சென்று உதவிக்கு தகுதியுரிய அத்தனை பேரையும் சுயமாக கணக்கெடுத்து அரசு சார்பில் உதவ வேண்டும் என்று குறிப்பிட்டேன். கிராமங்களில் உதவி பெற தகுதி பெற்றும் உதவி மறுக்கப்படுகிறவர்களை கண்டறிய அரசு ஊழியர்களுக்கு

தெரியாமலே கண்காணிப்புக் குழுக்களை அமைக்க வேண்டும். இதில் பலதரப்பினரும் இடம் பெற வேண்டும் என்றும் எழுதியிருந்தேன்.

இரண்டாவது குறிப்பில், வடலூரில் உள்ள வள்ளலார் வளாகத்தை மேன்மைப்படுத்த வேண்டும் என்று குறிப்பிட்டு இருந்தேன். வள்ளலாருக்கு பின்பு தோன்றிய, ரமணர், அரவிந்தர், சேஷாத்திரி போன்ற பெரியவர்கள் தவமிருந்த இடங்கள் பளிங்கு மண்டபங்களாய் காட்சியளிப்பதைச் சுட்டிக் காட்டியிருந்தேன். சங்கராச்சாரியார் போன்றவர்களைப் போல் அல்லாது தமிழ் வழிபாடு, சாதியமறுப்பு, அனைத்து மதத்தினரும் ஏற்றுக் கொள்ளும் பூசை புனஸ்காரம் இல்லாத அருட்பெருஞ்ஜோதி வழிபாடு - ஆகியவற்றைக் கொண்டு வந்த அசல் தமிழ் ஆன்மீகப் போராளியான வள்ளலாரின் வடலூர் வளாகத்தை அமிர்தசரஸ் பொற்கோயில் போல் ஆக்க வேண்டும் என்று குறிப்பிட்டு இருந்தேன். இதனைப் படித்துப் பார்த்த கலைஞர் என் கருத்தை ஏற்றுக் கொண்டார்.

காஞ்சி மடத்துக்குச் செல்லும் வடநாட்டு வாசிகளையும், வெளிநாட்டு தலைவர்களையும் தமிழ் மண்ணை உள்ளது உள்ளது போல் விளக்கும் வடலூர் வளாகத்திற்கு வரவழைக்கும் வகையில் அந்த வளாகம் மேன்படுத்த வேண்டும் என்பதை கலைஞரும் ஒப்புக் கொண்டார். தமிழ் வளர்ச்சித் துறை அமைச்சர் தமிழ்க் குடிமகன் என்னை அடுத்து தன்னைச் சந்திக்க போவதாகவும், அவரிடம் இந்தக் குறிப்பை தக்க நடிவடிக்கைக்காக கொடுக்கப் போவதாகவும் குறிப்பிட்டார். நான், அமைச்சர் தமிழ்க் குடிமகன், விழுப்புரம் மாவட்ட அமைச்சர் பன்னீர் செல்வம் ஆகிய மூவரும் ஒன்று கூடி, ஆவன செய்ய வேண்டும் என்றும் கேட்டுக் கொண்டார்.

மூன்றாவதாக ஒரு இரகசியக் குறிப்பைக் கொடுத்தேன். கலைஞர் பொறுப்பேற்ற கால இடைவெளியில் ஏற்பட்டு வரும் எதிர்வினைகளைச் சுட்டிக் காட்டி அதை முறியடிப்பதற்கான சட்டப்பூர்வமான, அமைதி வழியிலான குறிப்புதான் அது. அவரது கழகம் மட்டும் இலைமறைவு, காய்மறைவாக ஆதரவளித்தால் தனிமனிதான் நானே, அந்தத் திட்டத்தை முன்னின்று செயல்படுத்துவதாக தெரிவித்தேன். வள்ளலார் பேச்சு வந்ததும் உடனடியாக பதிலளித்த கலைஞர் அப்போது மௌனமாக இருந்தார். நான் வற்புறுத்திய போது யாதார்த்த நிலையை அவர் விளக்கினார். சேம் சைடிலேயே கோல் போட்ட சில பேர்வழிகளின் பெயர்களையும் சொன்னார். உடனே நான் நேர்காணலில் முத்திரைப்

பதிக்கும் வீரபாண்டி போன்றவர்களும் கலைஞருக்கு விசுவாசிகளாக இருக்கிறார்கள் என்றேன். கலைஞர் குறிப்பிட்ட காரணங்கள் ஏற்றுக் கொள்ளக் கூடியவை, ஆனால் வெளியிடக் கூடியவை அல்ல.

நான்காவது குறிப்பு நமது மாநில அளவில் மத்திய சாகித்ய அகடாமியைப் போல் ஒரு அமைப்பை நிறுவ வேண்டும் என்பது. மத்திய அரசின் இலக்கியக் கூறுகளாக விளங்கும் சாகித்திய அக்காதெமியும், நேஷனல் புக் டிரஸ்டும் பாரபட்சமாகவே செயல்பட்டு வருகின்றன. இதன் தமிழ் ஆலோசனைக் குழு உறுப்பினர்களும் திராவிட கலாச்சாரத்திற்கு எதிரானவர்கள். தமிழகத்தில், இருபதாம் நூற்றாண்டின் நாற்பதுகளிலும், ஐம்பது, அறுபதுகளிலும் மகத்தான தாக்கத்தை ஏற்படுத்திய திராவிட இயக்கமும், இலக்கியமும் இந்த ஆலோசனைக் குழு பேர்வழிகளுக்கு வேப்பங்காயாகப் போய்விட்டன. வேண்டப்பட்ட பலருக்கு ஓசைப் படாமல் பொறுப்புகளைக் கொடுப்பதும், இவர்களை அகடாமி சார்பில் வெளிநாடுகளுக்கு அனுப்புவதும் இன்றுவரை தொடர்கிறது. இப்படிப் போகிறவர்களும் தமிழ் மண்ணை கொச்சைப் படுத்தும் வகையிலேயே பேசிவிட்டு திரும்புகிறார்கள்.

ஒருபானை சோற்றுக்கு ஒரு சோறு பதமாக ஒன்றைக் குறிப்பிட விரும்புகிறேன். இந்திய சுதந்திரதின பொன்விழாவின் போது, நாட்டில் பதினெட்டு மொழிகளில் உள்ள ஒவ்வோர் மொழியில் இருந்தும் மூன்று தலைமுறை கவிஞர்கள் டில்லியில் கவிதைபாட அழைக்கப் பட்டிருந்தார்கள். தமிழிலும் சுதந்திரத்திற்கு பிறகு பிறந்த கவிஞர் என்ற முறையில் வைரமுத்தும், சுதந்திரத்தோடு பிறந்த கவிஞராக ஈரோடு தமிழன்பனும் கவிதை பாட அழைக்கப் பட்டார்கள். வரவேற்கத்தக்கதே.

என்றாலும், சுதந்திரப் போராட்ட காலக்கட்டத்தில் இருந்த தலைமுறையில் எந்தக் கவிஞர் அழைக்கப்பட்டார் தெரியுமா? கவிதை என் கைவாள் என்று சொன்ன பொதுவுடைமை கவிஞர் கே.சி.எஸ். அருணாசலம் அல்ல... மதநல்லிணக்க கவிதைகளை ஆக்கித்தந்த முனைவர் தயானந்தன் பிரான்சிஸ் அல்ல... உவமைக் கவிஞர் சுரதா அழைக்கப்படவில்லை. குலோத்துங்கள் யுகம் என்று பிரேமா நந்தக்குமாரால் பாராட்ட பெற்றவரும், தமிழை விஞ்ஞானப்பூர்வமாக பார்த்து கவித்துவமாய் ஆக்குகிறவருமான கவிஞர் குலோத்துங்கன் (வாசெ. குழந்தைசாமி) அழைக்கப்பட வில்லை. இந்த மூத்தக் கவிஞர்களை விட்டு விட்டு சாகித்திய அக்காதெமி பழைய தலைமுற கவிஞர் என

அழைத்தது எழுத்தாளர் சுந்தரம் ராமசாமியைத் தான். அழைக்கப்பட்டவருக்கே அப்போதுதான் தான் கவிஞர் என்கிற விவரம் தெரிந்திருக்கும். எனவே, தகுதிமிக்க மண்வாசனை படைப்பாளிகளை பிறமொழிகளில் கொண்டு செல்ல மாநில சாகித்திய அக்காதெமி அரசு சார்பில் அமைக்கப்பட வேண்டும் என்று அந்தக் குறிப்புக் கேட்டுக் கொண்டது.

கலைஞர், தமிழ் மாநிலத்தில் மண்ணின் மக்களுக்காக ஒரு தனி இலக்கிய அமைப்பு எடுக்க வேண்டிய அவசியத்தை ஏற்றுக் கொண்டார். அக்காதெமி என்கிற பெயர் ஒரு மாதிரி இருக்கிறதே என்று சில விளக்கங்களை என்னிடம் கேட்டார். நானும் நிறைவோடு பதிலளித்தேன். இந்தக் குறிப்பை கலைஞர் ஏற்றுக் கொண்டார்.

பத்து, பன்னிரண்டு நிமிடம் கலைஞரிடம் பேசிவிட்டு நான் விடைபெற்றேன். கீழே முதல்வரை சந்திப்பதற்காக காத்திருந்த தமிழ் வளர்ச்சித்துறை அமைச்சரும் சிறந்த இலக்கியவாதியுமான தமிழ்க் குடிமகன் அவர்களிடம் ரகசியக் குறிப்பைத் தவிர இதர குறிப்புகளை விளக்கினேன். அவரும் கலைஞரின் அனைத்து விருப்பங்களும் செயல்படுத்தப்படும் என்று வாக்களித்தார்.

கண்களைக் கலக்கிய
ஒரு
கையறு சொல்

1997ஆம் ஆண்டு நவம்பர் மாத இறுதியில் கலைஞரை மீண்டும் சந்தித்தேன்

மேட்டுக் குடியினரால் புறக்கணிக்கப்பட்ட திராவிட இலக்கியத்தை மறு ஆய்வு செய்யும் போக்கு தமிழ்நாடு முற்போக்கு எழுத்தாளர்களிடம் கடந்து ஐந்தாண்டு காலமாக தீவிரமாக ஏற்பட்டுள்ளது. இதில் என் பங்கும் உண்டு. எழுத்தாளர் வெ. புகழேந்தி எழுதிய அண்ணா வழி சிறுகதைகளை நான் படித்தேன். இந்தத் தொகுப்பில் அண்ணா, கலைஞர், தென்னரசு, ராதா மணாளன், இரா செழியன், சேகரன், முரசொலி மாறன், டிகேசீனிவாசன் போன்றவர்களின் அற்புதமான சிறுகதைகள் இடம் பெற்றிருந்தன. ஒரு குப்பைத் தொட்டி தனது அனுபவத்தைச் சொல்வது போன்ற கலைஞரின் 'குப்பைத் தொட்டி' என்ற சிறுகதை இப்போது கூறப்படுகிறதே மேஜிக்கல் ரியலிசம் - அதாவது மாந்திரீக யதார்த்தம் அதற்கு முன்னோடியாக இருந்த கதையாகும். இந்தக் கதை இலக்கிய இதழான செம்மலரில் சிகரங்களைத் தொட்ட சிறுகதை வரிசையில் பிரசுரிக்கப்பட்டது.

தாகம், சங்கம், சர்க்கரை, பவளாயி போன்ற அற்புதமான மண்வாசனை படைப்புகளை உருவாக்கியவரும், பல மொழிகளில் கொண்டெடுத்து செல்லப்பட்டவருமான என் இனிய தோழர் சின்னப்ப பாரதி அவர்கள் திராவிட மற்றும் முற்போக்கு படைப்பாளிகளின் படைப்புகள் மேட்டுக்குடியினரால் இருட்டடிப்பு செய்வதை உணர்ந்து, இவற்றை பிற மொழிகளுக்கு எடுத்துச் செல்வதற்காக ஒரு ஆங்கில காலாண்டு இதழை துவக்கினார். இந்தியன் லிட்ரேச்சர் அண்டு அஸ்தட்டிக்ஸ் (ILA-Indian Literature and Aesthetics) என்ற இந்த காலாண்டு இதழை மாநில செய்தி மற்றும் மக்கள் தொடர்பு அமைச்சர் முல்லை வேந்தன் அவர்கள் சென்னையில் வெளியிட்டார்.

இந்த இதழில் கலைஞரின் நாலைந்து சிறுகதைகளும், அண்ணா இறந்தபோது கலைஞர், வானொலியில் ஆற்றிய உரை வீச்சும் இடம் பெற்றன. இவற்றைப் படித்துப் பார்த்த பிறமொழி வாசகர்கள் குறிப்பாக மார்க்சிய தோழர்கள் கலைஞரின் இலக்கியத்தில் ஒரு போர்க்குணம் இருப்பதை கோடி காட்டினார்கள்.

இப்படி கலைஞரின் இலக்கியத்தின் பக்கம் எனது கவனம் திரும்பியபோது, கலைஞருக்கு எதிரான பல்வேறு அரசியல் நிகழ்வுகள் ஒன்று திரண்டன. சட்டப் பேரவை தேர்தலில் தோல்வியுற்ற ஜெயலலிதா அவர்கள் மரித்தெழுந்தார். மேற்கு மாவட்ட, தென் மாவட்ட சாதிய சக்திகளோடு கைகோர்த்துக் கொண்டார். இந்தச் சமயத்தில் நான் கண்ட சில 'கள் யாதார்த்தங்களை' கலைஞரிடம் சொல்வதற்காக அவரைச் சந்திக்க சண்முகநாதனிடம் தேதி கேட்டேன். கலைஞர் அனுமதித்து விட்டார்.

வழக்கம் போல் கலைஞரை மாடியில் உள்ள அவரது அறையில் சந்தித்தேன். நான் கண்ட யதார்த்தங்களை அவரிடம் விளக்கினேன். ஜெயலலிதா தலைமையில் பலமான எதிர்சக்தி உருவாகி இருப்பதைச் சுட்டிக்காட்டி, ஒரு குறிப்பிட்ட சாதியினர் திமுகவினருக்கு வாக்களிக்க மாட்டார்கள் என்று வாதாடினேன். ஆனால், கலைஞர் இந்தக் கருத்தை ஏற்றுக் கொள்ளவில்லை. அந்த சாதியில் திமுகவில் நாற்பதுக்கும் அதிகமான பேரவை உறுப்பினர்கள் இருப்பதை சுட்டிக்காட்டினார். சென்ற சட்டப் பேரவை தேர்தலிலும் இவர்கள் தனக்கு ஒட்டு மொத்தமாக வாக்களித்ததாக தெரிவித்தார். இந்தக் கருத்தை என்னால் ஏற்றுக் கொள்ள இயலவில்லை. அதே சமயம் சொன்னதையே சொல்லிக் கொண்டிருப்பதில் பலனும் இல்லை. நான், சென்ற சட்டப்பேரவை தேர்தல் போல், நாடாளுமன்ற தேர்தல் இருக்காது என்றும் திமுகவிற்கு அப்போதைய அளவிற்கு வாக்குகள் கிடைக்காது என்றும் குறிப்பிட்டேன்.

உடனே முதல்வர் டெலிகாமில் பேசி, சண்முகநாதனை ஒரு குறிப்பிட்ட தேதியில் வெளியான முரசொலியை எடுத்துக் கொண்டு வரச்சொன்னார். 'நீங்கள் தான் முரசொலி படிப்பதில்லையே' என்று ஒரு செல்லக் குட்டும் வைத்தார். சண்முகநாதன் கொண்டு வந்த முரசொலியின், முதல் பக்கத்தில், கலைஞர் நெல்லை மாவட்டத்தில் சுற்றுப் பயணம் செய்த போது சுயமாய் திரண்ட கூட்டப் பெருக்கை புகைப்படமாக காட்டியது. கலைஞர் பெருமிதமாக 'சமுத்திரம்! எனக்கு போகிற இடமெல்லாம் நல்ல கூட்டம் வருது... பாத்தீங்களா முரசொலியை . ஆனா பெரிய பத்திரிகைகள் இதை இருட்டடிப்பு செய்கின்றன' என்றார். பேச்சு வாக்கில் கலைஞர் முதலில் முரசொலியையும், பின்னர் விடுதலையையும் இவற்றிற்கு பிறகுதான் இதர பத்திரிகைகளையும் படிப்பதாக அறிந்தேன். உடனே, நான் இந்த பாணியில் பேசினேன்.

'சார் காமராசர்... புதிதாக தோன்றிய திமுக சக்தியா பற்றி கவலைப்படாம, ராஜாஜியை மட்டுமே ஒரு பெரிய சக்தியா நினைத்தார். இதனாலதான் அவர் தமிழக அரசியலில் திமுகவிடம் தோற்றார். நீங்களும் போணியாகாத விடுதலைப் பத்திரிகை மேல ஒரு அடிக்சன் வைத்திருக்கிங்க. இது உங்களை யாதார்த்தத்திலிருந்து திசை திருப்புமுன்னு நினைக்கிறேன். முதல்ல அந்த பத்திரிகையை படிக்கிறத விடுங்க சார்'.

'ஆயிரந்தான் இருந்தாலும் நான் வேலை செய்த பத்திரிகை ஆயிற்றே.'

கலைஞருக்கு, ஜெயலலிதாவிடம் அடிமைப் பட்டுப்போன விடுதலை பத்திரிகையின் பெருங்காய வாசனை போகவில்லை. 'விடுதலையை பற்றி பேசும் போது அவரது கண்கள் உள்நோக்கிப் போய் கடந்த காலத்தில் கால் நிமிடம் மையம் கொண்டன. மீண்டும் எனது பேச்சு, வரப்போகும் நாடாளுமன்ற தேர்தலைச் சுற்றி வந்தது. இன்னின்ன இடங்களில் கலைஞருக்கு ஆதரவு இருக்காது என்பதை சொன்னேன். எனது நோக்கம் கலைஞரை உஷார் படுத்த வேண்டும் என்பதுதானே தவிர ஊக்க குறைப்பிற்காக அல்ல என்பதை எடுத்துக் காட்டினேன்'

கலைஞரோ எனது கருத்தாக்கம் - எதிர்கருத்தாக்கம் என்ற தத்துவார்த்தப் போக்கை புரிந்தவர் போல் மெல்ல தலையாட்டினார். நான், மீண்டும் மீண்டும் அவருக்கும் கட்சிக்கும், மக்கள் மத்தியில், குறிப்பாக பேருந்து கட்டணங்களை உயர்த்தியதால் ஏற்பட்ட கசப்புணர்வுகளை தெரிவித்தபோது கலைஞர், மனம்விட்டு என்னிடம் ஆணியடிப்பதுப் போல் இந்த பாணியில் பேசினார்.

'சமுத்திரம்! எல்லாருக்கும் நன்மை செய்யணுமுன்னுதான் நான் நினைக்கிறேன். கட்சிக்கு அப்பால் எல்லா மக்களையும் ஒரே மாதிரிதான் பார்க்கிறேன். பல நல்ல காரியங்களை செய்து வருவது உங்களுக்கே தெரியும். அப்படியும் யாராவது ஓட்டுப் போடா விட்டால் அதற்கு நான் என்ன சமுத்திரம் செய்ய முடியும்'

என் கண்கள் கலங்கி விட்டன. ஒரு மகத்தான தலைவர், மாபெரும் முதல்வர், ஒரு எழுத்தாள சாமானியனிடம் எப்படியெல்லாம் மனம் விட்டு பேசுகிறார்! கட்சிக் காரர்களிடமும், அமைச்சர்களிடமும் கூட கூற முடியாத ஒரு கருத்தை என்னிடம் எப்படி முன் வைக்கிறார் என்பதை நினைத்ததும், நான் ஆடிப்போனேன். குறிப்பாக சண்முகநாதன் அவர்கள் மூலம் முரசொலியை தருவித்து கலைஞரே, தனது நெல்லை மாவட்ட

சுற்றுப் பயண நிகழ்வு புகைப்படங்களை என்னிடம் காட்டியது என்னை பிரமிக்க வைத்தது.

நான் கலைஞரை நீர் பொங்கும் கண்களோடு நிலைகுலைவாய் பார்த்தேன். ஒரு மகத்தான மனிதரின் அருகே இருக்கும் வாய்ப்பு கிடைத்ததில் மகிழ்ந்து போனேன். சிறிது இடைவெளிக் கொடுத்து எழுந்து நடந்தேன். ஆனாலும், கலைஞர் அன்று உணர்ச்சி வசப்பட்டு, என்னிடம் தெரிவித்த இந்தக் கருத்து மனதளவில் அவரது செயலாக்கம் எப்படி மாசற்று இருக்கிறது என்பதை புரிந்து கொள்ள வாய்ப்பளித்தது. இதைக் கட்சிக்காரர்களும், அரசு அதிகாரிகளும் புரிந்து கொண்டார்களா என்பது வேறு விவகாரம்.

மஞ்சள் துண்டு
ஒரு
மஞ்சள் விமர்சனம்

1998 ஆம் ஆண்டு ஜனவரி மாதவாக்கில் கலைஞரை மீண்டும் சந்தித்தேன்.

வள்ளலாருக்கு அமிர்தசரஸ் பொற்கோவில் போல் ஒன்றை உருவாக்க வேண்டும் என்று முன்பு கொடுத்த குறிப்பை கலைஞரிடம் நினைவுப்படுத்தினேன். பிறகு நகைச்சுவையாக 'நீங்கள் போட்டிருக்கும் மஞ்சள் துண்டை விட, வள்ளலார் உங்களுக்கு அதிகமாக வலிமை கொடுப்பார்' என்று சொல்லி விட்டு நாக்கைக் கடித்தேன். என்னிடம் அவர் காட்டிய தோழமையில் அவர் மகத்தான தலைவர் என்பதையும், தமிழகத்தின் முதல்வர் என்பதையும் மறந்து போய் சிறிது அதிகமாகவே பேசிவிட்டேன்.

கலைஞர், தோளில் மஞ்சள் துண்டு அணிவதை, பகுத்தறிவு வாதிகள் என்று கூறிக் கொள்கிறவர்கள், மேடைகளில் கிண்டல் அடித்தும், பத்திரிகைகளில் எழுதியும் வந்த வேளை. உடை என்பது உடம்பு முழுவதையும் நாகரீகமாக மறைக்கும் வரை, அது ஒருவரின் சொந்த விவகாரம் என்பதை, வேண்டும் என்றே மறந்து போய், கலைஞரை இந்தப் பேர்வழிகள் வம்புக்கு இழுத்துக் கொண்டிருந்தார்கள். இதன் தாக்கத்தாலோ என்னமோ நானும் மஞ்சள் துண்டை குறிப்பிட வேண்டியது ஆயிற்று. ஆனாலும், கலைஞர் அசரவில்லை. மஞ்சள் துண்டை போட்டிருப்பதை விஞ்ஞானப் பூர்வமாக விளக்கப் போனார். நான் அவர் பேச்சை இடைமறித்து இப்படிக் கூறினேன்.

'சார், நீங்க மஞ்ச துண்ட போடுறத கிண்டல் செய்றவங்க பகுத்தறிவுக்காக அப்படி வாதாடல. எப்படியாவது உங்கள் இந்த மஞ்சள் துண்ட எடுக்க வைச்சிட்டு, அப்படியாவது நீங்க தலையை போட்டுட மாட்டீர்களா என்று எதிர் பார்க்கிற நமது அரசியல் விரோதிகள் அவர்கள். மஞ்சள் துண்டு ஒரு பெரிய விவகாரம் அல்ல. போன வருஷமே உங்களுக்கு ஆயுள் முடியப்போகுதுன்னு நாள் குறித்த எதிரிகளுக்கும் இந்த மஞ்சள் துண்டு மைய பேர்வழிகளுக்கும் எந்த வித்தியாசமும் கிடையாது. எந்த துண்டு போட வேண்டும் என்பது உங்கள் உரிமை. இதை குறை கூறுகிற எவரும் ஒரு காட்டுமிராண்டிதான்' என்று பொரிந்து தள்ளி, அந்த விவகாரத்திற்கு அங்கேயே முற்றுப்புள்ளி வைத்தேன்.

கலைஞர் என் கருத்தை ஆட்சேபிக்கவும் இல்லை. அங்கீகரிக்கவும் இல்லை. சின்ன சிரிப்பாய் ஒரு சிரிப்பை உதிர்த்தார்.

பல்வேறு அரசியல் - சமூக விவகாரங்கள் குறித்து கலைஞரிடம் பேசிக் கொண்டிருந்தேன். அவரும் வெளியே சொல்ல முடியாத சில விவகாரங்களை என்னிடம் விளக்கினார். நான் நெகிழ்ந்து போனேன். அவர் அப்போது கூறியவை எல்லாம் பின்னர் சம்பவங்களாகவும், செய்திகளாகவும் வெளிப்பட்டன. நான் என்னையே நம்ப முடியாமல் கலைஞரை நம்பிய படியே பார்த்தேன். இந்த துஷ்ட பிள்ளையிடமும் அவர் வைத்திருக்கும் நம்பிக்கை, என்னை மலைக்க வைத்தது.

பின்னர், கன்னியாகுமரி மாவட்டம் சாமித்தோப்பில் உள்ள வைகுண்டசாமிக்கு ஒரு நல்ல கோட்டம் ஒன்றை அமைக்க வேண்டும் என்று குறிப்பிட்டேன். இதனால், கன்னியாகுமரி மாவட்டத்தின் எளிய மக்கள் அனைவரும் வைகுண்டர் பக்கம் நிற்பார்கள் என்றேன். உடனே கலைஞர் 'மெர்கண்டைல் வங்கி விவகாரத்தை நல்ல முடிவுக்கு கொண்டு வரப்போகிறேன் சமுத்திரம்' என்றார். உடனே நான் 'ஓட்டுப் போடக் கூட போகாத பணக்காரர்களுக்கு நீங்கள் செய்வது எப்படியோ.. ஆனால், வைகுண்ட சாமியை மேன்மைப் படுத்தினால் எளிய மக்கள் குறிப்பாக பனையேறி மக்கள், உங்கள் பக்கம் கட்டுக் கோப்பாக நிற்பார்கள். அதோடு வைகுண்டர் வள்ளலாருக்கும், நாராயண குருவிற்கும் முன்பே மாபெரும் புரட்சியாளராக இருந்தவர்' என்று குறிப்பிட்டேன். கலைஞரும் தமிழக அறநிலையத் துறை அமைச்சர், தமிழ்க் குடிமகன் அவர்களை, சாமித் தோப்பிற்கு சென்று முதலில் பார்வையிடச் சொல்வதாகக் குறிப்பிட்டார்.

கன்னியாகுமரி மாவட்டத்தில் சாமித்தோப்பு என்ற இடத்தில் மாபெரும் ஆன்மீகப் போராளியாக உதித்தவர் வைகுண்டர். வள்ளலாருக்கும், நாராயணகுருவிற்கும் ஐம்பது ஆண்டுகளுக்கு முன்பே பிறந்து அவர்களுக்கு இணையாக ஆன்மீகப் புரட்சியை ஏற்படுத்தியவர். அவர் வாழ்ந்த பத்தொன்பதாவது நூற்றாண்டில் நம்பூதிரிகள், பிராமணர்கள், வெள்ளாளர்கள் ஆகியோர் தவிர அனைத்து சாதியினரும் முட்டிக்கு கீழே வேட்டி கட்டவோ, தோளில் துண்டு போடவோ, நல்ல பெயர் வைத்துக் கொள்ளவோ உரிமை உள்ளவர்களாக இல்லை. முடிதூடும் பெருமாள் என்று பெற்றோரால் பெயரிடப்பட்ட வைண்டருக்குக் கூட, மேல் சாதியினரின் அச்சுறுத்தல் கலந்த வற்புறுத்தலில் முத்துக்குட்டி என்று பெயர் மாற்றம் செய்யப்பட்டது.

இதோடு, அனைத்து பிற்படுத்தப்பட்ட, தாழ்த்தப்பட்ட பெண்கள் இடுப்புக்கு மேலே எந்த துணியும் போடக் கூடாது என்று இந்து மதத்தாலும், அதன் எடுபிடியான அரசாலும் தடைசெய்யப் பட்டிருந்த காலம். இந்தக் காலக்கட்டத்தில் தோன்றிய வைகுண்டர் பிராடஸ்ட் கிறிஸ்துவ என்ற பாதிரிகளளான தௌவே, சார்லஸ் மால்ட் போன்றவர்களால் துவக்கப்பட்ட தோள்சீலைப் போராட்டத்திற்கு அழுத்தம் கொடுத்தவர். துண்டு போட உரிமையற்ற எளியவர்களுக்கு தலைப்பாய் கட்டிவிட்டவர். ஆடு வெட்டியும், மாடு வெட்டியும் தங்களுக்குள் ஒருவரை ஒருவர் வெட்டிக் கொண்டும் மாய்ந்து கொண்டிருந்த எளிய மக்களை அருவ வழிபாட்டிற்கு கொண்டு வந்தவர். 'குகையாளப் பிறந்தவனே என் குழந்தாய் எழுந்திருடா என்று கவிமுழக்கம் இட்டவர். இந்த முழக்கம்தான் திராவிட இயக்கத்தின் குறிப்பாக கலைஞரின் தமிழ் முழக்கமானது. இந்த வகையில், வைகுண்டரைப் போலவே எளிய குடியில் பிறந்த கலைஞர், அந்த சாமித்தோப்பு ஆன்மிகப் போராளியின் ஒரு நவீன, சமூக பதிப்பு என்பதே என் கருத்து. இதை கலைஞருக்கு எடுத்துரைப்பதில் எந்த அளவிற்கு வெற்றிப் பெற்றேனோ எனக்குத் தெரியாது. இதுவரையும் சாமித்தோப்பு ஆசாமித் தோப்பாகவே இருக்கிறது.

சாண் ஏறி
முழம் சறுக்கிய
தேர்தல்கள்...

நான், கலைஞரை மீண்டும் 1998ஆம் ஆண்டு அக்டோபர் மாதம் கலைஞரை மீண்டும் கோபாலபுரத்தில் சந்தித்தேன்.

இதே ஆண்டு பிப்ரவரியில் நடைபெற்ற நாடாளுமன்ற தேர்தல்களில் ஜெயலலிதா அணி 30இடங்களையும், கலைஞர் அணி 10இடங்களையும் பெற்று மத்திய அரசியலில் ஒரு திருப்புமுனை ஏற்பட்ட காலக்கட்டம். ஜெயலலிதா கலைஞர் அரசை, பதவி நீக்கம் செய்ய வேண்டும் என்று மத்திய அரசை மிரட்டிக் கொண்டிருந்த வேளை.

இந்த தேர்தல்களுக்கு முன்பு, மார்க்சீய கம்யூனிஸ்ட் கட்சியின் தலைவர்களில் ஒருவரான டி.கே. ரங்கராஜன் அவர்களின் அங்கீகாரத்தில் கோவை, மதுரைத் தொகுதிகளை அந்தக் கட்சிக்கு விட்டுக் கொடுக்கும்படி மூப்பனாரிடம் மேற்கொண்ட முயற்சிகளையும், கலைஞரோடு தொடர்பு கொள்ள முடியாமல் போன முயற்சிகளையும் எடுத்துரைத்தேன். ஒருவேளை மார்க்சிய கம்யூனிஸ்ட் கட்சி, திமுக கூட்டணியில் சேர்க்கப்பட்டு இருந்தால், மிகச்சிறிய அளவிலான வாக்கு வித்தியாசத்தில் வெற்றி பெற்ற அதிமுக - பாஜக கூட்டணியை தோல்வியுறச் செய்திருக்கலாம். இதனால் இந்த நிலைமை ஏற்பட்டிருக்காது என்று வெளிப்படையாகவே தெரிவித்தேன்.

கலைஞர், முகத்தில் எந்த உணர்வும் இல்லாமல், நான் குறிப்பிடுவதை உள்வாங்கிக் கொண்டார். ஓரளவு உற்சாகம் குறைந்துதான் காணப்பட்டார். அவரது அரசியலே சாண் ஏறி முழம் சறுக்குகிற கதை. பழையகதை திரும்பி விடக் கூடாதே என்று அவர் சிந்தித்திருந்தால் அது தவறில்லை. அவரையுற்சாகப்படுத்துவதற்காக கலைஞரிடம் நான் அறிந்த ஒரு தகவலைச் சொன்னேன். அது வெறும் தகவல் அல்ல. உண்மை. மேயராக பணியாற்றும் திரு. ஸ்டாலினுக்கு மக்கள் மத்தியில் நல்ல வரவேற்பு இருப்பதை கண்டதாக குறிப்பிட்டேன். குறைந்த பட்சம் அவருக்கு எதிராக எந்த முணுமுணுப்பும் இல்லை என்றும் அவரது கண்துஞ்சா செயல்பாடு மக்களின் கவனத்திற்குப் போய் இருக்கிறது என்றும் தெரிவித்தேன். அவர் முகத்தில் அரசியல் சோகங்களையும் மீறி ஒரு சின்னப் பெருமிதம் ஏற்பட்டது.

இந்த சமயத்தில், கோரைப்புற்கள் என்ற எனது சிறுகதைத் தொகுப்பை கலைஞரிடம் கொடுத்தேன். இதில் வரும் தலைப்புக் கதை 1997ஆம் ஆண்டு தினமணிக் கதிர் பொங்கல் மலரில், எழுதப் பட்டு பின்னர் தொகுப்பில் சேர்க்கப்பட்டது. இந்தக் கதையில் அப்போதே ஒருவேளை தமிழகத்தில் நடைபெறக் கூடிய கலைஞருக்கு எதிரான எதிர்வினைகளை சுட்டிக் காட்டியிருந்தேன். அது இப்போது பலித்து விட்டதில் மிகவும் வேதனைப் பட்டேன்.

இந்தக் கதையில், யாதவமக்களின் தலைவனான கிருஷ்ணன், அந்நியனான அர்ச்சுனனை இந்த மக்களுக்கு அறிமுகப்படுத்தி, எப்படி தனிநபர் வழிபாட்டைக் கொண்டு வந்தான் என்பதையும், இதன் தொடர்பாக யாதவகுல அழிவின் போது அத்தனை யாதவரும் ஒரு உடுக்கடி கலைஞன் வசம் மாட்டிக் கொண்டதை சிறிது சேர்த்து புராணக் கதையில் அரசியல் பொடி தூவினேன். கோரைப் புற்களால் ஒருவரை ஒருவர் அடித்துக் கொண்டு யாதவகுலம் மாண்டு போகிறது. இன்னும் எஞ்சியிருக்கும் கோரைப் புற்களை புதிய பூதகி, நவீன பூதங்களோடு தமிழக கடலோரம் கூட்டி வருவதாக முடித்திருப்பேன். இதில் அர்ச்சுனனாக எம்.ஜி.ஆரையும், கிருஷ்ணனாக கலைஞரையும் உருவகித்துப் படித்தால் அந்த கதைக்குள்ளே ஒரு கதை இருப்பது புரியும்.

முதல்வர் கலைஞரிடம் இந்தக் கதையை படிக்கும்படி குறிப்பிட்டேன். நான் அவரைப் பற்றி வெளிப்படையாக சொல்ல முடியாததை இந்த கதை மூலம் தெரிந்து கொள்ளட்டும் என்ற மனப்போக்கில் கொடுத்தேன்.

இதற்குப் பிறகும் கலைஞரிடம், எதிர் சக்திகளின் மேலாண்மை பற்றி பேசினேன். கலைஞர், நான் பேசியதை கேட்டுக் கொண்டிருந்தாரே தவிர, பதிலளிக்கவில்லை. நான் பேசப்பேச, எதிர்சக்திகளை முறியடிக்க அல்லது எதிர் நோக்க, மேற்கொள்ளப் படவேண்டிய வியூகம், அவர் மனதில் எழுந்ததாக நினைக்கிறேன். நானும், கலைஞரை அந்த வியூகத்திற்குள்ளேயே விட்டு விட்டு சண்முகநாதன் டெலிகாமில் இன்னொரு பார்வையாளரை நினைவு படுத்தும் முன்பே வெளியேறினேன்.

கலைஞரைச் சந்தித்துவிட்டு அந்தத் தெருவின் எதிர் பக்கம் உள்ள வீட்டிற்குச் சென்றேன். எனது இனிய நண்பர் நாகப்பிள்ளை அவர்களின் இல்லம் அது. சென்னையில் எல்.எம்.எல் இருச்சக்கர வாகனங்களின், ஒட்டுமொத்த விற்பனையாளராக அதற்காக ஒரு தொழிற்கூடமும்

வைத்திருப்பவர். தஞ்சையில் இப்போது மாருதி விற்பனைக் கூடத்தையும் வைத்திருக்கிறார். மிகவும் எளிமையானவர். அவரும், அவரது குடும்பத்தினரும் எனக்கு குடும்ப நண்பர்கள். அவரைப் பார்க்கச் சென்றிருந்தேன். கலைஞரை நான் அடிக்கடிப் பார்ப்பது அவருக்குத் தெரியும். என்னிடம் கலைஞர் குடும்பத்தைப் பற்றி ஒரு சொற்பொழிவே ஆற்றிவிட்டார்.

கலைஞர் குடும்பத்தினர் குறிப்பாக பெண்கள் தனது மருமகள்களுடன் அந்தக் காலத்தில் இருந்தே இயல்பாக பழகுவார்கள் என்றும், ஒரு தலைவரின் மகள்கள் என்ற எண்ணத்தை எப்போதுமே கொடுக்கமாட்டார்கள் என்றும் வாயாரப் பாராட்டினார். அவர் தெரிவித்த பிறகுதான் எனக்கு கலைஞர் குடும்பத்தினர்கள் அனைவரைப் பற்றிய விவரங்களும் தெரியும். ஆக மொத்தத்தில் அந்த நாலாவது குறுக்குத் தெருவில் சொந்தமாய் குடி வந்த நாளிலிருந்து கலைஞரும், அவரது குடும்பத்தினரும் அனைவருக்கும், நல்லதொரு அண்டை வீட்டுக்காரர்களாகத்தான் நடந்து வருகிறார்கள் என்று அவர் பெருமிதமாகக் குறிப்பிட்டார்.

தோழமை என்ற
ஒரு சொல்லாக
நம்பூதிரிபாத்-கலைஞர்

1998ஆம் ஆண்டு செப்டம்பர் மாதம் பத்தாம் தேதி நானும் தோழர் சின்னப்ப பாரதியும் கலைஞரைச் சந்திக்க அனுமதிக் கிடைத்தது.

அன்று காலை ஒன்பது மணிக்கு கலைஞரை சந்திக்க அனுமதி கிடைத்தது. காலை எட்டேமுக்கால் மணிக்கே சென்றுவிட்டோம். அன்றைக்கு தஞ்சை தமிழ் பல்கலைக்கழக முன்னாள் துணைவேந்தர் சி.பா என்று அன்போடு அழைக்கப்படும் முனைவர் சி.பாலசுப்பிரமணியம் அதிகாலையில் காலமாகி விட்டார். இனிமையாக இயல்பாக பழகும் தமிழறிஞர். எனது சத்திய ஆவேசம் என்ற நாவல் வெளியீட்டு விழாவில், இந்த படைப்பைப் பற்றி, அவர் விலாவாரியாக பேசியது இன்றும் இனிமை நினைவுகளாக நிழலாடுகின்றன. அதே சிபா அவர்கள் எங்கள் சந்திப்பு நாளில் அதிகாலையில் மரணமாகி விட்டார். கலைஞரும் அவருக்கு இறுதி மரியாதை செலுத்துவதற்காக பார்வையாளர்கள் நேரத்தை தவிர்க்க முடியாதபடி ரத்து செய்து விட்டார்.

நாங்கள் கலைஞர் இல்லத்திற்குப் போய்ச் சேர்ந்ததும் சண்முகநாதன் அவர்கள் நிலைமையை விளக்கி விட்டு, 'எதற்கும் போய்ப் பார்க்கிறேன்', என்ற தெரிவித்து விட்டு கலைஞரை சந்திக்க சென்றார். ஐந்து நிமிடங்களில் திரும்பி வந்து எங்கள் இருவரை மட்டும் சந்திக்க கலைஞர் அனுமதி கொடுத்ததாக தெரிவித்தார். விரைவாக பேசிவிட்டு வந்து விடும்படியும் அறிவுரை கூறினார். கலைஞரை சந்திக்க முன் அனுமதி பெற்றிருந்த காவல் துறை உயர் அதிகாரி ஒருவர், கட்சித் தலைவர்கள், மேற்கு வங்க அரசின் உயர் அதிகாரி ஒருவர் ஆகியோர் திருப்பி அனுப்பப் பட்டார்கள். அவர்கள் அப்படி அனுப்பப் பட்டதில் எனக்கு சந்தோஷம் வரக்கூடாதுதான் ஆனாலும் வந்தது. எங்களை மட்டுமே பார்க்க கலைஞர் அனுமதித்து இருக்கிறார் என்பதில் ஒரு பெருமிதம். அதே சமயம் சி.பாவின் மரணத்தால் ஒரளவு அதிர்ச்சியுற்ற நானும் கலைஞருடன் உரையாடுவதற்காக மனதில் வரித்திருந்த உரைப் பொருள் பட்டியலை உடனடியாக நினைவுக்கு கொண்டுவர முடியவில்லை .

வழக்கம்போல் கலைஞர், எங்களை எழுந்து நின்று வரவேற்றார். நான் சின்னப்ப பாரதி அவர்களை கலைஞருக்கு அறிமுகம் செய்து வைத்தேன்.

உடனே கலைஞர் தெரியுமே... இவரோட தாகத்தை படித்திருக்கேன்'
என்றார். இந்த தாகம் நாவல், மக்கள் இலக்கியத்தில் ஒரு திருப்புமுனை.
எளிமையான நடையில் அன்றைய தஞ்சை மாவட்டத்தில்
மிட்டாமிராசுகள், விவசாய தொழிலாளர்களுக்கு சவுக்கடி, சாணிப்பால்
கொடுத்து கொடுங்கோன்மை செய்ததையும், இந்த கொடுமைகளை மீறி
அவர்கள் போர்க்கொடி தூக்கியதையும் சித்தரிக்கும் நாவல். நிச்சயம்
கலைஞருக்கு பிடித்திருக்கும்.

பிறகு கலைஞரிடம் 'சார், இவரு நம்பூதிரிபாத் அவர்களோடு
தோழமையோடு பழகுகிறவர். முதலைமைச்சரான கலைஞர் எப்படி
இருப்பாரோ என்று உங்களைச் சந்திக்க தயங்கினார். நான்தான் 'கலைஞர்
இன்னொரு நம்பூதிரிபாத்... சந்தித்துத்தான் பாருங்களேன் என்று
வற்புறுத்திக் கூட்டி வந்தேன்' என்றேன். கலைஞர் சிரித்துக் கொண்டார்.
பின்னர் அவரிடம், அவரது அண்ணா இரங்கற்பா பிரசுரமான இலா
பத்திரிகையை காட்டினோம்.

அந்த ஆங்கில மொழியாக்கத்தை ஒரு நிமிடம் மேலோட்டமாக பார்த்த
கலைஞர் அந்த கவிதையில் முக்கியமான சில பகுதிகள் விடுபட்டு
போய்விட்டன என்று போகிற போக்கில் சொல்வது போல் சொன்னார்.
உடனே மொழிபெயர்ப்பாளர் ஆக்கிக் கொடுத்ததை அப்படியே
வெளியிட்டோம் என்றும், மீண்டும் அதை முழுமையாக வெளியிடுவோம்
என்றும், குறிப்பிட்டு விட்டு, கலைஞர் போய் வாருங்கள் என்று சொல்லும்
முன்பே நாங்கள் எழுந்தோம். காலத்தின் அருமை கருதும் கலைஞர்
எங்களை மட்டும் பார்த்ததற்கு நன்றி சொல்லிக் கொண்டோம்.
கலைஞரும் எழுந்து நின்று வழியனுப்பினார்.

பொதுவுடைமை தலைவர்களோடு 'தோழரே' என்று இணையாக பழகும்
சின்னப்ப பாரதியே அசந்து போனார். 'என்னங்க கலைஞர் இவ்வளவு
எளிமையாக இருக்கிறார். எவ்வளவு அன்பாக இருக்கிறார்' என்று
கோபாலபுரத்தில் இருந்து ராதாகிருஷ்ண சாலை வருவது வரைக்கும்
சொல்லிக் கொண்டே இருந்தார். பிறகு என் சட்டையைப் பிடித்து இழுத்து
நிற்க வைத்து 'என்ன சமுத்திரம்! கலைஞர் கிட்ட போய் அவ்வளவு சர்வ
சாதாரணமா பேசுறீங்களே. நான் அவர் பார்க்க தயங்கினேன் என்பதை
கூட சொல்றீங்களே' என்று ஆச்சரியப்பட்டார். உடனே நான், 'ஒரு
மகத்தான தலைவரிடம் அப்படி சொல்லக் கூடாது. ஆனால், கலைஞர்
மாபெரும் தலைவர் மட்டும் அல்ல... தலைசிறந்த இலக்கியவாதி. நான்

பேசவில்லை; அவர்தான், தனது சொல்லாலும் செயலாலும் என்னை அப்படி பேச வைக்கிறார்' என்று குறிப்பிட்டேன்.

பொதுவுடைமை கட்சிக்காரர்கள் அரசியல் ரீதியாக கலைஞரிடம் இணைவதும் உண்டு. பிரிவதும் உண்டு. பலமாக ஆதரிப்பதும், கடுமையாக சாடுவதும் அரசியல் மாற்றங்களை சார்ந்து உள்ளன. ஆனால், இலக்கியம் என்று வரும் போது கலைஞரிடம் அவர்களுக்கு மகத்தான மரியாதை உண்டு.

இப்போது தீக்கதிர் பத்திரிகையில் கலைஞரின் அரசியல் கடுமையாக விமர்சிக்கப்படுகிறது. ஆனால், முதல்வரின் மிகச்சிறந்த புதினங்களில் ஒன்றான தென்பாண்டிச் சிங்கம் - கேரளத்தில் உள்ள கோழிக்கோடு பல்கலைக் கழகத்தில் தமிழ் முதுகலை வகுப்பிற்கு பாடநூலாக வைக்கப்பட்டிருக்கிற தகவலை நான் குறிப்பிட்டதும் மறுநாள் அதை மிகப்பெரியச் செய்தியாக தீக்கதிர் வெளியிட்டது. இதற்காக தீக்கதிர் பொறுப்பாசிரியர் சு.பொ.அகத்தியலிங்கம் அவர்களுக்கு நான் நன்றி தெரிவித்த போது 'என்ன தோழரே! கலைஞர் மாபெரும் இலக்கியவாதி என்பதில் நாங்கள் எப்போதுமே அணி பிரிந்ததில்லை. அற்புதமான இலக்கியவாதி ஆயிற்றே. அரசியல் வேறு இலக்கியம் வேறு என்று விளக்கினார்.

தேரான் - தெளியான்
தீரா
இடும்பன்

இதற்கிடையே, கலைஞருக்கு, என் மீது மனகசப்பை ஏற்படுத்தக் கூடிய மூன்று நிகழ்ச்சிகள் சொல்லிவைத்தது போல் அடுத்தடுத்து ஏற்பட்டன.

தமிழ்க்கல்வி, தமிழ் வழிபாடு போன்ற விவகாரங்களை முன்னிலைப் படுத்துவதற்காக, தோழர் வா.மு.சேதுராமன் அவர்கள், மயிலை கபாலீஸ்வரன் கோயிலுக்கு அருகே ஒரு கூட்டத்திற்கு ஏற்பாடு செய்திருந்தார். இதில், புதிய தமிழகத்தின் தலைவர் தோழர் கிருஷ்ணசாமியும் கலந்து கொண்டார். நூற்றுக்கணக்கான கோயில்களுக்கு தமிழில் குடமுழக்கு செய்தவரும், இந்த கோயில்களில் தமிழ் வேள்விகளை நடத்துபவருமான சத்தியவேல் முருகன் உள்ளிட்டப் பலசமய பெரியார்களும், சமூகத் தலைவர்களும் கலந்து கொண்டார்கள். ஒருநாள் முழுவதும் நடைபெற்ற இந்தக் கூட்டத்தில் நானும் கலந்துக் கொண்டு உரையாற்றினேன்.

கோயில் கருவறையில் அர்ச்சகர் உள்ளே நிற்பதையும், ஓதுவார் இடஒதுக்கீடாக கருவறைக்கு வெளியே நிற்பதையும் எடுத்துக் காட்டினேன். ஆகையால், வெளியே நிற்கும் ஓதுவார்களை கருவறைகளுக்குள் நிற்க வைக்க வேண்டும். இதற்காக கருவறை நிரப்புப் போராட்டம் ஒன்றை சிறை நிரப்புப் போராட்டம் போல் நடத்த வேண்டும் என்று குறிப்பிட்டேன். அனைத்து சாதியினரும் அர்ச்சகர்களாக வேண்டும் என்று வலியுறுத்தும் கி.வீரமணி அவர்கள் அரசு கோயில்களில் தமிழ் வேள்விகளை நடத்துவது பொதுப்பணத்தை வீணடிப்பதாகும் என்று எவரையோ திருப்தி படுத்துவதற்காக விடுத்த அறிக்கையையும் குறிப்பிட்டேன்.

இதைவிட இன்னொரு செய்தியையும் முக்கியமாக தெரிவித்தேன். தமிழக அரசின் அறநிலையத்துறையின் செயலாளராக இருந்த ஐஏஎஸ் அதிகாரியான மெய்கண்டதேவன், அந்த துறையில் இருந்து மாற்றப்பட்டார். இவர் தமிழ் வழிபாட்டில், அளப்பரிய நம்பிக்கை கொண்டவர். இதற்காக பல்வேறு நடவடிக்கைகளை மேற் கொண்டவர். இப்படி அறநிலையத் துறையோடு முழுமையாக ஒன்றிப்போன நேர்மையாளரான மெய்கண்ட தேவன், தமிழ் வழிபாடு, தமிழ் கல்வி

வற்புறுத்தப் படும் போது, கலைஞர் அரசால் மாற்றப் பட்டிருப்பது கன்டணத்துக்கு உரியது என்றேன். இதனால், நான் பிரச்சனையிலிருந்து விலகிப் போவதாக அமைப்பாளர்கள் மத்தியில் ஒரு சின்ன சலசலப்பும், என் கருத்துக்கு ஆதரவாக கூட்டத்தினர் மத்தியில் பெரிய ஆரவாரமும் ஏற்பட்டன.

இரண்டாவதாக, கவிஞர் சாலய் இளந்திரையன் அவர்கள் 1998ஆம் ஆண்டு அக்டோபர் மாதம் நாலாம் தேதி காலமானார். கலைஞரின் வீட்டிற்கு இரண்டு வீதிகள் தள்ளி ஸ்டெல்லா மேரிஸ் கல்லூரிக்கு எதிர்ப்பக்கம் உள்ள திருவீதியான் தெருவில் வாழ்ந்து வந்தவர். டில்லி பல்கலைக்கழக வேலையில் இருந்து சுயஒய்வு பெற்று, தனது துணைவியார் சாலினியுடன் தமிழகத்தில் ஒரு கலாச்சாரப் புரட்சியை ஏற்படுத்தி விடலாம் என்ற நோக்கத்தோடு சென்னைக்கு வந்தார். ஆனால், அவர் எதிர்பார்த்தது போல் தமிழறிஞர்கள் கூட அவரை அதிகமாக கண்டுக்கவில்லை. இவரது பேச்சின் தீவிரத் தன்மையைக் கண்டு பல தமிழ் அறிஞர்கள் ஒதுங்கிக் கொண்டார்கள். எனது வளர்ப்பு மகள் நாவலை டில்லி பல்கலைக்கழகத்தில் பாடநூலாக வைத்தவர்.

என்றாலும், எனக்கும் அவருக்கும் தத்துவார்த்த ரீதியில் ஒத்துப் போனது இல்லை . எம்.ஜி.ஆர் காலத்தில் மதுரையில் நடைபெற்ற உலகத் தமிழ் மாநாட்டில் இவரது துணைவியார் எனது கதையைப் பற்றி ஒரு வார்த்தைக்கூட பேசாதது எனக்கு ஆழ்ந்த வருத்தம். அதிலிருந்து நேரில் பார்த்தால் கூட ஒதுங்கிக் கொள்வோம். ஆனாலும், நிழல் முகங்கள் என்ற நாவலில் சாலையாரைப் பற்றி சிறப்பாக குறிப்பிட்டு இருந்தேன். இதனால், ஒருநாள் தொலைபேசியில் எனக்கு நன்றி சொல்லவில்லை என்றாலும் அந்த நாவலைப் பற்றி விசாரித்தார்.

ஜெயலலிதா ஆட்சிக்காலத்தில் சாலய்யார் மீது கும்பகோணம், சென்னை என்று பல்வேறு இடங்களில் வழக்குகள் போடப்பட்டிருந்தன. இதய நோயால் பீடிக்கப்பட்ட இவர் இதனால் பல்வேறு நீதிமன்றங்களுக்கு அலைகழிக்கப்பட்டார். கலைஞர் ஆட்சிக்கு வந்த விட்டால், இது குறித்து நான் ஏதாவது செய்ய வேண்டும் என்றும் தொலைபேசியில் அப்போது கேட்டுக் கொண்டார். நானும் சட்டத்துறை அமைச்சர் ஆலடி அருணா அவர்களை அணுகி சாலய்யாரைப் பற்றி எடுத்துரைத்தேன். அமைச்சர் அவர்கள் எந்த முயற்சியும் எடுக்க வேண்டிய அவசியம் ஏற்படவில்லை. கலைஞர், சாலையார் மீது போடப்பட்டிருந்த அரசு வழக்குகளையும்

திரும்பப் பெற்றுக் கொண்டார் என்ற தகவலை, அரசு அறிவிக்கும் முன்பே சாலய்யாருக்கு நான்தான் தொலைபேசியில் தெரிவித்தேன். மகிழ்ந்து போனார்.

சாலய்யாரின் மரணம் கேட்டு நானும் அவரது வீட்டிற்கு சென்றேன். சமூகச் சிந்தனையாளர்களான, திருவாளர்கள் ஆனைமுத்து, பழ.நெடுமாறன், இன்குலாப், தோழர் சசெந்தில்நாதன், அருகோபாலன், தமிழ்ச் சங்க சுந்தரராஜன், முகம் மாமணி போன்றவர்கள் வந்திருந்தார்கள்.

என்றாலும், அண்டை வீட்டுக்காரரான கலைஞர் சாலய்யாருக்கு இறுதி மரியாதை செலுத்த வரவில்லை. ஒரு அனுதாப தந்தி மட்டுமே அடித்திருந்தார். இதை அங்குள்ள தமிழறிஞர்கள் அனைவருமே சுட்டிக் காட்டினார்கள். அதே தெருவில் அப்போதே நடைபெற்ற அனுதாப கூட்டத்தில் நான் கலைஞர் வராததை கண்டித்துப் பேசினேன். ஒரு வெள்ளைக்கார அரசில், தவத்திரு குன்றக்குடி அடிகள் காலமான போது முதல்வர் ஜெயலலிதா அனுதாப அறிக்கை வெளியிடாததையும், தவத்திரு. கிருபானந்த வாரியார் மரணமான போது சட்டப் பேரவையில் அனுதாப தீர்மானத்தை நாவலர் கொண்டு வந்த போது இந்த அம்மையார் அலட்சியமாக பேரவையை விட்டு வெளியேறியதையும் சுட்டிக் காட்டினேன்.

இதே மாதிரி கருப்பு அரசாங்கத்தின் தலைவரான கலைஞரும், அதே மாதிரி நடந்துக் கொண்டது தவறானது என்று கண்டித்தேன். அதே சமயம், கலைஞர் சாலய்யார் மீது போடப்பட்ட அரசு வழக்குகளை திரும்ப பெற்றுக் கொண்டதையும் சுட்டிக் காட்டினேன். கலைஞர் வராததற்காக, அவரை தனிப்பட்ட முறையில் என்னிடம் நோகடித்து பேசிய அத்தனை பேரும் அனுதாபக் கூட்டத்தில் அவரைப் பற்றி வாயைத் திறக்கவில்லை. என்னையடுத்து பேசிய பெருஞ்சித்தனார் மகள் மட்டும் தான் கலைஞர் வராததை கண்டித்தார். கலைஞர் வந்திருந்தால் இந்தப் போராளித் தமிழர்கள் மத்தியில் அவருக்கு ஒரு நல்ல பெயர் கிடைத்திருக்குமே என்று நினைத்தேன். ஆனாலும், அனுதாபக் கூட்டம் விடுதலை புலிகளின் ஆதரவு கூட்டம் போல்தான் நடைபெற்றது. இதை மனதில் வைத்துதான் கலைஞர் வரவில்லையோ என்னமோ. அதோடு, சாலையாரும் தன் மீது போட்ட வழக்குகளை விலக்கிக் கொண்ட கலைஞரை ஒரு எட்டு அவர் வீட்டிற்கு நடந்து நன்றி சொல்லியிருக்கலாம் என்றும் தோன்றியது.

ஆனாலும், கலைஞர் வந்திருக்க வேண்டும் என்பதே இப்போதும் என் கருத்து.

மூன்றாவதாக முரசொலி மாறன் அவர்களுக்கும், எனக்கும் கலைஞர் இல்லத்திலேயே ஒரு மோதல் ஏற்பட்டது. ஏற்கெனவே குறிப்பிட்ட இலா பத்திரிகை சார்பில் கலைஞரிடம் ஒரு நேர்காணல் வாங்க வேண்டும் என்று அதன் ஆசிரியர் சின்னப்ப பாரதி என்னிடம் தெரிவித்தார். நான் சண்முகநாதன் அவர்களிடம் தொடர்பு கொண்டு, கலைஞரை சந்திக்க நேரம் ஒதுக்கும்படி கேட்டுக் கொண்ட போது அவர் முதலில் கேள்விகளை நான் எழுதி கொடுத்துவிடலாம் என்றும், பிறகு கலைஞர் பதிலளித்ததும் அவரை நேரில் சந்தித்து வாங்கிக் கொள்ளலாம் என்றும் தெரிவித்தார். இது நல்ல ஏற்பாடாகவே எனக்குத் தோன்றியது.

1999 ஆம் ஆண்டு பிப்ரவரி மாதம் ஏழாம் தேதி, கேள்விப் பட்டியலோடு கோபாலபுரம் சென்று சண்முகநாதனிடம் அந்த பட்டியலை ஒப்படைத்து விட்டு திரும்பி நடந்த போது, வரவேற்பரையின் வலது பக்கம் முரசொலி மாறன் ஒரு நோட்டில் குனிந்தபடியே எழுதிக் கொண்டிருந்தார். அவருக்கு அருகே அமைச்சர்கள் ஆர்க்காடு வீராசாமியும், துரைமுருகனும் நின்று கொண்டிருந்தார்கள். அன்று கணினி தமிழ் தட்டெழுத்து முறைமைகளை உலகளவில் ஒருமைப்படுத்தும் கருத்தரங்கில் கலைஞர் பேசுவதால் பார்வையாளர்களுக்கு நேரம் ஒதுக்கப்படவில்லை.

ஆர்க்காடு வீராசாமி அவர்கள் எனக்கு நன்றாக அறிமுகம் ஆனவர். எனது பாலைப்புறா நாவலை வெளியிட்டவர். பொதுவாக பேசமாட்டார். ஆனால், நண்பரை அங்கீகரிப்பது போல் ஒரு சிரிப்புச் சிரிப்பார். நான் வணக்கம் போட்ட போது லேசாய் சிரித்தார். அமைச்சர் துரைமுருகன், எனது கல்லூரிக் காலத்தில் இருந்தே எனக்கு பரிச்சயமானவர். மாணவ அரசியலில் எதிரும், புதிருமாக நின்றவர்கள் நாங்கள். எங்கே பார்த்தாலும் என்னோடு இன்முகமாக பேசுவார். எனது கதைகளில் ஒன்றை குறிப்பிடுவார். அன்று கூட சுபமங்களா சார்பில் இளையபாரதி வெளிக்கொண்டு வந்த கலைஞர் முதல் கலாப்பிரியா வரை என்ற நூலில் எனது நேர்காணல் நன்றாக வந்திருக்கிறது என்று குறிப்பிட்டார். அவருக்கு அன்போடு நன்றி தெரிவித்து விட்டு இன்னும் தலையை நிமிர்த்தாத முரசொலி மாறன் அவர்களை பார்த்து கும்பிடு போட்டேன். அவரோ என்னை லேசாய் நிமிர்ந்து பார்த்துவிட்டு அலட்சியப் படுத்துவது போல் மீண்டும் எழுதத் துவங்கினார். எனக்கு என்னவோ போல் இருந்தது.

இப்படி உரிமை உணர்வு மேலோங்கியதற்கு காரணமும் உண்டு. முரசொலி மாறன் அவர்கள் பல்லாண்டு காலமாக பழக்கமானவர். குங்குமம் இதழ் ஆரம்பிக்கப்பட்ட போது, அதை எப்படி பிரபலப் படுத்தலாம் என்பதற்கு என்னையும் தனியாக வரவழைத்து ஆலோசனை கேட்டவர். ஒரு தடவை 'சமுத்திரம்! ஒரு எழுத்தாளருடைய நாவலை குங்குமத்திற்கு சரிவராது என்று நிராகரித்தோம். ஆனால், அந்த எழுத்தாளர் இது உங்களுக்காக எழுதிய நாவலாச்சே' என்று அழாக்குறையாக சொன்னபோது அதைப் பிரசுரிப்பது என்று தீர்மானித்தோம். உங்கள் நாவலான உயரத்தின் தாழ்வுகளை தொடர்கதையாய் பிரசுரிப்பது என்று தீர்மானித்தோம். ஆனால், நீங்கள் தொலைபேசியில் பேசிய பேச்சைக் கேட்டதும், அதை நிராகரித்தோம்' என்று சிரித்துக் கொண்டே நயம்பட சொன்னவர். அவர் சொன்ன விதத்தில் எனக்கு கோபமோ வருத்தமோ ஏற்படவில்லை.

புதுடில்லியில், என்னை தனது குடியிருப்புக்கு வரவழைத்து சிற்றுண்டிக் கொடுத்தவர். இன்னும் நன்றாகவே நினைவு இருக்கிறது. ஒரு சில நண்பர்களுக்கு, என்னை எழுத்தாளன் என்ற முறையில் அறிமுகம் செய்தார்.

மத்திய அமைச்சரானபோது செய்திக்காக எந்த சமயத்திலும் அப்போதைய தொலைக்காட்சி ஆசிரியரான என்னை அணுகாதவர். ஜென்டில்மேன் மினிஸ்டர். அமைச்சர் என்ற முறையில் நான் பேட்டி காண போகும்போது கூட 'எனக்கு எந்த செய்தியும் வேண்டாம் ஆள விடுங்க சமுத்திரம்' என்று அன்போடு கூறியவர். அப்படிப்பட்ட மாறன் என்னை பாராமுகமாக பார்த்தபோது, எனக்கு வருத்தம் ஏற்பட்டது. அந்த வருத்தத்தை வெளிக்காட்டுவது என்று தீர்மானித்தேன். இப்படியாக எங்கள் உரையாடல் இருந்தது.

'என்ன மாறன் சார்!... நாம நீண்டகால நண்பர்கள் ஐந்தாண்டுகளுக்கு பிறகு சந்திக்கிறோம். உங்களுக்கு கும்பிடு போடுறேன் ஒப்புக்குக் கூட நீங்க. பதில் வணக்கம் போடலியே?'

'நீங்க முரசொலி படிக்கிறதே பாவமுன்னு சொல்றீங்க. உங்க கிட்ட நான் எதுக்கு பேசணும்?'

'நான் எப்ப சார் பேசினேன்? நான் அப்படியெல்லாம் விமர்சிக்கலியே. நான் முரசொலிய படித்தால் தான்ே விமர்சிக்கிற பிரச்சனை வரும்.'

'இல்ல. நீங்க பேசியிருக்கிங்க. என்கிட்ட பேப்பர் கட்டிங் இருக்கு.'

'எந்த பேப்பர் சார்.'

'எனக்கு ஞாபகம் இல்ல. ஆனா, பேசியிருக்கிங்க.'

மாறன், மேற்கொண்டு, என்னிடம் பேச விரும்பாதது போல் மீண்டும் எழுதத் துவங்கினார். ஒருவேளை கலைஞருக்கும் எனக்கும் ஏற்பட்டுள்ள உறவு மாற்றமோ அந்தரங்கமான தொலைபேசி உரையாடல்களோ அவருக்கு தெரியாமல் கலைஞரை நான் அண்டிப் பிழைக்க வந்ததாக நினைத்து இருக்கலாம். எனக்கு ஆத்திரம் வந்தது. இப்படிக் கத்தினேன்.

'லுக் மிஸ்டர் மாறன்!, நல்லா கேளுங்க சார்.. உங்ககிட்ட எப்பவுமே நான் உதவிக்கு வந்தது இல்ல. இனிமேலும் வரமாட்டேன். ஆனால், அரைகுறை உண்மை பாதிக்கிணறு தாண்டுவது மாதிரி என்பதை மட்டும் புரிஞ்சுக்கங்க. நம்ம ஆட்கள் கிட்ட உள்ள கோளாறே தீர விசாரிக்காம ஒரு முடிவுக்கு வாரதுதான்'

ஆர்க்காட்டாரும், துரைமுருகனும் அதிர்ந்து போய் என்னையும், மாறனையும் மாறிமாறிப் பார்த்தார்கள். மாறன் நான் பேசுவதை கேட்டுவிட்டு பிறகு எழுதத் துவங்கினார். எனக்கு, பதிலாக ஒரு மென்சொல்லோ, அல்லது சுடுசொல்லோ பேசவில்லை. ஆனாலும், நான் சொன்னதை உன்னிப்பாக கவனித்தார். ஒருவேளை, காலங்காத்தாலேயே இந்த ஆள், வம்புக்கு வரானே என்று மனதிற்குள் நினைத்து இருக்கலாம்.

இந்த மூன்று சங்கதிகளும் கலைஞரின் காதுக்கு போயிருக்கும் என்பதில் சந்தேகம் இல்லை. ஒருவேளை எனக்கு அதிகமாக இடம் கொடுத்து விட்டோமோ என்று கூட கலைஞருக்கு ஒரு எண்ணம் ஏற்பட்டிருக்கலாம். என்னால் கலைஞர் உறவு அறுபட்டு போகும் என்று நினைப்பதற்கே ஒருமாதிரி இருந்தது.

இந்தச் சமயத்தில் தமிழ் கல்வியாளர்கள் மாநில அரசு விடுத்த தமிழ்க் கல்வி ஆணைக்கு, முதல்வருக்கு நன்றி தெரிவிப்பதற்காக அறிவாலயம் சென்றார்கள். இதற்கு அழைக்கப்பட்டு இருந்த, தமிழ்நாடு முற்போக்கு எழுத்தாளர் சங்கத் தலைவர் தோழர் செந்தில்நாதன், என்னையும் அந்த குழுவில் சேரும்படி சொன்னார். எப்போதுமே அவரும், நானும் ஒன்றாக செயல்படுகிறவர்கள். ஒரேமாதிரி சிந்திக்கிறவர்கள். நானும் கலைஞரை நாடி பிடித்து பார்க்க வேண்டும் என்பதற்காக அறிவாயலத்திற்குச் சென்று, குழுவோடு சேர்ந்து கொண்டேன்.

அந்தக் குழுவோடு நானும், கட்சித் தலைவர் கலைஞர் அறைக்குள் சென்றேன். கலைஞர் பொதுப்படையாகப் பேசிவிட்டு குழு உறுப்பினர்களுக்கு விடை கொடுத்தார். அப்போதுதான் கலைஞர் என்னை பார்த்திருக்க வேண்டும். 'அடடே சமுத்திரமா!' என்று அன்புதழுவக் கேட்டார். நான் தனித்து நின்று உரையாட விரும்பாமல், குழு உறுப்பினர்களோடு சேர்ந்து கொண்டு வெளியேறினேன். என் மனஉளைச்சலுக்கு ஒரு விமோசனம் ஏற்பட்டது. இப்படிச் சொல்வதால் தமிழ் விவகாரத்தையும் எனது சொந்த விவகாரத்தையும் நான் இணையாக கருதுவதாக நினைக்க வேண்டாம். உண்மையை உண்மையாகச் சொல்ல வேண்டும் என்பதால் இங்கே இதைக் குறிப்பிடுகிறேன்.

ஏகலைவன்
கலைஞர்
அர்ச்சுனன்

1999 ஆம் ஆண்டு ஜூன் மாதம் மூன்றாவது வாரத்தில் கலைஞரை மீண்டும் சந்தித்தேன்.

வள்ளலார் வளாகத்தை மேன்மைப்படுத்த வேண்டும் என்று நான் முன்பு முதல்வர் கலைஞரிடம் கொடுத்த குறிப்பு சரியாக செயல்படுத்த படவில்லை என்று கருதினேன். அரசு இதை விரைந்து செயல்படுத்த வேண்டும் என்பதற்காக வள்ளலார் மக்கள் நேயப் பேரவை என்ற அமைப்பை துவக்கினோம். வள்ளலாரை சைவச் சிறையில் இருந்து மீட்டி, அவரை தமிழ் வழிபாட்டாளராக, சாதிய மறுப்பாளராக, தமிழ்ச்சித்தராக மக்களிடையே, மக்கள் மொழியில் எடுத்துச் செல்ல வேண்டும் என்பதே இந்தப் பேரவையின் நோக்கம்.

தோழர் செந்தில்நாதன் இப்படி ஒரு அமைப்பை ஏற்படுத்த வேண்டும் என்று தூண்டியவர். இந்த அமைப்பிற்கு நான் தலைவராகவும், மணிவாசகர் நூலக உரிமையாளர் பேராசிரியர் சா. மெய்யப்பன், முனைவர் இளவரசு துணைத் தலைவர்களாகவும், சென்னை கிறிஸ்துவ இலக்கியச் சங்கத்தின் பொதுச் செயலாளரான டாக்டர் தயானந்தன் பிரான்சிஸ் பொருளாளராகவும் நியமிக்கப் பட்டோம். புலவர் கீதா பச்சையப்பன், முகம். மாமணி ஆகியோர் இதன் செயலாளர்கள். எழுத்தாளர் பா. செயப்பிரகாசம், தீக்கதிர் பொறுப்பாசியர் சு. பொ. அகத்தியலிங்கம், இளங்கவிஞர் இரா.தெ.முத்து ஆகியோர் இந்த அமைப்பில் முழுமையாக தங்களை ஈடுபடுத்திக் கொண்டவர்கள். இந்த அமைப்பு உருவாகியிருப்பதும் இதன் நோக்கம் பற்றியும் பத்திரிகைகளில் செய்திகள் வெளியான போது நாடெங்கிலும் இருந்த பல்வேறு வள்ளலார் அமைப்புகள் எங்களுடன் தொடர்பு கொண்டன. இது நாங்கள் எதிர்பாராதது.

எனவே, கலைஞரை வைத்து இந்த பேரவையைத் துவக்க வேண்டும் என்று தீர்மானித்தோம். இதற்கான தேதியை கலைஞரிடம் இருந்து பெற்றுக் கொள்வது என்னுடைய பொறுப்பாயிற்று. மீண்டும் சண்முகநாதன் அவர்களோடு தொடர்பு கொண்டேன். அவரோ 'தலைவர் ரொம்ப பிசியாயிருக்கார். இப்ப வாரது கஷ்டந்தான். எதற்கும் சொல்லிப்

பார்க்கிறேன்' என்று சொல்லிவிட்டார். விரைவில் வரவிற்கும் நாடாளுமன்றத் தேர்தல்களையும், தேர்தல் பிரச்சாரத்தையும் மனதிற்கொண்டு அவர் அப்படிச் சொல்லியிருக்கலாம். நான், மேற்கொண்டும் சண்முகநாதன் அவர்களை காலை ஆறுமணிக்கே தொல்லைபடுத்த விரும்பவில்லை.

திராவிட இயக்கத்தின் கருவறைப் பத்திரிகையாக, அண்ணாவை ஆசிரியராக கொண்டு இயங்கிய நம் நாடு பத்திரிகையில் உதவி ஆசிரியராக பணியாற்றியவரும், கொள்கை பிடிப்பிலிருந்து மாறாதவருமான கவிக்கொண்டல் மா. செங்குவட்டுவன் அவர்களை அணுகினேன். அவர் அறிவாலயத்தில் உள்ள ஆயிரம் விளக்கு உஷேன் அவர்களிடம் என்னை அழைத்துச் சென்றார். கோபலபுரத்தில் பேச முடியாத கலைஞருடன், அறிவாலயத்தில் பேசவேண்டும் என்பதை அவரிடம் ஒளிவு மறைவு இல்லாமல் சொல்லிவிட்டேன். அவரும் காத்திருக்கும்படி சொன்னார்.

கலைஞர் அறிவாலயத்திற்குள் நுழைந்து, தனது அறையை நோக்கி நடந்தபோது, அத்தனை பேரும் கட்டுப்பாடாக வரிசையாக நின்றார்கள். ஒருவர் குறுக்கே நின்ற என்னை வரிசையில் நிற்கும்படி சொன்னார். நானும் அப்படியே நின்றேன். என்னுடைய நோக்கம், கலைஞருக்கு அங்கேயே என் வருகையை தெரிவித்து விட வேண்டும் என்பது. வரிசைக்குள் சிக்கியதால் இந்த நோக்கம் நிறைவேறுமா என்பது தெரியவில்லை. ஆனாலும், கலைஞர் என்னைப் பார்த்து விட்டார். அரை நிமிடம் நின்று 'அடடே சமுத்திரமா! ஏது இந்தப் பக்கம் என்றார். உடனே, நோக்கத்தைச் சொல்லிவிட்டால் கலைஞர் அங்கேயே அனுப்பி விடுவார் என்று நினைத்து ஒரு விஷயமா உங்களைப் பார்க்கணும்' என்று பொத்தம் பொதுவாக சொன்னேன்.

கலைஞர், தனது அறைக்குள் நுழைந்த ஐந்து நிமிடங்களில் முதலில் என்னைத்தான் அழைத்தார். நான், பேரவையை கலைஞர் துவக்கி வைக்க வேண்டும் என்று கேட்டுக் கொண்டேன். இந்த விவரத்தை சண்முகநாதன் தனக்கு தெரிவித்து இருப்பதை குறிப்பால் உணர்த்தியபடியே 'உங்களுக்கே தெரியும் எனக்கு ஓய்வில்லாத வேலை... என்னால இயலாதே சமுத்திரம்' என்றார். உடனே, நான் 'சார் உங்கள் நான் எனக்காக எப்பவும் எதுக்காகவும் வற்புறுத்தல்.. என்ற பீடிகையோடு மேற்கொண்டு பேசப்போனேன். உடனே

கலைஞர் இடைமறித்து அதனாலதான் நான் சொல்றேன். இப்பவும் வற்புறுத்தாதீங்க..' என்றார்.

நான் இந்த பேரவையை அவர் நிச்சயம் துவக்கி வைத்தே ஆக வேண்டும் என்று ஒரு குழந்தையின் விடாபிடித்தனத்தோடு முரண்டு பிடித்தேன். கலைஞரும் மசிந்து விட்டார். தென் மாவட்டங்களில் தனது சுற்றுப் பயணம் முடிந்த பிறகு சண்முகநாதனை அணுகும்படி என்னிடம் தெரிவித்தார். வெளியே தலைவர்கள் தொண்டர்கள் என்று பலர் காத்திருந்ததால் நான் கலைஞருக்கு ஒரு பெரிய கும்பிடாக போட்டுவிட்டு வெளியேறினேன்.

கலைஞரின் தென்மாவட்ட சுற்றுப்பயணம் முடிந்ததும் சண்முகநாதன் மூலமாக கலைஞரை சந்திப்பதற்கு நேரம் வாங்கிக் கொண்டேன். கலைஞரை மாடியில் சந்தித்தேன். கலைஞர் வழக்கம் போல் தெம்பாகத் தான் இருந்தார். ஆனாலும், அவர் தோரணை உள்முகமாகவே இருந்தது. என்னை அன்புடன் வரவேற்றார். சன் தொலைக்காட்சியில் வீரபாண்டியன் நடத்திய நேர்காணலில், பாரதிய ஜனதா கட்சி துணைத் தலைவர் ஜனா. கிருஷ்ணமூர்த்தி அவர்களை கேள்வி மேல் கேள்வி கேட்டு திணறடித்தவன் நான். பாரதீய ஜனதாவுடன் அவர் மேற்கொண்டிருக்கும் புதிய கூட்டணி எனக்கு பிடிக்காது என்று அவர் நினைத்திருக்கலாம். கூடவே, கலைஞர் சேராத இடத்தில் சேர்ந்து விட்டார் என்று தமிழறிஞர்கள் ஒட்டுமொத்தமாக விமர்சித்துக் கொண்டிருந்தார்கள். ஜெயலலிதா, இந்த பிஜேபி அணியோடு சேர்ந்து இருந்தபோது ஒப்புக்குக் கூட விமர்சிக்காமல் வாய் மூடிக் கிடந்த வீரமணி அவர்களுக்கும் இந்த புதிய உறவு அவலாகிவிட்டது. நான் எடுத்த எடுப்பிலேயே இந்த விதமாக பேசினேன் என்று நினைக்கிறேன்.

'சார்..! நீங்க பிஜேபியோட உறவு வைத்திருப்பது ஒரு அரசியல் நடவடிக்கைதான். சமூக நடவடிக்கை இல்லை என்பது என்னை மாதிரி உள்ளவர்களுக்கு தெரியும். இதன் மூலம், தமிழகத்திலாவது மதவாதம் பரவாமல் நீங்கள் தடுக்க முடியும். என்று நினைக்கிறோம். தம்பி ஸ்டாலின் சிறையில் கொடுமைப் படுத்தப் பட்ட போது கூட விருப்பு வெறுப்புகளை மீறி கட்சி நலனுக்காகவும், மக்கள் நலனுக்காவும் இந்திரா காந்தியுடன் கூட்டணி வைத்துக் கொண்டவர் நீங்கள். ஆகையால், இந்த கூட்டணி ஒரு பெரிய விவகாரமாகாது. நீங்களும் ஏதாவது ஒரு தேசிய

கட்சியை சார்ந்திருக்க வேண்டும் என்பது அரசியல் நோக்கர்களுக்கு புரியும்.'

கலைஞரின் புதிய கூட்டணியை கண்டு பலர் அதிர்ந்து போயிருக்கிறார்கள். கலைஞர் மீது மெய்யான அன்பு வைத்திருப்பவர்களுக்கும் இது அதிர்ச்சி தான். தத்துவார்த்தக் கட்சிகளும், மேற்கு வங்க ஜோதிபாசு போர் குரல் கொடுக்க வில்லையா என்று மேடைகளில் வினவுகிறார்கள். ஆனால், மேற்கு வங்கத்தில் மித்ர பேதம் கிடையாது. ஜோதிபாசு நீக்கப்பட்டால் அவர் முன்னிலும் வலுவாக வருவார். ஆனால், தமிழகத்தின் நிலைமை வேறு.

திமுகவிற்கு அடுத்த பெரிய கட்சி மண்வாசனை இல்லாத தலைமையில் சிக்கியிருக்கிறது. இந்த தலைமை எந்த பழிபாவத்திற்கும் அஞ்சாதது. இதனை அதன் போக்கில் விட்டால், தமிழனும் கவலைப்பட மாட்டான். அந்த அளவிற்கு மனோ நோயாளியாகிப் போனவன் தமிழன். ஒருவேளை கலைஞர் மாற்று அணியில் சேர்ந்து, இதனால் சொந்த முறையிலும், அரசு முறையிலும் பாதிக்கப் பட்டால் இதே தமிழன் கலைஞருக்கு இதுவும் வேண்டும், இன்னமும் வேண்டும் என்று சொல்வான். இவனை நம்பி களத்தில் இறங்க முடியாது. ஆகையால், கலைஞர் எடுத்த முடிவு எனக்கு சரியாகவே பட்டது. எந்த அரசியல் தலைவரும், பிறர் பாராட்ட வேண்டும் என்பதற்காக தற்கொலை முடிவு எடுக்க முடியாது.

கலைஞரின் முகத்தில் ஒரு நன்றி மகிழ்ச்சி ஏற்பட்டதுபோல் எனக்குத் தோன்றியது. அப்படித்தான் நான் நினைத்துக் கொண்டேன். இப்படி நினைக்கும் உரிமை நான் எவ்வளவு சிறியவனாக இருந்தாலும் எனக்கு அது உண்டு என்று நம்புகிறேன். கலைஞரும் மனம் திறந்து என்னிடம் பல்வேறு விவகாரங்களை எடுத்துரைத்தார். இவற்றில் ஒரு சில அந்தரங்கமானவை. அவரது சகாக்களோடு கூட பகிர்ந்து கொள்ள முடியாதவையாக இருக்கலாம். ஆனால், என்னிடம் அவர் முழுமையாக பகிர்ந்து கொண்டது போல் தோன்றியது. என்னை நம்பிக்கைகுரிய, அதே சமயம் சந்தா செலுத்தாத கழகக் கண்மணியாக ஏற்றுக் கொண்டதில் ஆனந்தம் அடைந்தேன். வள்ளலார் பேரவையை துவக்கி வைப்பதற்கு ஜூலை மாதம் ஏழாம் தேதி மாலை நேரத்தை ஒதுக்கித் தந்தார் கலைஞர். பேச்சாளர் பட்டியலைப் பற்றி அப்போதும் அவர் என்னிடம் கேட்கவில்லை.

வள்ளலார் விரித்த கடைக்கு கொள்வாரை அழைக்கிறார் கலைஞர் என்ற முத்திரையோடு அழைப்பிதழும், சுவரொட்டிகளும் தயாரிக்கப்பட்டன. நான் ஜூலை மாத முதல் வாக்கில் கலைஞருக்கு அழைப்பிதழ் எடுத்துச் சென்றேன். ஏற்கெனவே கலைஞரை பார்த்து தேதி வாங்கி விட்ட நான் அவரை அடிக்கடி தனியாகச் சந்தித்து அவரது நேரத்தை வீணாக்கக் கூடாது என்ற எண்ணத்தில், வரவேற்பு அறையிலேயே கலைஞருக்காக காத்து நின்றேன். என்னை விட பலமடங்கு சர்வவல்லமை உள்ள பார்வையாளர்கள், முன் அனுமதி பெற்று, கலைஞரை மாடியில் ஏறி பார்த்துக் கொண்டு இருந்தார்கள். ஒவ்வொருவரையும் அதிகபட்சம் ஐந்து நிமிடங்களுக்குள் கலைஞர் திருப்பி அனுப்பிக் கொண்டிருந்தார். ஆனால், எனக்கோ குறைந்தது பத்து நிமிடமாவது ஒதுக்கியவர்.
நேரமாகிவிட்டாலும் அவர் வாயில் இருந்து புறப்படுங்கள் என்ற வார்த்தை வராது.

கலைஞரும் காலை பத்து மணியளவில் படியிறங்கினார். நான் அங்கே நிற்பேன் என்று அவர் எதிர்பார்க்க வில்லை. அழைப்பிதழோடு வந்திருப்பேன் என்பதும் அவருக்கு தெரிந்திருக்காது. 'வாங்க அங்கே கல்யாணம் இங்கே கலாட்டா.' என்றார். நான் ஒன்றும் புரியாமல் விழித்தபோது 'நீங்க தினமணி கதிரில் தலைப்பிரசவத்தில் எழுதிய கட்டுரையைத் தான் சொல்கிறேன். நல்லா இருந்தது' என்று தாளலயமாய் தலையாட்டி பாராட்டினார்.

நான் புல்லரித்துப் போனேன். சக படைப்பாளிகள் பிறபடைப்புகளை படிப்பதில்லை. ஒரு பிரபல எழுத்தாளர், தான் எவரது படைப்பையும் படிப்பதில்லை என்று மார்தட்டிக் கொள்வார். இந்தப் பின்னணியில் முதல்வர், கட்சித் தலைவர், குடும்பத் தலைவர், இலக்கியவாதி என்று பல்வேறு சுமைகளை சுவையாக தாங்கிக் கொண்டிருக்கும் ஒருவர், ஒரு சாதாரண சமுத்திரத்தின் கட்டுரை முழுவதையும் படித்து விட்டு அதை அந்த சமுத்திரத்திடமே சொல்வது என்பது உலக அதிசயங்களில் எட்டாவது. இவ்வளவுக்கும், அங்கே 'கல்யாணம் இங்கே கலாட்டா' என்ற எனது முதல் சிறுகதையின் தலைப்பை அந்தக் கட்டுரையில் தேடிப் பிடித்துத்தான் பார்க்க வேண்டும். கலைஞர் தேடிப் பிடித்து பார்த்திருக்கிறார்.

கலைஞரிடம் அழைப்பிதழை கொடுத்து விட்டு, அந்தச் சந்திப்பு போதையில் இருந்து மீளமுடியாமல் வீட்டிற்கு திரும்பினேன்.

உடனடியாக தினமணிக்கதிர் பொறுப்பாசிரியர் இளையபெருமாளிடம், கலைஞர் எனது கட்டுரையை பாராட்டியதை எடுத்துரைத்தேன். பிறகு 'கலைஞர் இலக்கியவாதி என்ற முறையில் ஒரு குழந்தை. அவரது தலைப்பிரசவத்தையும் கேட்டு வாங்கி தினமணிக் கதிரில் பிரசுரிக்க வேண்டும்' என்றேன். முற்போக்கு இளைஞரான இளையபெருமாளும் இந்த தலைப்பிரசவத்தில் எழுத்தாளர் சீனியாரிட்டி இல்லாமல் கலவையாக வருவதால், கலைஞரின் கட்டுரையையும் வாங்கிப் போட்டுகதிரைப் பெருமைப் படுத்தலாம் என்று தெரிவித்தார். ஆனாலும், கலைஞரின் கட்டுரை இதுவரை வெளியாகவில்லை. ஒருவேளை கலைஞரிடம் வாங்கி அந்தத் தொடரை அவரது கட்டுரையை வைத்து முத்தாய்ப்பாக முடிக்கலாம் என்று நினைக்கிறார்களோ என்னவோ. இதைக் கலைஞரிடம் கேட்பது அற்பம். தினமணிக் கதிருக்கு மீண்டும் நினைவுப் படுத்துவது அசிங்கம்.

எந்தவித மின்னணு ஊடகங்களும் இல்லாமலே லட்சோபலட்சம் மக்களை அண்ணல் காந்தி கவர்ந்தது போல், லட்சோப லட்ச இலக்கிய ஆர்வலர்களை சாகித்திய அக்காதெமியின் ஆதரவு இல்லாமலே பெற்றிருப்பவர் கலைஞர். அப்படிப்பட்ட இலக்கிய மேதை என் கட்டுரையை படித்ததும் என்னை மேலும் வலுவாக எழுத ஊக்குவிக்கிறது. கூடவே, சகப் படைப்பாளிகளின் படைப்புகளை புறந்தள்ளாமல் படிக்க வேண்டும் என்ற உறுதியையும் ஏற்படுத்தியிருக்கிறது.

வள்ளலார் மக்கள் நேயப் பேரவையை கலைஞர் 11.7.99 அன்று மாலையில் கலைவாணர் அரங்கில் துவக்கி வைத்தார். நான் விழாவிற்கு தலைமை வகித்தேன். வள்ளலார் அனைவருக்கும் பொதுவானவர் என்பதை எடுத்துக் காட்டும் வகையில் சென்னை கிறிஸ்துவ இலக்கியச் சங்கத்தின் பொதுச் செயலாளர் அருட்தந்தை டாக்டர். தி.தயானந்தன் பிரான்ஸிஸ் வரவேற்புரை நிகழ்த்தினார்.

வள்ளலாரியத்தில் ஒன்றிப் போன பழ.சண்முகனார், ஊரன் அடிகள், பேராசிரியர் மெய்யப்பன், தமிழ் வேள்வி சத்தியவேல் முருகன் போன்ற ஆன்மிக வித்தகர்களும், முனைவர் இரா. இளவரசு, கவிஞர் ஈரோடு தமிழன்பன், ச. செந்தில்நாதன், முகம். மாமணி, கி.த. பச்சையப்பன் போன்ற நாத்திகர்களும், நயம்பட கலந்து கொண்டார்கள். சென்னை தொலைகாட்சியின் முன்னாள் இயக்குநர் ஏநடராசன் அவர்களும், கவிஞர்

சிற்பி அவர்களும் பங்கேற்றார்கள். குங்கிலி யம் பழசண்முகனார் வள்ளலார்மயமாக ஆனவர். அந்தப் பெரியவர் சாதிய மறுப்பாக அமைக்கப்பட்டு வரும் சமத்துவபுரத்தை சுட்டிக்காட்டி, கலைஞருக்கு சமத்துவபுர தோன்றல் என்று, பலத்த ஆரவாரத்திற்கிடையே பட்டமளித்தார்.

நான், எனது தலைமை உரையில் வானளாவிய அதிகாரம் - கொண்ட முன்னாள் பேரவைத் தலைவர் ஒருவர் போல நடந்து கொண்டதற்காக இப்போது வருந்துகிறேன். பேசுகிற ஒவ்வொருவரையும், காலங்கருதி முடிக்கும்படி தெரிவித்தேன். இப்போதைய தொலைக்காட்சிப் பாணியில் குறைந்த நேரத்தில் பேசி முடிக்கிறவர்களுக்கு பரிசு வழங்கப்படும் என்றும் நகைச்சுவையாக குறிப்பிட்டேன். கலைஞர் அதிகமான நேரத்தை எடுத்துக் கொள்ள வேண்டும் என்பதற்காகவும், அவரது நேரத்தை வீணடிக்கக் கூடாது என்பதற்காகவும்தான் அப்படிக் குறிப்பிட்டேன். ஆனாலும் கலைஞர் என்னைப் பார்த்து 'ஏன் அவசரப்படுத்துறிங்க' என்று மென்மையாக கடிந்து கொண்டார்.

அனைத்து பேச்சாளர்களும் பேசி முடித்த பிறகு, நான் எனது முடிவுரையில் வள்ளலாரை தமிழர் நலன் கருதி மக்களுக்கு எடுத்துச் செல்ல வேண்டிய அவசியத்தை விளக்கினேன். ஏதலைவன் தன்னை விட வீரனாகிவிடுவான் என்று பொறாமைப்பட்ட அர்ச்சுனனின் தூண்டுதலால் அந்த மலைச்சிறுவனின் கட்டை விரலை வெட்டி கொடுமையை எடுத்துரைத்தேன். இந்த நாட்டில் விளையாட்டு வீரர்களுக்கு அர்ச்சுனா விருதுகளும், நல்லாசிரியர்களுக்கு துரோணாச்சாரியார் விருதுகளும் கொடுக்கப்படுவது அசல் மோசடி என்றேன். ஏகலைவனான வள்ளலாரை, கட்டை விரலை வெட்டக் குடுக்காத இன்னொரு ஏகலைவனான கலைஞர்தான் மக்களுக்கு எடுத்துச் செல்ல வேண்டும் என்றும் கேட்டுக் கொண்டேன்.

கலைஞர் பேச எழுந்தார். 'சமுத்திரத்தைப் பற்றி எனக்கு நல்லாவே தெரியும்' என்று எடுத்த எடுப்பிலேயே பீடிகை போட்டார். செல்லக் குட்டு வைக்கப் போகிறார் என்பது கூட்டத்திற்கும் எனக்கும் புரிந்தது. அவர் என்னைப் பற்றி எப்படி அவதானித்து இருக்கிறார் என்பதை அறிவதில் எனக்கும் ஒரு எதிர்பார்ப்பு. கூடவே, குட்டு பலமாக இருந்துவிடக் கூடாதே என்கிற பயம், இருக்காது என்கிற நம்பிக்கை. ஆனாலும் கலைஞர் அப்படி பேசப் போவதை தொடரவில்லை.

எடுத்த எடுப்பிலேயே சூடான அரசியலில் இருந்து தன்னை இங்கு
கொண்டுவந்து அறிஞர்களின் பேச்சு மழையில் நனையை வைத்த
எனக்கு நன்றி தெரிவித்துக் கொண்டார். சட்டம் தமிழ்
சிந்தனையாளர்களாலும், வெளியூரில் இருந்து திரண்ட வள்ளலார்
நேயர்களாலும் நிரம்பி இருப்பதை புரிந்துக் கொண்டார். பிரம்மனின்
முகத்தில் பிறந்தவர்கள் அமைதியாக இருக்கும் போது, காலில்
பிறந்தவனும், பாதத்தில் பிறந்தவனும் மோதிக் கொள்கிறார்களே என்று
வருத்தம் தெரிவித்தார். இந்த பின்னணியில் வள்ளலாரை தாழ்த்தப்பட்ட,
பிற்படுத்தப்பட்ட மக்களிடையே வள்ளலாரை எடுத்துச் செல்ல வேண்டும்
என்றார்.

கலைஞர் மேலும் பேசுகையில், அர்ச்சுனன் மரத்தில் இருந்த கிளியை
மட்டுமே பார்த்தது போல, நாமும் நமது குறிக்கோளை மட்டுமே
கவனத்தில் கொள்ள வேண்டும் என்றார். சில வள்ளலார் பிரியர்களுக்கு,
இது வருத்தத்தை அளித்தது. நான் ஏகலைவனைப் பற்றிச் சொல்லும்
போது அவரோ அவனைப் பழிவாங்கிய அர்ச்சுனனைப் பற்றி
குறிப்பிடுகிறார் என்று பின்னர் என்னிடம் தெரிவித்தார்கள். ஆனால்,
நோக்கம் இதுவல்ல. ஏகலைவனும், அன்று அர்ச்சுனனைப் போல்
வில்வித்தையில் மட்டுமே குறியாக இருந்திருந்தால் அவன் கட்டை
விரலை எந்த ஆச்சாரியாரும் எடுத்திருக்க முடியாது என்ற
பொருளிலேதான் கலைஞர் கோடி காட்டினார். வீண் ஆராவாரங்களிலும்,
சாதிய சண்டைகளிலும் மூழ்கிப் போகாமல் பிரம்மனின் காலில்
பிறந்தவர்களும், பாதத்தில் பிறந்தவர்களும் முகத்தில் பிறந்தவர்களுக்கு
இணையாக குறிக்கோளில் குறி தவறாது நிற்க வேண்டும் என்பதையே
கலைஞர் எடுத்துரைத்தார். கூட்டமும் அறிஞர் பெருமக்களால் நிரம்பப்
பட்டதால் இதை விளக்க வேண்டிய அவசியமும் அவருக்கு இல்லை.
விலாவாரியாக விளக்குவதற்கு அவர் சாதாரணமானவரும் அல்ல.
தமிழகத்தின் அனைத்துத் தரப்பு மக்களின் உணர்வுகளையும்
பொதுமைப்படுத்தி நடக்க வேண்டியவர்.

என்றாலும், கூட்டம் முடிந்ததும் எனக்கு செம டோஸ். குறிப்பாக தோழர்
செந்தில்நாதன், என்னை கடுமையாக விமர்சித்தார். எனது
தலைமையுரையில் வள்ளலார் வளாகத்தில் இன்னென்ன செய்ய
வேண்டும் என்று நான் சொல்லத் தவறிவிட்டேன். அதனால் தான்
கலைஞரும் பேரவையின் கோரிக்கைகளைப் பற்றி குறிப்பிடவில்லை
என்றார். உடனே நான் எழுத்து மூலமாக கலைஞரிடம் கொடுத்திருக்கும்

விண்ணப்பத்தை நினைவுபடுத்தி மீண்டும் மீண்டும் சொன்னதையே சொல்ல விரும்பவில்லை என்றேன். அதற்கு தோழர் செந்தில்நாதன் இதர உறுப்பினர்களின் மவுன சம்மதத்தோடு 'நீங்கள் இந்த கோரிக்கையை கூட்டத்தின் முன் வைத்திருக்க வேண்டும். அவர்களும் ஆரவாரம் செய்திருப்பார்கள். கலைஞரும் மக்கள் கருத்துக்கு மதிப்பளிப்பவர். நமது கோரிக்கைகளில் ஒரு சிலவற்றை ஏற்றிருப்பார். நீங்கள் ரகசியமாக கொடுத்தது ரகசியமாகவே போய்விட்டது' என்று விளக்கினார்.

எனக்கும் என்னவோ போல் இருந்தது. கலைஞர் முன்னிலையில் ஒரு நல்ல சந்தர்ப்பத்தை நழுவ விட்டுவிட்டோமே என்ற ஆதங்கம் இன்னும் என்னுள் உள்ளது. அதே சமயத்தில் கலைஞர் சுயமாக சில நடவடிக்கைகளை அறிவித்திருக்கலாமே என்ற வருத்தமும் எனக்கு உண்டு. வள்ளலார் அன்பர்கள் சிலர் கலைஞரை சொல்லிக் குற்றமில்லை திருவருள் இன்னும் கைகூட வில்லை மேலும் மேலும் வள்ளலாரை முன்னிலப்படுத்திய பிறகே, அந்த வளாகம் மேன்பட வேண்டும் என்று இருக்கிறதோ என்னவோ என்றார்கள்.

கலைஞர்
முத்தமிழ் அறிஞர்
எப்பேர்ப்பட்ட மனுசன்!

இரண்டாயிரம் ஆண்டில் மார்ச் முதல் வார வாக்கில்....

ஏவி. எம். மெய்யப்பச் செட்டியார் அவர்களின் மகளும், எனது குடும்ப நண்பருமான திருமதி. மீனா அருண் வீரப்பன் அவர்கள், என்னை அகில இந்திய குடும்பநலத் திட்டச் சங்கத்தில் கலைஞரோடு சேர்ந்து பேசவைத்தார்.

இன்று, இந்தியாவில் அரசு சாரா நிறுவனங்களில் பெரும்பாலானவை அரசுப் பணத்தையும், வெளிநாட்டுப் பணத்தையும் தருவித்துக் கொண்டு அவற்றிற்கு கணக்கு காட்டாமல் பொதுமக்களுக்கு சேவை செய்வது போல், பாவனை செய்து, முக்கால்வாசிப் பணதை ஓரங்கட்டும் போது, இந்த அகில இந்திய குடும்பநல திட்டச் சங்கம், வெளிப்படையாகவும், நேர்மையாகவும் செயல்படுகிற அமைப்பு. அந்தக் காலத்தில் இருந்தே குடும்பநலத் திட்டத்திற்காக அரும்பணி ஆற்றிய அமைப்பு.

விழா நாளில் ராஜேஸ்வரி மண்டபத்தில் மேடையில் கலைஞர் நடுநாயகமாக உட்கார்ந்திருந்தார். எல்லோருக்கும் போடப்பட்ட சாதாரண நாற்காலியை வற்புறுத்தி வாங்கிக் கொண்டார். அவருக்கு வலது பக்கம் சங்கத்தின் தலைவர் என்று நினைக்கிறேன். இடது பக்கமும் இன்னொருவர்... நான் கலைஞரின் வலது பக்கத்திற்கு வலது பக்கம். என்னையடுத்து கலைஞரின் துணைவியார் திருமதி ராசாத்தி அம்மையார், இவரை அடுத்து ரஜேஸ்வரி அம்மையார்... இவர்கள் இருவரும் குடும்ப நண்பர்கள் என்பதால் சரளமாக பேசிக் கொண்டிருந்தார்கள். நானும், ராசாத்தி அம்மாவும் வணக்கம் கூட சொல்லிக் கொள்ளவில்லை. அப்படி சொல்லிக் கொள்ளாததற்கு என்னளவில் ஒரு காரணம் உண்டு. கலைஞர், முதல்வராக இருந்த போது, அவர்தான் என்னை வானொலியில் இருந்து தொலைக்காட்சிக்கு செய்தி ஆசிரியராக மாற்றினார் என்பதை வாசகர்களிடம் ஏற்கனவே பகிர்ந்து கொண்டிருக்கிறேன். அந்தச் சமயத்தில், இதயம் பேசுகிறது ஆசிரியர் மணியன், நான், ராசாத்தி அம்மாவின் சாதியை சேர்ந்தவன் என்பதால், அவரே கலைஞரிடம் என்னை தொலைக்காட்சியில் நியமிக்க வேண்டும்

என்று நிர்பந்தித்து வெற்றி பெற்றதாக எழுதியிருந்தார். இது மணியன் அவர்களின் தகுதிக்கே குறைவான செயல்.

ராசாத்தி அம்மாவுக்கு என்னை தெரிந்திருக்க முடியாது. ஒருவேளை, கனிமொழி சம்பந்தமாக கலைஞரிடம் நான் உரையாடியதை, அவர் தனது துணைவியாருடன் சொல்லி இருக்கலாம். ஆனாலும், ராசாத்தி அம்மாவுடன் எனக்கொரு மானசீகமான அன்பு உண்டு. இதயம் பேசுகிறதில் வந்த செய்தி, ஒருவேளை உண்மையாக இருக்கலாமோ என்றுகூட நம்பத் துவங்கினேன். ஒருவர் நமக்கு பிடித்தமானவராய் ஆகும்போது, அவர் நமக்கு நல்ல காரியம் செய்வதாக கூறப்படும் போது, அது செய்யப்பட்டதோ, செய்யப்படவில்லையோ, சம்பந்தப்பட்டவர், அப்படி செய்ததாகவே நம்புவார். நடப்பதை மட்டும் நம்ப வேண்டும் என்பது இல்லை. நடந்திருக்கும் என்றும் நம்பலாம். இதுதான் மனோதத்துவத்தில் ஒரு அடிப்படை விதி.

இந்தச் சூழலில், கலைஞர், இரண்டாவது தடவையாக முதல்வராய் பொறுப்பேற்றவுடன் சென்னை தொலைக் காட்சியில் ஒரு கவியரங்கத்திற்கு தலைமை தாங்கினார். கவியரங்கம் நிலைய அரங்கிற்குள்ளேயே நடந்தது. அங்கே வரும் ராசாத்தி அம்மாவை வரவேற்று அவருக்குரிய இருக்கைக்கு அவரை அழைத்துச் செல்ல வேண்டும் என்பது எனக்கு கொடுக்கப்பட்ட பொறுப்பு. இந்தப் பொறுப்பைக் கொடுத்தவர்கள் கூட இதயம் பேசுகிறது செய்தியை நம்பித்தான் கொடுத்து இருக்கலாம் ராசாத்தி அம்மா வந்த போது நான் என்னை அறிமுகம் செய்து கொண்டேன். என் பெயரைக் கேட்டதும், அவர் ஏறிட்டுப் பார்த்து புன்னகைச் செய்வார் என்று நினைத்தேன். அவருக்கு என்னைத் தெரியவில்லை. ஒப்புக்கும் அவர் தலையாட்ட வில்லை. இது எனக்கு அவமானமாக தோன்றியது.

ஒரு வருடத்திற்குப் பிறகு, தோழர் ஆலடி அருணாவின் மகனின் திருமண நிகழ்ச்சி அடையாரில் நடைபெற்றது. கலைஞர் இதை நடத்தி வைத்தார். கூட்டம் கலைந்தபிறகு காரைத் தேடிக் கொண்டிருந்த ராசாத்தி அம்மாவிடம் மீண்டும் என்னை அறிமுகம் செய்து கொண்டேன். அவர் கண்டுக்க வில்லை. குறைந்தபட்சம் அப்படி எனக்குத் தோன்றியது. இனிமேல் அவரை எங்கே சந்தித்தாலும் நானும் கண்டுக்கக் கூடாது என்ற முடிவுக்கு வந்து விட்டேன். அருணாவிடம் இந்த இரண்டு நிகழ்ச்சிகளையும் நான் மனத்தாங்கலாக குறிப்பிட்ட போது 'யோவ்.. அந்த

அம்மா ரொம்ப கஷ்டப்பட்டவங்க... அப்பாவி... நிறைய பேரு கூழை கும்பிடு போட்டே அவங்கள ஏமாத்தி இருக்காங்க. இதனால அவங்க எச்சரிக்கையா இருக்காங்க. உம்ம கும்பிடு கூழைக் கும்பிடா அல்லது நல்ல கும்பிடா என்பது அவங்களுக்கு எப்படித் தெரியும்' என்று அவர் ஒரு எதிர் கேள்வி கேட்டார்.

என்றாலும், இனிமேல் ராசாத்தி அம்மாவை எங்கே பார்த்தாலும், அவரைத் தெரிந்தது போல் காட்டிக் கொள்வதில்லை என்று நான் தீர்மானித்து விட்டேன். ஆகையால் அந்த விழா மேடையில், அவரோடு நான் பேசவில்லை. அவரும் என்னை கண்டுக்கவில்லை. இதனை கலைஞர் எப்படியோ கவனித்து இருக்கிறார். உடனே வலது பக்கமாக திரும்பி ராசாத்தி அம்மையாரை நோக்கி 'அவரு சமுத்திரம்' என்று சிறிது வலுவாக பேசினார். உடனே, நாங்கள் இருவரும் தெரியுமே என்று ஒரே சமயத்தில் சொல்லிக் கொண்டு, ஒரே சமயத்தில் வணக்கம் போட்டு பிறகு பேசிக் கொண்டோம்.

ராசாத்தி அம்மையார் எவ்வளவு எளிமையானவர் என்பது அப்போது நன்றாகவே புரிந்தது. நானும் கனிமொழி மணமுடித்து சிங்கப்பூர் சென்றதை கருத்தில் கொண்டு, ராசாத்தி அம்மையார் ஆனந்த விகடனில் என் சிரிப்பு சிங்கப்பூர் போய்விட்டது' என்று குறிப்பிட்டதைப் படித்து விட்டு 'என் கண்கள் கலங்கின என்று அவரிடம் தெரிவித்தேன். உடனே அவர், ஆனந்த விகடன் அல்ல அவள் விகடன் என்று திருத்தம் கொடுத்தார். அவருடைய கண்கள் உள்முகமாய் போயிருக்க வேண்டும். மனோ அலைகள் சிங்கப்பூருக்கு அவரை இழுத்துக் கொண்டு சென்றிருக்க வேண்டும். சிறிது நேரம் பேச்சற்று காட்சியளித்தார்.

இதற்குப் பிறகு தினகரன் பத்திரிகை விழாவில் ராசாத்தி அம்மையாரை சந்தித்தேன். என் மகனின் திருமண வரவேற்பு விழா அழைப்பிதழை கொடுக்காது போனது ஏன் என்று என்னை கேட்டார். நான் அவர் அப்போது ஊரில் இல்லாததால் கூரியரில் அனுப்பியிருந்ததாக தெரிவித்தேன். கூரியரில் அனுப்பியிருந்தால் வந்திருக்குமே என்று என்னை நம்பாதது போல் கேட்டார். அதில் ஒரு உரிமை இருப்பதை கண்டு கொண்டேன்.

கலைஞர் என்னைப் பார்த்து 'அதுதான் என் துணைவியார் ராசாத்தி அம்மா' என்று சொல்லி ஏன் பேசாமல் இருக்கிறாய் என்று மறைமுகமாக கேட்காத கேள்வி ஒன்றை எழுப்பி இருக்கலாம். ஆனால் அவரோ தனது துணைவியாரைப் பார்த்துத்தான் அப்படி கேட்டார். இதனால் நானும்

அன்றைக்கு என் துணைவியார் திருமதி. கோகிலா சமுத்திரத்தை பற்றி பேசுவது என்று தீர்மானித்து விட்டேன். இப்படிப் பேசினேன்.

'பொதுவாக நமது முதல்வரின் முன்னிலையில் பேசுவதற்கு அனைவருமே அஞ்சுவார்கள். அந்த அளவிற்கு கலைஞர் அவர்களது பேச்சை மனதில் உள்வாங்கிக் கொண்டு குட்டுவதா, தட்டுவதா, தட்டிக் கொடுப்பதா என்று தீர்மானிப்பார். ஆனால், கலைஞரின் முன்னிலையில் பேச நான் தயங்குவது இல்லை'

'இப்போது நான் பயப்படுவது பார்வையாளர் இருக்கையில் இருக்கும் என் துணைவியாருக்குத்தான். வள்ளலார் மக்கள் நேயப் பேரவை துவக்க விழாவிற்கு தலைமை தாங்கிய நான் கலைஞரின் வருகையை பொருட்படுத்தாது போல் அங்கும் இங்கும் சுற்றியதாக என் துணைவியார் என்னைக் கண்டித்தார். 'எப்ப பேர் பட்ட மனுசன்! அவர். அவர் முன்னால அப்படி நடந்துகிறீங்களே' என்று சாடினார். கலைஞருக்கு, தென்மாவட்ட மண்வாசனை பாணியில் எப்பேர்ப்பட்ட மனுசன் என்று என் துணைவியார் கொடுத்திருக்கும் பட்டம் அவருக்கு ஏற்கனவே வழங்கப்பட்டிருக்கும் டாக்டர், முத்தமிழ் அறிஞர், தமிழனத்தலைவர் போன்ற பட்டங்களுக்கு இணையானது'

கலைஞர் என் பேச்சை பெரிதும் ரசித்தார். நான் பேசி உட்கார்ந்ததும் ராசாத்தி அம்மையர், நூற்றுக் கணக்கான பார்வையாளர்கள் மத்தியில், முன்பின் பார்த்தறியாத என் மனைவியை கண்டு பிடித்து 'எப்படி வெட்கப்படுகிறாங்க பாருங்க' என்றார்.

கலைஞர்-மூப்பனார்
ஒரு
தமிழர் இலக்கணம்

இரண்டாயிரம் ஆண்டில் மார்ச் மாதம் இரண்டாவது வாரத்தில் கலைஞரை மீண்டும் சந்திக்கும் வாய்ப்பு கிடைத்தது.

எனது மகன் சிவகுமாரின் திருமண அழைப்பிதழை கொடுப்பதற்காக வழக்கம் போல் சண்முகநாதன் மூலமாக கலைஞரைச் சந்தித்தேன். கோவையில் நடைபெறும் திருமணத்திற்கு கலைஞரால் வரமுடியாது என்றாலும், சென்னையில் நடைபெறும் வரவேற்பிற்கு, அவர் வந்தாக வேண்டும் என்றேன். 'சார் என் மகளோட கல்யாணத்துக்கு நீங்க வரல. ஆனா இந்த கல்யாணத்துக்கு கண்டிப்பா வரணும்' என்றேன் உரிமையோடு. உடனே 'கலைஞர் உங்க மகளோட திருமண நாளுல எனக்கு இன்னொரு திருமண நிகழ்ச்சி இருந்ததை அப்பவே உங்ககிட்ட சொன்னேனே' என்று பதிலளித்தார்.

நான் அசந்து போனேன். கலைஞர் அப்போது அப்படி சொன்னது அந்தச் சமயத்தில்தான் எனக்கும் நினைவுக்கு வந்தது. கிட்டத்தட்ட ஐந்தாண்டுகளுக்கு பிறகும் கலைஞர் அப்போது பேசியதை மறக்காமல் வைத்திருக்கிறார். பல்வறு அரசியல் சமூக நிகழ்வுகளை கூட முழுமையாக நினைவு படுத்த முடியாமல் பல தலைவர்கள் அல்லாடி இருப்பதை செய்தியாளன் என்ற முறையில் நான் பலதடவை பார்த்திருக்கிறேன். ஆனால், கலைஞரோ ஒரு சாதாரண விஷயத்தைக் கூட அதுவும் ஐந்தாண்டுக்கு முன்பு பேசியதை மனதில் பதிவு செய்திருப்பது கண்டு நான் பூரித்துப் போனேன் என்று மீண்டும் மீண்டும் சொன்னதையே சொல்ல ஒரு மாதிரி இருக்கிறது. ஆனால், உண்மை அதுதான்.

இந்தச் சந்திப்பின்போது, கலைஞருடன் பெரும்பாலும் அரசியல் நிகழ்வுகளையே பேசினேன். மேயர் ஸ்டாலினுக்கு மக்களிடையே பலத்த ஆதரவு இருப்பதையும், அவர் அல்லும் பகலும் குறிப்பாக தீவிபத்துக்ளின் போதும், தீராத மழையின் போதும் ஓடோடி உழைப்பதை மக்கள் உன்னிப்பாக கவனிக்கிறார்கள். இப்போது போலவே அவர் எப்போதும் அடக்கி வாசிக்க வேண்டும் என்று கலைஞர் கேளாமலே ஒரு அறிவுரையை உதிர்த்தேன்.

ஒரு குறிப்பிட்ட சாதி, அவருக்கு வாக்களிக்காது என்கிற யதார்த்தத்தைச் மீண்டும் சுட்டிக்காட்டி, அந்த சாதியினைரை ஆற்றுப்படுத்தவும், அதற்கு எதிராக உள்ள சாதியை மென்மைப் படுத்தவும், கலைஞர் ஆவன செய்ய வேண்டும் என்றேன். சென்ற தடவை, நான் குறிப்பிட்ட அந்த சாதியினர், தன் பக்கம் நிற்பதாக குறிப்பிட்ட கலைஞர், இப்போது அவர்களது ஒட்டுமொத்தமான ஆதரவில், பத்து சதவீதம் குறைந்து இருப்பதாக குறிப்பிட்டார். இதுவும், அவர், அந்த சாதியினர் மீது வைத்திருக்கும் நம்பிக்கையை காட்டுகிறதே தவிர, யதார்த்ததை அல்ல என்பது எனக்குப் புரிந்தது. ஆனாலும், அவர் கருத்துக்கு எதிராக நான் பலமாக வாதாடவில்லை. அடுத்து வரவிருக்கும் தேர்தலுக்கு முன்பு, இந்த யதார்த்தத்தை அவர் புரிந்து கொள்வதும், அதற்கு ஏற்ப வியூகம் வகுப்பதும் தமிழகத்தின் ஒட்டுமொத்தமான நலனுக்கு உகந்தது.

எனக்கு சாதியில் நம்பிக்கை இல்லைதான். கலைஞரும் அப்படியே. அதேசமயம் தமிழகத்தில் தொற்று நோயாய் பரவிவரும் சாதிய அரசியலையும் புறக்கணிக்க முடியாது என்பதே என் கருத்து. சாதி வழியாக, சாதியத்தை கலைஞரால் கட்டுக்குள் கொண்டுவர முடியும் என்று நினைக்கிறேன்.

திருமண வரவேற்பு நாளில், கலைஞர் இரவு எட்டு மணி அளவில், ராஜேஸ்வரி கல்யாண மண்டபத்துக்கு வந்தார். ஏழு அமைச்சர்களை தன்னோடு கூட்டி வந்தார். இவர்களில் பலருக்கு, நான் அழைப்பிதழ் கொடுக்கவில்லை. எனக்கு அவர்களை ஏறிட்டுப் பார்க்கவே கூச்சமாக இருந்தது. குறிப்பாக மூத்த அமைச்சர்களான வீரபாண்டி ஆறுமுகம், கோ.சி.மணி அவர்கள் மேடைக்கு கலைஞரோடு வந்து இருந்தார்கள். கலைஞருக்கு வேண்டிய ஒருவர், தங்களுக்கும் வேண்டியவர் என்ற முறையில்தான் வந்திருப்பார்கள். அமைச்சர்கள் ஆர்க்காடு வீராசாமி, துரைமுருகன், பொன்முடி, தமிழ்க் குடிமகன், பிச்சாண்டி ஆகியோர் எனக்கு நண்பர்கள். இவர்கள் வருவது இயல்பு ஆனால், நான் குறிப்பிட்ட அந்த இரண்டு மூத்த அமைச்சர்களும் அழைப்பிதழ் கிடைக்காததை மனதில் வைத்துக் கொண்டு கலைஞரிடமிருந்து அப்போதைக்கு நழுவிப் போகாமல், வரவேற்பு நிகழ்ச்சிக்கு வந்தது ஒரு பெருந்தன்மையான செயல். அண்ணா, திமுகவை எப்படி குடும்பப் பாங்கில் வைத்திருந்தாரோ அப்படியே கலைஞரும் வைத்திருப்பதை கண்ணாரக் கண்டேன்.

இந்த விழாவிற்கு மூப்பனார், எஸ்.ஆர். பாலசுப்ரமணியம் போன்ற தலைவர்கள் வந்திருப்பார்கள் என்பதை சொல்ல வேண்டியது இல்லை. மூப்பனார் அவர்கள் கூட்டத்தோடு அமர்ந்து இசைக் கச்சேரியை ரசித்துக் கொண்டிருந்தார். கலைஞர் மேடைக்கு வந்ததை அவர் கவனிக்கவில்லை. கலைஞர் வெளியே புறப்படும்போது யாரோ ஒருவர் மூப்பனார் வந்திருப்பதாக கலைஞரிடம் தெரிவித்தார். உடனே கலைஞர் திரும்பி நடந்து மூப்பனாரை நோக்கி ஓடாத குறையாக நடந்தார். இதற்குள் மூப்பனாரும் சேதி அறிந்து கலைஞரை நோக்கி ஓடி வந்தார்.

இருவரும் ஒருவர் கையை ஒருவர் பிடித்துக் கொண்டு அன்போடு அளவளாவினார்கள். இந்த நிகழ்ச்சியைத்தான் அனைத்துப் பத்திரிகைகளும் புகைப்பட சாட்சியாக செய்தியாக்கி இருந்தன. அரசியலில் எதிரும் புதிருமாக இருந்தாலும் சமூக, குடும்ப உறவு என்று வரும்போது தலைவர்கள் எப்படி நடந்து கொள்ள வேண்டும் என்பதற்கு கலைஞரும், மூப்பனாரும் கண்காட்சி போலவே தோன்றினார்கள். மற்ற தலைவர்களுக்கும் எப்படி நடந்து கொள்கிறார்கள் என்பதை இங்கே சொல்லாமல் விடுவதே கட்டுரையின் தகுதிக்கு ஏற்புடையது.

பொதுச் சமுத்திரத்திற்குள்
ஒரு
புயல்வீச்சு

கலைஞுரை பலர் முன்னிலையில் மீண்டும் சந்திக்கும் வாய்ப்பு 11.6.2000 அன்று ஏற்பட்டது.

முன்பு கலைஞுரிடம் நான் சமர்ப்பித்த குறிப்பின் அடிப்படையில் தமிழக அரசு தமிழ் இலக்கியச் சங்கப் பலகையின் குறள்பீடம் என்ற அமைப்பை நிறுவியது. இதன் பொதுக்குழு உறுப்பினராக நானும் நியமிக்கப் பட்டிருந்தேன். இந்த அமைப்பிற்கு கலைஞர் முதல்வராக அல்ல, இலக்கியவாதி என்ற முறையில் தலைவராகப் பொறுப்பேற்றார். தமிழண்ணல் துணைத்தலைவர் முனைவர் நாகராஜன் அவர்கள் தனி அலுவலர். தமிழ் வளர்ச்சித் துறை அமைச்சர் முனைவர் தமிழ்க் குடிமகன் அவர்கள் புரவலர். தமிழக அரசின் தலைமை செயலகத்தில் கலைஞர் தலைமையில் பொதுக்குழுக் கூட்டம் - நடைபெற்றது.

பொதுக் குழுவில் தமிழறிஞுர்கள் சிலம்பொலி செல்லப்பன், ச.மெய்யப்பன், கா.பா.அரவாணன், சா.வே. சுப்பிரமணியன், ஆங்கில இலக்கிய வித்தகர் சு. செல்லப்பன், 'காவ்யா' சண்முக சுந்தரம், நாட்டுப்புற இயல் வித்தகர்களான பேராசிரியர்கள் லூர்து, கே.ஏ. குணசேகரன், எழுத்தாளர்கள் சாவி, கோவி. மணிசேகரன், சுஜாதா, நவீன நாடக விற்பன்னர் மு.ராமசாமி, வானொலித்துறை நிபுணர் மன்னர் மன்னன் உள்ளிட்ட பலர் பொதுக்குழு உறுப்பினர்களாக கலந்து கொண்டார்கள். இந்தக் குழுக் கூட்டத்தில் அப்போதைய நிதித்துறை செயலாளரும், எனது பல்லாண்டுகால நண்பருமான ராஜாராம் இ. ஆ. ப அவர்களும், தமிழ் வளர்ச்சித் துறை இயக்குநர் எழுத்தாளர் ம. ராஜேந்திரனும் கலந்துக் கொண்டார்கள். மத்திய சாகித்திய அக்காதெமி சார்பில் அதன் செயலாளர் கவிஞர் சச்சினாந்தமும், சென்னை கிளையின் அப்போதைய தனி அதிகாரி கிருஷ்ண மூர்த்தியும் கலந்து கொண்டார்கள். நானும் பொதுக்குழு உறுப்பினராய் கலந்து கொண்டேனா கலக்கினேனா என்பதை வாசகர்கள் தான் தீர்மானிக்க வேண்டும்.

இந்தக்குழுக் கூட்டத்தில் அறிமுக உரையாற்றிய துணைத் தலைவரும், காட்சிக்கு எளியவரும், கடுஞ்சொல் அற்றவருமான முனைவர். தமிழண்ணல் அவர்கள், சங்கப்பலகை எல்லோருக்கும

பொதுப்படையானது என்று குறிப்பிட்டார். ஆகையால், இதனை தவறாக நினைக்க வேண்டாம் என்றும் ஒருசில மேட்டுக்குடி இலக்கியவாதிகளை மனதில் வைத்துக் கொண்டு பேசினார்.

இந்தச் சங்கப்பலகை எதற்காக அமைக்கப்பட்டது என்பதை, அவரை விட நான் அதிகமாகவே அறிவேன் என்பதால் என்னால் குறிக்கீடாமல் இருக்க முடியவில்லை. முனைவரின் பேச்சில் குறுக்கிட்டு இந்த அமைப்பு, ஒரு இடஒதுக்கீட்டு பலகைதான் என்று வாதிட்டேன். திராவிட, முற்போக்கு இயக்க படைப்பாளிகளை, சாகித்திய அக்காதெமியின் துணையோடு இங்குள்ள மேட்டுக்குடி இலக்கியவாதிகள் இருட்டடிப்பு செய்வதால்தான், இந்த அமைப்பு உருவாக்கப் பட்டு இருக்கிறது என்றேன். ஆகையால், தாழ்த்தப்பட்ட பிற்படுத்தப்பட்ட, அதே சமயம், தகுதி வாய்ந்த படைப்பாளிகளை அடையாளப் படுத்துவதே இந்த சங்கப்பலகையின் முதல் நோக்கம் என்றும் வாதிட்டேன். சிறிது உணர்ச்சி வசப்பட்டு, கடுமையாகதான் பேசினேன்.

எதற்காக இந்த சங்கப்பலகை துவக்கப்பட்டதோ, அதன் நோக்கம் புரியாமல், சுந்தரம் ராமசாமிக்கும், ஜெயகாந்தனுக்கும் சங்கப்பலகை, குறும் படங்களை எடுக்க வேண்டும் என்று ஒருவர் தினமணியில் எழுதியிருந்தார். இன்னொருவர் அசோகமித்திரன், இந்திரா பார்த்தசாரதி போன்ற இலக்கிய மேதைகளை முன்னிலைப் படுத்துவதற்காக இந்த அமைப்பு உருவாக்கப் பட்டு இருப்பதாக ஒரு பத்திரிகைக்கு பேட்டி அளித்திருந்தார். இது சங்கப் பலகையின் சங்கிலிகளை அறுத்து விடுகிற சாமாச்சரமாக எனக்குத் தோன்றியது. இதனால், இந்த அமைப்பும் இன்னொரு சாகித்திய அக்காதெமியாக ஆகிவிடுமோ என்று என்னுள் அச்சம் ஏற்பட்டது. ஆகையால் எடுத்த எடுப்பிலேயே இதன் நோக்கத்தை உள்ளது உள்ளபடியே சொல்லிவிட வேண்டும் என்ற எண்ணத்தில், நான் பெரிதும் மதிக்கும் முனைவர் தமிழண்ணல் பேச்சில் குறுக்கிட வேண்டியதாயிற்று. அவர் பேசி முடிப்பது வரைக்கும் காத்திருக்க எனக்கு பொறுமையில்லை.

பொதுக் குழு உறுப்பினர்களிடையே பெரிதும் பரபரப்பு ஏற்பட்டது. ஆனால் எவரும் இடைமறித்து பேசிய என்னை இடைமறிக்கவில்லை. கலைஞரின் தலைமை அவர்களது வாய்களை கட்டிப் போட்டிருக்கலாம். அல்லது கலைஞர் பார்த்துக் கொள்ளுவார் என்று சும்மா இருந்து இருக்கலாம். ஒருவேளை, நான் பேசியது முரட்டுத்தனமாக இருந்தாலும் அதில்

உண்மை பொதிந்திருப்பதை உணர்ந்தும் பேசாது இருந்து இருக்கலாம். இந்த மூன்று காரணங்களாலோ, அல்லது மூன்றில் ஒன்றாலோ தமிழகமெங்கும் இருந்து வந்த சிந்தனையாளர்கள், எந்த வித எதிர்வினையும் ஏற்படுத்தவில்லை. இந்தப் போக்கை என் கருத்துக்கான மௌன சாட்சியமாக நினைத்துக் கொண்டு நான் மேற்கொண்டும் பேசப்போனேன்.

அப்போது கலைஞர் இடைமறித்தார் இட ஒதுக்கீடாக இருக்க வேண்டும் என்று சொன்ன என்னைப் பார்த்து 'சமுத்திரம் எல்லோருக்கும் பொதுவானது' என்று சிலேடை நயத்தோடு குறிப்பிட்டார். நானும் சிறிது நேரத்திற்குப் பிறகு 'சமுத்திரம் சில சமயம் கரையேற வேண்டியது இருக்கிறது' என்றேன். கலைஞர் என்னையே உற்று நோக்கினார். அந்த பார்வையின் பொருளை புரிந்து கொண்டு, நான் மேற்கொண்டு பேசவில்லை. இதை ஆனந்த விகடனில் எழுத்தாளர் சுஜாதா அவர்கள் மென்மையாக குறிப்பிட்டிருந்தார். ஆனால் கணையாழிப் பத்திரிகையோ, தனக்கே இயல்பான மேட்டுக்குடித் தனத்தில், கலைஞர் என்னை தலையில் தட்டி உட்கார வைத்து விட்டதாக குறிப்பிட்டு என்னை கோமாளியாக்குவதாக நினைத்து, கோமாளித்தனம் செய்தது.

சங்கப் பலகையின் பொதுக்குழு கூட்டத்தில் பல்வேறு இலக்கிய சமாச்சாரங்களை உறுப்பினர்கள் கோடி காட்டிக் கொண்டிருந்தார்கள். எனக்கு உள்ளூர வருத்தம். ஒரு மூத்த தமிழறிஞரை அதுவும் என் மீது அன்புக் காட்டும் பெரியவரின் பேச்சை அப்படி இடைமறித்து இருக்கக் கூடாது என்ற குற்ற உணர்வு ஏற்பட்டது.

கலைஞரின் கணிப்பில் இருந்து நான் வீழ்ந்திருப்பேனோ என்ற சந்தேகம். சமுத்திரம் எங்கே போனாலும் கலாட்டா செய்வார் என்று சங்கப் பலகை எதிரிகள் நான் சொல்ல வந்ததை திசைத்திருப்பி விடலாமே என்ற எதிர்கால அச்சம். பொதுக்குழு கூட்டம் முடிந்ததும், சிலர் நான் குறுக்கிட்டதுதான் சரி என்றார்கள். சிலர் இவை எல்லாம் சொல்லாமல் செய்ய வேண்டிய செயல்கள் என்றார்கள். நான் கலைஞர் தவறாக நினைப்பாரே என்று வருந்தினாலும் நான் அப்படி கருத்து தெரிவித்ததில் எந்த தவறும் இருப்பதாக எனக்குத் தோன்றவில்லை.

சங்கப் பலகையின் பொதுக் குழு உறுப்பினர்களில் இருந்து செயற்குழுவிற்கு உறுப்பினர்கள் தேர்ந்தெடுக்கப் பட்டார்கள். போட்டி இல்லாத தேர்வு. பேராசிரியர் மெய்யப்பன், சங்கப் பலகைக்கு

காரணமானவர் என்று சொல்லி என் பெயரை முன்மொழிந்தார். உறுப்பினர்கள் ஆட்சேபிக்கவில்லை. சிலம்பொலி செல்லப்பன், சா.வே. சுப்பிரமணியன், அப்துல் ரகுமான், காவ்யா சண்முகச் சுந்தரம் ஆகியோர் செயற்குழு உறுப்பினர்களாக தேர்ந்தெடுக்கப் பட்டார்கள் என்பதை விட பொதுக் குழுவால் நியமிக்கப் பட்டார்கள் என்று சொல்லலாம்.

காலங்காலமாக அடிமைப் படுத்தப்பட்ட அல்லது கொச்சைப்படுத்தப் பட்ட இந்த மண்ணின் இலக்கியத்தை பிறமொழிகளுக்கு எடுத்துச் செல்ல, இத்தகைய தடாலடி குறுக்கீடு தேவை என்றே தோன்றியது. ஆரம்பகாலத்தில் என் படைப்புகளை மக்களுக்கு கொண்டு சென்றவரும் என்னை சங்கப்பலகையின் செயற்குழுவிற்கு உறுப்பினராக வழிமொழிந்தவருமான பேராசிரியர் மெய்யப்பன் தமிழண்ணல் அவர்களுக்கு மிகவும் வேண்டியவர். நான் தமிழண்ணல் அவர்களிடம் ஒருவேளை அவர் மனம் புண்படும் படி நடந்து கொள்ளும் நிலைமை ஏற்பட்டதற்கு வருத்தம் தெரிவித்தபோது பேராசிரியர். மெய்யப்பன் நான் அப்படிச் செய்ததே சரி என்று அங்கேயே வாதிட்டார். இதுதான் நட்பையும் மீறிய நேர்மை என்பது.

கலைஞரும், தனக்கே உரிய முத்திரையோடு தமிழ் இலக்கியத்தைப் பற்றியும், அதை உலகளாவ கொண்டு எடுத்து செல்ல வேண்டிய அவசியத்தையும் அருமையாக வற்புறுத்தினார்.

நான் கலைஞருடன் கொண்ட நட்பை வாழ்நாள் வரை கட்டிக் காப்பாற்ற வேண்டும் என்று கங்கணம் கட்டிக் கொண்டிருப்பவன். எனது இடைச்செருகல் பேச்சு இதற்கு இடையூறாக வந்திருக்குமோ என்று வருத்தப்பட்டேன். அதற்கு அவசியம் இல்லை என்பது போல் ஒரு நிகழ்ச்சி விரைவில் நடைபெற்றது. முதல்வர் அலுவலகத்தில் ஆன்லைன் என்ற தனியார் இணையத்தை கலைஞர் 11.12.2000அன்று துவக்கி வைத்து இருக்கிறார். அதில் எனது கட்டுரையான 'கிராமங்கள் அன்றும் இன்றும் எனது புகைப்படத்துடன் வெளியாகி இருந்ததாம். அதில் வந்த கட்டுரைகளையும், எழுத்தாளர்களின் பெயர்களையும் மௌனமாக பார்த்துக் கொண்டிருந்த கலைஞர் எனது கட்டுரையையும் எனது புகைப்படத்தையும் பார்த்தவுடனே, அதை உற்று நோக்கி அடடே நம்ம சமுத்திரம்! என்றாராம். இதை ஆன்லைனில் பணியாற்றும் எனது தோழரும், சிறந்த இலக்கியவாதியுமான திருப்பூர் கிருஷ்ணனும், செய்தித் துறையில் உதவி இயக்குநராக உள்ளவரும், எனது வாடமல்லி நாவலுக்கு

காரணமானவருமான, என் இனிய நண்பர் சுபாஷ் அவர்களும் மறுநாள் என்னிடம் தனித்தனியாக தொலைபேசியில் தொடர்பு கொண்டு தெரிவித்தார்கள்.

எனக்கு இரட்டை மகிழ்ச்சி. குறள் பீடத்தில் நான் தெரிவித்த கருத்தை கலைஞர் ஏற்றுக் கொண்டார் என்கிற ஒரு மகிழ்ச்சி. அப்படியே அவர் ஏற்றுக் கொள்ளவில்லை என்றாலும் என் மீது வைத்திருக்கும் அன்பு அவரிடமிருந்து விழ்ச்சி அடையவில்லை என்ற இன்னொரு மகிழ்ச்சி.

இந்தக் காலக்கட்டத்தில் முரசொலி மாறன் அவர்கள் நோய்வாய்ப்பட்டு அப்பல்லோ மருத்துவமனையில் சேர்க்கப் பட்டார். மாறன் அவர்களும் ரங்கராஜன் குமாரமங்கலமாக திடுதிடுப்பென்று ஆகிவிடுவாரோ என்பது போன்ற அதிர்ச்சிதரும் செய்திகள் வெளியாயின. இந்தச் சமயத்தில் கலைஞர் கலங்கிப் போனதை தொலைக்காட்சியில் பார்த்த போது என் கண்கள் கலங்கிவிட்டன. கையறு நிலையில் அவர் தவித்த தவிப்பு என்னையும் தவிக்க வைத்தது. என்னை மட்டுமல்ல... மனிதநேயம் மிக்க எல்லோரையும் தவிக்க வைத்திருக்கும். ஆனால், என்னைப் போன்றவர்களின் தவிப்பு தமிழ்நாடு சம்பந்தப்பட்டதும் கூட, ஒணானாய்ப் போன தமிழகம் தலைநிமிர்ந்து நிற்க இன்னும் குறைந்த பட்சம் ஐந்தாண்டுகளாவது தேவைப்படுகிறது. இதற்கு கலைஞர் வாழ்ந்தாக வேண்டும். ஆனால், மாறனுக்கு விபரீதமான ஒன்று ஏற்பட்டால் அவரும் வாழமாட்டார் என்பது அவரது ஐம்புலன்கள் மூலமும் வெளிப்படையாக தெரிந்தது. வெளிநாட்டு மருத்துவர் ஒருவர் மருத்துவ மனையில் இருந்து

வெளியேறிய போது, கலைஞர் இயலாமையில் கையாட்டியது என் இதயத்தையே ஆட்டுவது போல் இருந்தது.

முரசொலி மாறன் அவர்களைப் பற்றி பல்வேறு விமர்சனங்கள் உண்டு. அப்பாவிக் கலைஞரை, அவர்தான் ஆட்டி வைப்பதாக கட்சிக்காரர்கள் சிலர்கூட கூறுவது உண்டு. இதனால் கலைஞருக்கு பாதகமான நிலையே உருவாகியிருக்கிறது என்றும் ஒரு கருத்து நிலவுகிறது. ஆனால், இன்னொரு கோணத்தில் பார்த்தால், கலைஞருக்கு ஒரு மாறன் தேவைப்படுகிறது. நந்தனின் பொறுப்பாசிரியரான என் இனிய தோழர் கவிஞர் இளவேனில் இது குறித்து கருத்து தெரிவிக்கும் போது கலைஞர் ஒரு வகையில ஏமாளிங்க .... அவர் கதை ஒன்றை நல்லாயிருக்குன்னு சொல்லிட்டால் போதும் அப்படியே மயங்கிடுவார். மாறன் உடனிருந்து,

நல்லவர்கள் கெட்டவர்களை சலித்து அவருக்கு சரியான வழிகாட்டியாக இருக்கிறார்' என்றார்.

தென் மாவட்டங்களில் அந்தக் காலத்தில் தாய் மாமாவை 'அம்மான் என்றே சொல்லுவார்கள். இதனால் சகோதரி பிள்ளைகளின் ஜாதகங்கள் கூட தாய்மாமனுக்காவே முதலில் பேசும் என்பார்கள். ஆனால் எனக்கும் என் தாய்மாமா அம்மான் தான். அவரை விட நான் வேறு யாரையும் அதிகமாக நேசிக்கவில்லை. இந்த உறவு கலைஞருக்கும் மாறனுக்கும் அன்று முதல் இன்று வரை நிலவி வருகிறது. மாறன் என்ற ஊன்றுகோல் இல்லை என்றால், கலைஞர் அரசியலில் ஓரளவு முடமாவதற்கும் வாய்ப்புகள் உண்டு. இந்த தத்துவார்த்தச் சிந்தனையுடன் இன்றைய தமிழக நல்வாழ்வில் முரசொலி மாறன் அவர்களின் உயிரும், வாழ்தலும் இதனால் கலைஞரின் வாழ்தலும் தமிழக வாழ்தலில் முக்கிய அம்சங்களாக எனக்குப் படுகின்றன.

வைகுண்டர் தலைப்பாகை
வள்ளலார் வழிபாடு
கலைஞரே முன் நிற்க...

சென்ற ஆண்டில் டிசம்பர் மாதம் ஏழாம் தேதி கலைஞரை மீண்டும் சந்தித்தேன்.

இந்தச் சந்திப்பு வித்தியாசமான காரணங்களுக்கானது. அதோடு ஐந்தாம் தேதி சண்முகநாதன் அவர்களை அணுகினால் மறுநாள் ஆறாம் தேதியன்று, கலைஞரை ஏழாம் தேதி சந்திக்கலாம் என்று செய்தி வந்தது. பொதுவாக எனது வேண்டுகோட்களுக்குப் பிறகு, கலைஞரை சந்திக்க நான்கைந்து நாட்களாவது ஆகும். ஆனால், இந்தத் தடவை ஒருநாள் இடைவெளியில் எனக்கு அனுமதி கிடைத்தது. கலைஞரும் என்னைப் பார்க்க ஆவலாக இருக்கிறார் என்று அனுமானித்துக் கொண்டேன்.

மூன்று முக்கிய காரணங்களுக்காக கலைஞரை சந்தித்தேன். முதலாவது அரசியல் நிகழ்வுகள். இரண்டாவது சாகித்திய அக்காதெமி சமாச்சாரங்கள். மூன்றாவது ஒரு பானைச் சோற்றுக்கு ஒரு சோறு பதமாக ஒரு அதிகாரியின் நடத்தையைச் சுட்டிக் காட்டி தமிழக அதிகார வர்க்கத்தை அடையாளப் படுத்த வேண்டும் என்பது.

முரசொலி மாறன் உடல் நலம் இல்லாமல் இருக்கும் போது, தொலைக்காட்சியில் பார்த்த கலைஞரில் இருந்து நான் சந்தித்த கலைஞர் வித்தியாசமாக இருந்தார். உடனே, எடுத்த எடுப்பிலேயே 'பரவாயில்லை சார், கும்முன்னு இருக்கீங்க, இப்படி உங்களப் பார்க்க மகிழ்ச்சியாக இருக்குது' என்று சொன்னேன். இந்த 'கும்' என்ற வார்த்தை எனக்கு எனது சேரித் தோழர்கள் கொடுத்தது. இதை பயன்படுத்தி இருக்கக் கூடாதுதான். ஆனாலும், மொழிவாசனை யாரை விட்டது?

முரசொலி மாறன் உடல்நலக் குறைவின் போது, தொலைக்காட்சியில் கலைஞர் துடித்த துடிப்பைக் கண்டு நான் கண்கலங்கி விட்டதாக குறிப்பிட்டேன். உடனே அவர் அப்பல்லோ மருத்துமனையில் குறிப்பேட்டில் நான் எழுதியதை படித்ததாக தெரிவித்தார். இதில் மாறனின் வாழ்வும், கலைஞரின் வாழ்தலும் தமிழக நலன்களோடு பின்னிப்பிணைந்து உள்ளன என்று எழுதியிருந்தேன்.

எனக்கும், மாறன் அவர்களுக்கு வந்தது போன்ற இதய நோய் சிறிய அளவில் வந்திருப்பதை கலைஞரிடம் குறிப்பேட்டேன். உடனே அவர் துடித்துப் போனார். அதுபற்றி அவர் விசாரிக்கப் போனபோது, நான் எச்சரிக்கையானேன். அமைச்சர் ஆலடி அருணா அவர்களுக்கு இருதயத்தில் இரண்டு அடைப்புகள் இருப்பதாகவும், ஆனாலும் ஐந்தாறு மாதங்களுக்குப் பிறகு அறுவைச் சிகிச்சை செய்து கொள்ளலாம் என்றும் மருத்துவர்கள் தெரிவித்திருந்தார்கள். இதைக் கேள்விப்பட்ட கலைஞர் அருணாவை, உடனடியாக மருத்துவமனையில் சேரும்படி செய்து விட்டாராம். இதை மனதில் வைத்து எனக்கும் அப்படி ஒரு மருத்துவமனை வாசம் உடனடியாக ஏற்படக் கூடாது என்பதற்காக இலேசுதாங்க அய்யா' என்று சொல்லிவிட்டு பேச்சை மாற்றினேன். இந்த 'அய்யா எனது சார் என்கிற வார்த்தையை எப்படியோ மாற்றிவிட்டது. எல்லாம் என் இனிய நண்பர், எந்த மனத்தாங்கலயும் மனதில் வைத்துக் கொள்ளாத அற்புதப் பேச்சாளர். தமிழ்க் குடிமகனின் வாசனைதான்.

முரசொலி மாறனை பற்றிய பேச்சையடுத்து, இன்றைய அரசியல் நிலவரம் பற்றி பேச்சு வந்தது. வரப்போகிற தேர்தல்கள் குறித்து கலைஞரிடம் சில சந்தேகங்கள் கேட்டேன். திமுக பிரச்சாரம் ஆக்கிரமிப்பாக இல்லை. தற்காப்பாக இருக்கிறது என்றேன். கலைஞர் 'அப்படியில்லை பலர் திறமையாக பேசுகிறார்கள்' என்றார்.

அரசியல் கட்சிகளின் அணிவகுப்பில், கலைஞர் இந்த அளவிற்கு மௌனம் சாதிக்கக் கூடாது என்றும், ஒருசில நிகழ்வுகளை சுட்டிக் காட்டினேன். கலைஞர் தனது மவுனத்திற்கான காரணங்களை என்னிடம் தெரிவித்தார். அந்தக் காரணங்களை கண்டு நான் அதிர்ந்து போனேன். அவரதுமௌனத்திற்கான சூழல் எனக்கு புரிந்தது. இந்த அதிர்ச்சி தரும் செய்தியை, கலைஞர் என்னிடம் பகிர்ந்து கொண்டது என்னைப்பற்றி நான் பெரிதாக நினைக்க வைத்தது. ஜி.கே. எம் அவர்களிடம் பேசிப் பார்க்கலாமா என்றேன். அவர் எனக்கு இளம் வயதிலிருந்தே தெரியும் என்பதையும், நான் சொல்வதை கவனமாகக் கேப்பார் என்பதையும் குறிப்பிட்டேன். கலைஞர் சிரித்துக் கொண்டார். மறுப்புக் கூறவில்லை. வந்தால் சேர்த்துக் கொள்வோம் என்பதுதான் அந்தச் சிரிப்பின் பொருள்.

எங்கள் உரையாடல் சாகித்திய அக்காதெமியின் பக்கம் திரும்பியது. இந்த அக்காதெமி எப்படி எல்லாம் மேட்டுக் குடிக்கு ஏதுவாக செயல்படுகிறது என்பதை ஏற்கெனவே தெரிவித்து விட்டேன். மேட்டுக் குடி தாச

எழுத்தாளர் ஒருவருக்கு, இந்த அமைப்பு ஐந்துப் பொறுப்புகளை தொடர்ந்து கொடுத்து வந்தது. இவர் தொகுத்து அண்மையில் வெளியான நவீன தமிழ்ச் சிறுகதைகளில் திராவிட இயக்க படைப்பாளிகளோ, குறிப்பாக சொல்லும்படியான கலைஞரின் குப்பைத் தொட்டியோ அல்லது சு.சமுத்திரம், கு.சின்னப்ப பாரதி, பொன்னீலன், டி. செல்வராஜ், மேலாண்மை பொன்னுச்சாமி என்ற முற்போக்கு வரிசை படைப்போ இடம் பெறவில்லை. இந்த லட்சணத்தில் இதே எழுத்தாளருக்கு சென்ற நூற்றாண்டின் சிறுகதைகளை தொகுக்கும் பொறுப்பையும், அக்காதெமி கொடுத்ததில் துடித்துப் போனேன்.

இந்தப் பொறுப்பை அவர் காய்தல், உவத்தல் இல்லாமல் செய்யமாட்டார் என்பது தெரியும். ஆகையால், குமுதம், குங்குமம் போன்ற பத்திரிகைகளில் இந்த இலக்கிய கொடுங்கோன்மையை கண்டித்து எழுதினேன். முதுபெரும் எழுத்தாளரான வல்லிக்கண்ணன் தலைமையில் எழுத்தாளர் கூட்டணி ஒன்றை உருவாக்கி கூட்டம் போட்டு கண்டித்தோம். இந்த விவரத்தை கலைஞரிடம் நான் தெரிவித்தபோது, குங்குமம் பத்திரிகையில் வந்த கட்டுரைகளை படித்ததாக குறிப்பிட்டார். பெரும்பாலும் எனது கருத்து அவருக்கு ஏற்புடையதாகவே இருந்தது. சாகித்திய அக்காதெமியின் இத்தகைய போக்கை கண்டித்து தமிழ் வளர்ச்சித்துறை அமைச்சர் முனைவர். தமிழ்க் குடிமகன் அவர்கள் மூலம் மத்திய அரசிற்கும் அந்த அக்காதெமிக்கும் கடிதம் எழுதும்படி, நான் கேட்டுக் கொள்ளலாமா என்று வினவியபோது கலைஞர் சரி என்று ஒப்புக் கொண்டார்.

இத்தகைய முயற்சிகளாலும், எங்கள் போராட்டத்தாலும் சம்பந்தப்பட்ட அந்த எழுத்தாளரோடு மேலும் இரண்டு பேரை நியமித்து ஒரு குழு அமைக்கப்படுவதாக தெரிகிறது. இதனால், தமிழ் இலக்கியத்தை ஒரு விபத்தில் இருந்து காப்பாற்றிய பெருமிதம் ஏற்படுகிறது. திராவிடப் படைப்பாளிகளுக்கு முதல்முறையாக இலக்கிய நீதி வழங்கப்படுகிறது.

இறுதியாக எங்கள் பகுதி சென்னை மாநகர் குடிநீர் மற்றும் வடிகால் வாரியத்தின் ஒரு உதவிப் பொறியாளரைப் பற்றியது. இவர் ஒரு தொழிற்சங்கத் தலைவராம். இயக்கரீதியில் இல்லாத லும்பத்தனமான தலைவர் என்பதால், இவர் பொதுமக்களை வரி செலுத்துவோராக நினைக்காமல் கப்பம் கட்டுபவராகவே நினைத்தார். எங்கள் தெருவாசிகளில் எழுத்து மூலமான வேண்டுகோளைப் பற்றி ஒப்புக்குக்கூட ஒரு பதில் அளிக்கவில்லை. வாரியத்தில் கேட்டாலோ

அவராக செய்தால் உண்டு. அவரை யாரும் அப்படிச் செய்யச் சொல்ல முடியாது என்று இயலாமையில் தெரிவித்தனர். கலைஞர் அரசு நல்லதை செய்ய நினைத்தாலும் அதை எப்படி ஒரு அதிகாரியால் முறியடிக்க முடிகிறது என்பதை நேருக்கு நேராகப் பார்த்தேன். இதைக் கலைஞரிடம் தெரிவிக்க நினைத்தேன். பல நண்பர்கள் ஒரு முதல்வரிடமா இத்தகைய சின்னப் பிரச்சனையை குறிப்பிடுவது என்று வினவினார்கள். ஆனால், எனது தோழர் செந்தில்நாதன் கலைஞர் தப்பாக எடுத்துக் கொள்ளமாட்டார் என்று குறிப்பிட்டு ஊக்கமளித்தார்

நான் ஒரு குறிப்பு எழுதிக் கொண்டேன். அதில், கிருஷ்ணா நதி நீர் திட்டத்தைப் பற்றி கவலைப்படும் முதல்வரிடம் ஒரு தெருவின் தண்ணீர் விநியோகம் பற்றி குறிப்பிடுவதற்கு வருத்தம் தெரிவித்தேன். பின்னர் அடித்தள மக்களின் உரிமைப் போராட்டமான குழாய் நீர் பகிர்வை, மேட்டுக்குடியினர் குழாய்ச் சண்டை என்று கொச்சைப் படுத்தியதைச் சுட்டிக்காட்டி, மக்கள் முதல்வரான கலைஞர், அப்படி எடுத்துக் கொள்ளமாட்டார் என்ற முன்னுரையுடன் விவரம் தெரிவித்திருந்தேன். இந்த குறிப்பைக் கொடுக்கும் போது எனக்கு கைகள் லேசாக ஆடின. ஆனால், கலைஞரோ இதை இயல்பாக எடுத்துக் கொண்டார்.

வீட்டுக்குத் திரும்பிய மூன்று மணி நேரத்தில் நேர்மையாளரான நிர்வாக இயக்குநர் சிபிசிங் என்னோடு தொடர்பு கொண்டார். நான் அவரைச் சந்தித்தேன். அவருக்கும் தன்னை மிரட்டிக் கொண்டிருந்த சபாடிர்னேட் ஒருவரிடமிருந்து விடுதலை கிடைத்த மகிழ்ச்சி. குருவி உட்கார பனம்பழம் என்பார்களே அப்படி ஒன்று நடந்தது. இந்த அதிகாரியைப் பற்றி அன்று வெளியான தினமலர் பத்திரிகையில் டிக்கடைப் பேச்சில் 'சமுத்திரத்திற்கே தண்ணி காட்டியவர்' என்று அந்த அதிகாரியைப் பற்றி கண்டிக்கும் உரையாடல் இடம் பெற்றிருந்தது. இதை முதல்வரும், அவருடன் பணிபுரியும் உயர் அதிகாரிகளும் படித்திருப்பார்கள். அன்றைக்குப் பார்த்து நான் தான் அந்தச் செய்தியை போடவைத்தது என்று நினைத்திருக்கலாம். ஆனால், அதற்கு நான் பொறுப்பில்லை. என்னைப் போல சம்பந்தப்பட்ட அலுவலரிடம் திக்குமுக்காடிய தினமலர் தலைமைச் செய்தியாளரும், எனது நண்பருமான நூருல்லாதான் அந்தச் செய்திக்கு முழுமுதல் காரணம். இப்படி எத்தனைக் காகங்கள் உட்கார்ந்து, எத்தனை பனம்பழங்கள் விழுந்தனவோ. இதனால் தான்ஓ என்னவோ, காக்காக் காரணங்களால் சிலர் முதல்வர்களாகவும், அமைச்சர்களாகவும் ஆகிவிடுகிறார்கள்.

கலைஞர் மூலம் வள்ளலாரையும், வைகுண்டரையும் மக்களிடையே கொண்டு எடுத்துச் செல்ல திட்டமிட்டு இருக்கிறோம். கலைஞரும் ஒரு ஆரம்பமாக, இந்த இரு ஆன்மீகப் போராளிகளுக்கும், குறும் படங்கள் எடுக்க கொள்கையளவில் முடிவெடுத்திருக்கிறார்.

தமிழகத்தில் முதல் தடவையாக இந்த இரண்டு ஆன்மீகப் போராளிகளையும், மக்களிடையே கொண்டு செல்வதற்கு கலைஞர் வாய்ப்பளித்திருக்கிறார். இந்த வாய்ப்புக்கள் ஆல்போல் தழைத்து, அருகு போல் வேரூன்ற கலைஞர் நமக்கு தேவைப்படுகிறார்.

சாமிப்தோப்பு வைகுண்டரே கலைஞரின் தலைப்பாகையை வலுப்படுத்தட்டும், வடலூர் வள்ளலாரே தமிழ் வழிபாட்டை செய்விக்கட்டும். இதற்கு கலைஞரே தொடரட்டும்.

தம்பிரான் தோழர்
ஒரு
பன்முகப் பார்வை

கலைஞரை என்னளவில் தம்பிரான் தோழர் என்று அழைப்பதற்கான காரணங்களை பகிர்ந்து கொள்கிறேன்.

சைவசமயக் குரவர்களில் அப்பர் பிரானுக்கும், முழுமுதல் கடவுளான சிவபெருமானுக்கும் உள்ள உறவு நல்லதோர் ஆண்டான் அடிமைத் தன்மை வாய்ந்தது. திருஞான சம்பந்தருக்கும் அதே ஆண்டவனிடம் உருவான உறவு தந்தை மகன் போன்றது. சுந்தரருக்கு ஏற்பட்ட உறவோ தோழனுக்குத் தோழன் போல் இணையானது.

பெரிய புராணத்திலும், இதர தமிழ் புராண நூல்களிலும் வந்துள்ள இந்த மூவரிடமும் ஈசன் நடத்தியதாகக் கூறப்படும் திருவிளையாடல்கள் புராணப் பொய்களே. ஆனாலும், இவை பூஜ்யத்தைப் போல், மெய்மைக்கு வலிமை கொடுக்கும் பொய்கள்.

சுந்தரரை, அவரது திருமணத்தின் போது சிவபெருமான் தனது அடிமை என்று நிரூபித்து அழைத்துச் செல்கிறார். இதில் சுந்தரருக்கு விருப்பம் இல்லை. ஆனாலும், வேறு வழியில்லாமல் ஈசன் பின்னால் செல்கிறார். இதைப்போல், நானும் என்னையும் மீறி, கலைஞரின் தமிழிற்கு அடிமையானேன். சுந்தரர் செய்ததாக கூறப்படும் தவறுகளுக்காக அவருக்கு கண்கள் போகின்றன. எனக்கு, தொலைக்காட்சி வேலை போகிறது. சுந்தரருக்கு, சரியாக நடப்பதற்கு ஒரு ஊன்றுகோல் கிடைக்கிறது. எனக்கு, வானொலி கிடைக்கிறது. சுந்தரர், அந்த ஊன்றுகோலை வைத்து சிவசொரூபமான லிங்கத்தின் மீது வீசியடிக்கிறார். நானும், வானொலியை வைத்தே கலைஞரை அடிக்கிறேன். சுந்தரர், தனது கோபத்தின் உச்சத்தில் சிவபெருமானை வாழ்ந்து போவீரே என்று அங்கத பாணியில் பதிகம் பாடினார். நானும் கலைஞரை தாக்கி, அறிக்கைகள் விடுத்தேன். இறுதியில் சுந்தரத்தோழரும், மகாத்தோழரும், ஒரு மையத்தில் ஒள்றித்தது போல் நானும் கலைஞரும் ஒன்றிக்கிறோம்.

இப்படிக் குறிப்பிடுவதால், கலைஞரை நான் ஆண்டவனாக உயர்த்தி, அந்தச் சாக்கில் என்னையும் ஒரு நவீன சுந்தரராக ஆக்கிக் கொள்வதாக பொருட்படுத்தலாகாது. என்னளவில் தம்பிரான் தோழர் என்று நான் அழைப்பதற்கு கொடுக்கப்பட்ட விளக்கமே இது. ஆகையால், வரிகளுக்குள்

வரி தேடலாகாது. கலைஞர் கூட இதைப்பற்றி என்னிடம் கேட்கவில்லை. இதன் முழுத்தாக்கம் அவருக்குத் தெரியாமலும் இருக்காது.

இந்த விளக்கத்தினால் கலைஞரை விமர்சிக்கக் கூடாது என்றும் பொருளல்ல. தொடர்ந்து விமர்சிப்பேன் என்பதற்குதான் இந்த பட்டமே. ஆனால் அது, அவரையும் தமிழகத்தையும் மேன்மைப் படுத்துவதற்காக மட்டுமே.

கலைஞர், என்னைப்போல் எளிய வர்க்கத்தில் இருந்து புறப்பட்டவர். பொதுவாக இளமையில் மனக்காயங்களை உள்வாங்கிக் கொண்ட ஒருவருக்கு இரண்டு தனித்துவக் குணங்கள் இருக்கும். முதலாவதாக அந்தச் சிறுவன் இளைஞராகும் போது பரமசாதுவாக மாறலாம். வாழ்நாள் முழுவதும் இந்தச் சாதுத்தனம் நீடிக்கலாம். இரண்டாவதாக அந்த இளைஞர் தீவிரவாதியாக மாறலாம். இந்த இரண்டில் ஒன்றுதான் அவனுக்கு இருக்க முடியும். ஆனால், கலைஞருக்கோ அல்லது எனக்கோ இந்த இரண்டும், தக்க விகிதாச்சாரத்தில் இருக்கின்றன என்றே கருதுகிறேன். இந்த இரண்டையும் முறியடித்துக் கொண்டு அவர் வீறிட்டிருக்கிறார் என்பதே என் கருத்து.

1969 ஆம் ஆண்டில், முதல் தடவையாக முதலமைச்சராகப் பொறுப்பேற்றபோது கலைஞர், தன்னை ஒரு கட்சித் தலைவராக அனுமானித்தார். பெருந்தலைவர் காமராசரை முறியடிப்பதற்காக இந்திராவுடன் கூட்டமைத்து அவர் முதலமைச்சர் பதவியை உறுதி செய்துக் கொண்ட போது ஒரு அரசியல்வாதியாகவே தன்னை நினைத்துக் கொண்டார். 1989ல் பதவியேற்றபோது, ஒரு ஒரு தாயகத் தமிழினத் தலைவராக பொறுப்பேற்றார். இப்போது - அதாவது 1996ஆம் ஆண்டு மே மாதம் பதவியேற்ற நாளிலிருந்து அவர் எல்லாமாகி, எல்லாமும் அல்லது மாகி அரசியலில் கிட்டத்தட்ட பூரணத்துவத்தை எட்டிவிட்டார் என்றே கருதுகிறேன். இல்லையானால் செல்வி ஜெயலலிதாவை அவர் எதிர்நோக்குகிற விதமே வேறு விதமாக இருக்கும்.

கலைஞரை, அவரது அரசியல் எதிரிகள் பழைய கணக்கை வைத்தே அளக்கிறார்கள். இது தவறானது. ஆரம்பத்தில் தவறாக கருதப்படுகிறவர்கள், இறுதிக் கட்டத்தில் போற்றுதலுக்கு உரியவர்கள் ஆகிறார்கள்.

எடுத்துக் காட்டாக, குன்றக்குடியில் ஆரம்பக் கட்டத்தில் மக்களால் ஓரளவு ஒதுக்கப்பட்ட தவத்திரு குன்றக்குடி அடிகளார் இறுதிக் கட்டத்தில் அந்த மக்களுக்கு உள்ளூர் கடவுளாகி விட்டார். இருபது ஆண்டுகளுக்கு முன்பு, டில்லியில் வழக்கறிஞர்களை அடித்துத் துரத்திய குற்றத்தின் பேரில் தண்ணியில்லா காட்டிற்கு அனுப்பபட்ட கிரேன்பேடிதான் இன்று நாடு போற்றும் காவலராக திகழ்கிறார். கேரள கடலோர கிராமத்தில் பெரும்பாலான மக்களின் ஏச்சுக்கும், எள்ளலுக்கும் உள்ளான ஒரு மீனவப் பெண்தான், இன்று உலகம் போற்றும் மாதா அமிர்தாயியாக மாறியிருக்கிறார்.

ஒருவரை அவரது இறுதிப் பரிணாம வளர்ச்சியை வைத்துத்தான் அளக்க வேண்டும். எல்லோருக்கும் இப்படிப்பட்ட அளவுகோலை வைப்பவர்கள் கலைஞர் என்று வந்துவிட்டால் ஏனோ அந்த அளவுகோலை ஒடித்துப் போடுகிறார்கள். இது விசித்திரமாகவும் இருக்கிறது. வேதனையாகவும் இருக்கிறது.

கலைஞர் மகத்தான் இலக்கியவாதி. வைரஸ் ஊடுருவ முடியாத கணிப்பொறி மூளைக்காரர். ஆனாலும், தான் சந்திக்கும் ஒருவரிடம் அவருடைய அளவிற்கு இறங்குகிறார். என்னிடம் அவர் உரையாடுவதைப் பார்த்தால், அந்தக் கணத்தில் அவர் முதல்வர் என்பது மறந்து போகும். அபிராமியைப் பற்றி அந்தப் பெயருக்குரிய பட்டர் குறிப்பிடுவாரே என் அறிவளவானது அதிசயமே என்று. அப்படி கலைஞரும் ஒருவரின் அறிவளவிற்கு அதிசயமாய் தன்னை ஆக்கிக் கொள்கிறார்.

இலக்கியவாதி என்று வரும்போது அரசியல் மேல்தளத்தில் இருந்து குதித்து நம்மோடு சமதளத்தில் நிற்கிறார். இவரது தென்பாண்டிச் சிங்கம், பொன்னர் சங்கர் - போன்ற படைப்புகள் தாழ்த்தப்பட்ட, பிற்படுத்தப்பட்ட மக்களின், இலக்கியவாதிகள் மேலோங்க, மேலோங்க மேலோங்கும் என்பது எதிர்கால இலக்கிய வரலாற்று உண்மை.

தமிழகத்தில் கலைஞரைப் போல் வேறு எந்தத் தலைவரும் இழிவாகவும், கேவலமாகவும் விமர்சிக்கப்பட வில்லை . இவருக்கு அடுத்தபடியாக பெருந்தலைவர் காமரசரைச் சொல்லலாம். பெருந்தலைவருக்கு இந்த வசவுகள் காதிலேயே ஏறாது. ஆனால், கலைஞர் அப்படியல்ல. சென்சிட்டிவ் என்பார்களே அந்த மாதிரியான வகை. தொட்டால் சிணுங்கி வகைதான். அவர் இழிவு செய்யப்படும் போதெல்லாம், இந்த உணர்ச்சி இலை சுருங்கி போயிருக்கும் என்பது அவரைப் போன்ற எனக்கும் புரியும். ஆனாலும்,

இவர் அந்த இலைகள் சுருங்கும் போதெல்லாம், அவற்றைத் தாங்கும் செடியாகி விடுகிறார். இந்தச் செடியில் எத்தனை இலைகளைதான், எதிரிகளால் சுருங்க வைக்க முடியும்?

கலைஞர், டில்லி ஆட்சியாளர்களுக்கு பயப்படுவதாக அன்று முதல் இன்று வரை ஒரு குற்றச்சாட்டு உண்டு. அஞ்சுவதற்கு அஞ்சாமை பேதைமை என்பதை அறிந்தவர்தான். இதனால், தனக்குள் இருக்கும் ஒரு போராளியை அவர் மறந்து விடுவதும் உண்டு. அதே சமயம், சந்தர்ப்பச் சூழல் அந்தப் போராளியைச் சீண்டும் போது அரசியல்வாதி மறைந்து அந்தப் போராளியே விசுவரூபம் எடுப்பார். இதற்கு நெருக்கடி காலமே சாட்சி.

பெற்ற பிள்ளை சிறையில் சித்ரவதை செய்யப்பட்ட போதும், கட்சிக்காரர்கள் படாதபாடு படுத்தப்பட்ட போதும் கலைஞருக்குள் இருந்த போராளி வெளிப்பட்டு விசுவரூபம் எடுத்தார். நெருக்கடியால் ஆட்சிக்கு சவாலிட்டார். முன்னாள் அமைச்சர் ராஜாராம் அவர்களின் தம்பியும், சமூகச் சிந்தனையாளருமான டாக்டர் காந்தராஜ், கலைஞரிடம் தான் உடனிருந்து கண்ட இந்த போராளி அனுபவத்தை என்னிடம் சொல்லிச் சொல்லி மெய்மறப்பார். ஆனாலும், இதில் ஒரு வேடிக்கை அல்லது விபரீதம் என்னவென்றால், இயல்புநிலை திரும்பும்போதெல்லாம் கலைஞரை ஆக்கிரமித்த அந்த போராளி அடங்கி ஒரு ஒரு பொதுமைவாதியே தென்படுவார். இதுவே கலைஞரின் பலம். இதுவே கலைஞரின் பலவீனம். தமிழகத்திற்கும் சேர்த்துதான்.

அரசியலில் சொந்த விருப்பு வெறுப்புகளுக்கு உட்படாமல் யதார்த்தமான முடிவுகளை மேற்கொள்ளும் கலைஞர் தோழமை என்று வந்துவிட்டால் அவர் தொண்டர் அடிமையாகி விடுகிறார். லட்சோப லட்சம் கூட்டத்திற்கு மத்தியிலும் அவருள் ஏதோ ஒரு தனிமை தனித்துவமாய் நிற்கிறது. இந்தத் தனித்துவத்தை மறைக்கும் அரசியல் திரை விலக்கப்பட்டால் அதுவே ஒரு ஆன்மீக வடிவமாக வெளிப்பட்டிருக்கும். இரவில் எத்தனை மணிக்கு படுத்தாலும், காலையில் ஐந்து மணிக்கெல்லாம் கலைஞர் எழுந்துவிடுவார் என்பார்கள். இதற்குப் பெயர்தான் கர்மயோகம். இதனால்தான் அவர் எதிரிகளின் ஆருடங்களை பொய்ப்பித்தபடி நடை போடுகிறார்.

கலைஞரிடம் குறை இல்லாமல் இல்லை. சமூக மாற்றத்திற்கு அவர் துடிக்கிற அளவிற்கு கலாச்சார மாற்றத்திற்கு அவர் அதிகமாக இயங்கவில்லை. இந்திய தொலைக் காட்சிகளிலும் பத்திரிகைகளிலும்

தமிழ் செத்துக் கொண்டு வருகிறது. தமிழ்ப்பண்பாடு நுனி நாக்கு
பண்பாட்டிற்கு வழிவிடுகிறது. இதற்கு கலைஞர் அரசு ரீதியில் தீவிரமாக
எந்த நடவடிக்கையும் எடுக்கவில்லை . இலக்கியவாதி என்ற வகையில்,
தனது பேனா தமிழை மேலோங்கச் செய்தால் போதும் என்று மட்டுமே
நினைக்கிறார். உலகமயமாதலில் கலாச்சார சீரழிவுகளை தவிர்க்க
முடியாது என்று நினைக்கிறாரோ என்னமோ. ஆனாலும், இந்த
சீரழிவுகளை அப்புறப்படுத்தாமல் தமிழை மேன்மைப்படுத்த முடியாது.
கலைஞர் அமைத்த குறள்பீடம் இந்த சீரழிவுக்கு எதிரான ஒரு
ஆரம்பமாக இருக்கும் என்று எதிர்பார்ப்போமாக.

கலைஞர் பதவியில் இல்லாதபோதும் அவரை எனது நூல் வெளியீட்டு
விழாவிற்கு அழைத்திருப்பேன் என்று தெரிவித்ததை குறிப்பிட்டு அவர்
பேசுகையில், சோதித்துப் பார்க்க ஆசை என்றார்.

இந்த சோதனைக் கட்டத்தில்தான் இந்த நூலை கொண்டு வருகிறேன்.
கலைஞர் நிச்சயம் மீண்டும் முதல்வராவார் என்பதில் எனக்குச் சந்தேகம்
இல்லை . ஆனாலும், சாதியச் சக்திகள் அவரை விழத்திவிடுமோ என்ற
ஒரு அச்சமும் வருகிறது. அவர் வெற்றி பெற்ற பிறகு இந்த நூலைக்
கொண்டு வந்தால் அது சமர்த்தாக கருதப்படும். அதற்காக அவர் தோற்பார்
என்று தேர்தல் வரும் வரைக்கும் காத்திருக்கவும் கூடாது. எனவே, இந்தக்
காலக் கட்டத்தில் இந்த நூல். முன்பெல்லாம் கலைஞர் ஆட்சியின் போது
கலைஞரை பாதகமாக விமர்சிப்பார்கள். ஆனால், இப்பொதெல்லாம்
கலைஞரை விட்டுவிட்டு அரசையும், அதிகாரிகளையும் தான்
திட்டுகிறார்கள். பொதுமக்களுக்கு கலைஞரின் இந்த முதிர்ச்சி
புரிந்திருக்கிறது. அவரது சிந்தனை முழுவதும் தமிழகத்தை மேன்படுத்த
வேண்டும் என்பதில் சுழல்வதை மக்கள் புரிந்து கொண்ட அளவிற்கு
கட்சிக்காரர்களும், அரசு கட்டமைப்பும் புரிந்துக் கொள்ளவில்லையே
என்பதுதான் இன்றைய சோதனை. இதற்காக மக்கள் கலைஞரை சிலுவை
சுமக்க விடமாட்டார்கள் என்று நம்புகிறேன்.

கலைஞரை சந்தித்த நாட்களை நான், தோரயமாகத்தான்
போட்டிருக்கிறேன். எனக்கு நாட்குறிப்பு எழுதும் பழக்கம் இல்லை. ஒரு
முதல்வரை பற்றிய சந்திப்பு தேதிகளை கூட தெரியாமல் வைத்திருப்பது
தவறுதான். அவரோடு சந்தித்த போதெல்லாம் நான் புகைப்படங்கள்
எடுத்துக் கொண்டதில்லை. இது கவனக் குறைவு அல்ல. கவனமாக
மேற்கொண்ட ஒரு பண்பாடுதான். இந்த சந்தர்ப்பத்தில் இன்னொன்றையும்

குறிப்பிட விரும்புகிறேன். எதிர் வரும் தேர்தல்களில், கலைஞர் தோற்பார் என்றும், அப்போது அவர் மீது கடுமையான நடவடிக்கைகள் எடுக்கப்படும் என்றும், சிலர் தாறுமாறாக பேசிவருகிறார்கள்.

கலைஞர் வெற்றி பெற்றால் அது ஐந்தாண்டுகாலமாக நாம் அனுபவித்து வரும் சுதந்திரத்தை வலுப்படுத்துவதாக இருக்கும். ஒருவேளை அந்த வாய்ப்பு நமக்கோ கலைஞருக்கு கிடைக்காது போய் ஆதிக்கச் சக்திகள் தலைவிரித்து தாண்டவமாட முனையும். இதுவே தமிழகத்தில் இரண்டாவது விடுதலைப் போராட்டத்தின் துவக்கமாக இருக்கும்.

இந்தப் போராட்டத்தில், தமிழ் தேசியர்களும், பேரினவாதிகளும் கலந்துக் கொள்வது சந்தேகமே. கலைஞரின் உள்வட்ட இலக்கியவாதிகளும், வெளிப்படையாக எழுத்தால் போராடுவதும் ஒரு கேள்விக் குறியே. ஆனால், சுயமரியாதைத் தமிழன் என்ற முறையிலும், தமிழ் எழுத்தாளன் என்ற வகையிலும் -

நான் சொல்லாலும், செயலாலும் தொடர்ந்து போராடுவேன்.

www.ingramcontent.com/pod-product-compliance
Lightning Source LLC
Chambersburg PA
CBHW070119260726

48658CB00001B/172